Từ KIẾN TRÚC SƯ thành BÁC SĨ tại Hoa Kỳ

• DÁM CHỌN LỰA, DÁM THÀNH CÔNG •

• Để bảo vệ quyền riêng tư, một số nhân vật trong sách này đã được thay đổi tên.

TỪ KIẾN TRÚC SƯ THÀNH BÁC SĨ TẠI HOA KỲ

PGS. BS. Huỳnh Wynn Trần

NXB Thế Giới - Xuất bản lần thứ nhất tại Việt Nam, 2019
NXB Liên Phật Hội (United Buddhist Publisher)
Tái bản lần thứ nhất tại Hoa Kỳ, 2023
với sự cho phép bằng văn bản của tác giả
Tái bản lần thứ hai tại Hoa Kỳ, 2024

Hiệu đính và thiết kế bản in: Nguyễn Minh Tiến

ISBN: 979-8-3305-6767-6

PGS. BS. Huỳnh Wynn Trần

Từ KIẾN TRÚC SƯ *thành* BÁC SĨ *tại Hoa Kỳ*

• DÁM CHỌN LỰA, DÁM THÀNH CÔNG •

WMC Publisher
Wynn Medical Center

MỤC LỤC

PHỤ LỤC

Lời tựa

Tôi cảm ơn ba má đã mang tôi đến cuộc sống này, đó là món quà quý nhất trên đời. Nhờ ba má nuôi nấng và chăm sóc, tôi mới đi xa được như ngày hôm nay. Cảm ơn chị và em đã thay tôi lo lắng cho gia đình trong suốt những năm tôi miệt mài đi học. Tôi đặc biệt cảm ơn má vì đã luôn là chỗ dựa bình yên cho tôi.

Cảm ơn rất nhiều thầy cô đã truyền cảm hứng và dạy dỗ tôi. Trải qua nhiều khó khăn và thất bại, tôi nhận ra một yếu tố cực kỳ quan trọng dẫn đến thành công là được học với thầy cô giỏi. Tôi may mắn có rất nhiều thầy cô tuyệt vời đã hướng dẫn tôi vượt qua những khó khăn. Tôi nghĩ, cách tốt nhất để tôi cảm ơn các thầy cô tuyệt vời này là chia sẻ những bài học trong chuyến hành trình *từ kiến trúc sư thành bác sĩ tại Hoa Kỳ*.

Trong quyển sách này, thân mời bạn đọc cùng tôi dạo bước từ thị xã Bạc Liêu lên Sài Gòn học đại học, rồi qua Mỹ chật vật những bước đầu, cùng tôi làm nhiều nghề khác nhau để mưu sinh, cùng tôi bước vào giảng đường đại học, phòng nghiên cứu hay bệnh viện tại những trường đại học hàng đầu của Hoa Kỳ và Anh Quốc như Đại học Michigan, Harvard, Columbia, Yale, Cardiff hay Đại học Nam California. Hy vọng những câu chuyện thực tế từ cuốn sách này sẽ mang đến cho bạn đọc những thông tin thú vị về đào tạo nghề Kiến trúc sư, nghề Bác sĩ, về trường Kiến trúc, trường Y, về chương trình nội trú chuyên khoa, nghiên cứu Y khoa cùng góc nhìn khác về ngành sức khỏe tại Hoa Kỳ.

Cảm ơn tổ chức Y khoa VietMD đã giúp tôi giảng dạy các bác sĩ và sinh viên tại Việt Nam. Nhờ VietMD, tôi đã có những đồng nghiệp tuyệt vời giúp tôi hoàn chỉnh quyển sách này, nhất là Dược sĩ Trần Thị Thùy Dương, đại diện VietMD tại Việt Nam đồng thời cũng là trợ lý của tôi.

Tôi đặc biệt cảm ơn và tri ân các bệnh nhân của tôi, nhất là những người đã mất. Mỗi bệnh nhân là một bài học về cuộc sống giúp tôi trưởng thành hơn. Mỗi bệnh nhân là một động lực để tôi học thêm kiến thức mỗi ngày. Nhờ bệnh nhân, tôi nhận ra mình còn phải cố gắng nhiều hơn nữa trên con đường hành nghề bác sĩ. Và cũng nhờ bệnh nhân, tôi có động lực để viết sách và làm thêm các công việc thiện nguyện khác.

Tôi cảm ơn những người bạn lớp Kiến trúc K96A1, lớp Kiến trúc Michigan 2003, và khóa Tiến sĩ Y khoa 2011 trường Y bang New York, các bạn sinh viên và bác sĩ nội trú đã ủng hộ tôi. Sau một đoạn đường dài, tôi nhận ra rằng chỉ cần có đam mê, được kết nối với những người cùng chí hướng và kiên trì nỗ lực, bạn sẽ thành công.

Sẽ có những lúc bạn phải đối mặt với những lựa chọn khó khăn về nghề nghiệp trong cuộc đời, nhất là trước ngã rẽ chuyển đổi qua một nghề mới hoàn toàn xa lạ. Tôi mong cuốn sách này sẽ tiếp thêm cho bạn sức mạnh để quyết định. Hãy đi theo đam mê của mình. Vì nếu bạn dám chọn lựa, bạn sẽ dám thành công.

PGS. BS. Huỳnh Wynn Trần

Los Angeles, Hoa Kỳ 2019

"Với tôi, sống có trách nhiệm đơn giản
là lắng nghe trái tim và theo đuổi đam mê."

01

Một ngày mùa xuân ở California

7 giờ 30 sáng.

- Bệnh nhân ngừng thở rồi bác sĩ Trần. - Lena kêu thất thanh khi vừa thấy tôi bước vào phòng.

Tôi hơi giật mình vì chưa gặp bệnh nhân này lần nào. Theo thói quen, tôi nói to:

- Làm CPR,[1] bật mã Code Blue,[2] gọi ICU,[3] bấm nút gọi điều dưỡng.

Lena Lee và Christopher Chang, hai bác sĩ nội trú trong nhóm tôi, lập tức hạ giường bệnh nhân xuống, bấm các nút gọi khẩn cấp, và lấy miếng cứng trên đầu giường đặt dưới lưng bệnh nhân. Lena, cô bác sĩ nội trú nhỏ nhắn người Trung Quốc, đứng bên cạnh giường chụm hai bàn tay vào nhau làm CPR. Cô đẩy mạnh xuống ngực bệnh nhân từng nhịp nhanh nhẹn và dứt khoát. Bên cạnh, Christopher nhanh chóng kiểm tra mạch và xem

---

[1] CPR: xoa bóp tim ngoài lồng ngực.

[2] Code Blue: mã bệnh nhân ngưng tim phổi

[3] ICU: Khoa Hồi sức cấp cứu.

lại hồ sơ bệnh nhân.

- Xe đẩy cấp cứu, ống nội khí quản. - Tôi la to.

Cô điều dưỡng vừa bước vào phòng lập tức chạy vội ra hành lang đẩy chiếc xe nhỏ màu đỏ vào. Cô giật đứt sợi dây niêm phong, kéo ngăn lôi ra một đống ống nội khí quản và bóng khí.

- Cỡ 7,5mm được không bác sĩ?

- Được. - Tôi nói nhanh, vừa nhìn cổ bệnh nhân vừa ước lượng kích cỡ.

- Có mạch rồi. - Chris nói to sau vài phút làm CPR đổi phiên với Lena.

Lúc này trong phòng vừa có thêm điều dưỡng và hai bác sĩ trực.

- Bóp bóng khí, kiểm tra oxy!

- Tốt, mở thêm đường tĩnh mạch bên phải, tiêm thuốc vận mạnh. - Tôi tiếp tục.

Vừa nói, tôi vừa đeo găng tay bước lên đầu giường. Tôi nâng cằm bệnh nhân lên đồng thời đẩy hàm và ngửa đầu bệnh nhân về phía sau. Tay trái tôi cầm thanh dụng cụ hình lưỡi gà đút vào miệng, kéo lưỡi bệnh nhân lên, vừa nhìn thấy thanh quản, tay phải tôi cầm ống nội khí quản từ cô điều dưỡng đút sâu vào bên trong. Cùng lúc, nhóm bác sĩ của khoa ICU vừa tới.

- Chào bác sĩ Young. - Tôi ngước lên nhìn và chào.

- Chào bác sĩ Trần. Wow, nhóm anh nhanh thật, đặt luôn ống nội khí quản rồi hả? - Young nói.

- Có gì đâu, bác sĩ Young. Chúng tôi chỉ làm theo thói quen thôi. - Tôi nhoẻn cười.

Vừa nói tôi vừa đi xuống phía chân bệnh nhân và sờ các nốt mẩn đỏ lốm đốm bên dưới.

- Anh có biết vì sao bệnh nhân ngừng thở? - Bác sĩ Young hỏi tiếp.

- Tôi chưa biết vì sao bệnh nhân ngừng thở, nhưng tôi đoán có liên quan đến bệnh tự miễn, vì bệnh nhân xuất huyết phổi, nổi mẩn da, tụt tiểu cầu và ho ra máu. Bác sĩ nội trú của tôi sẽ theo dõi ca này và đặt xét nghiệm lab.

Giao bệnh nhân cho nhóm ICU xong, nhóm chúng tôi gồm Lena - bác sĩ nội trú năm ba chuyên khoa nội và Christopher - bác sĩ nội trú năm nhất mới vào thực tập, bước về căn tin bệnh viện để dùng bữa sáng.

*

Hơn 8 giờ sáng.

Khu vực dành cho nhân viên ở căn tin ồn ào, chật kín màu áo trắng và áo xanh phòng mổ. Theo thói quen, tôi chọn một ly cà phê Starbucks nóng, thêm bốn bịch đường và bốn muỗng kem sữa, lấy một lát bánh bông lan vàng cháy có miếng dâu tây phía trên vừa nướng xong - món khoái khẩu buổi sáng của tôi tại bệnh viện này.

- Hình như cà phê Starbucks ở đây ngon hơn ở bệnh viện Keck[1] thì phải. - Vừa nhấp môi tôi vừa nói.

- Làm sao thầy biết ngon hơn? Cả hai cùng là cà phê Starbucks mà? - Lena hỏi.

- Bệnh viện này ít việc hơn bệnh viện Keck, chúng ta có thêm thời gian nhâm nhi cà phê nên thấy ngon hơn. - Tôi trả lời. Lena và Chris cùng cười.

- À, hôm nay mình có mấy ca tư vấn? - Tôi hỏi tiếp.

- Hai ca thôi, thưa thầy. Ca vừa rồi mới nhập ICU nên em sẽ theo dõi. Còn ca hôm qua thì ổn rồi.

- Okay, vậy tốt. Em đang nộp đơn vào chuyên khoa sâu *(fellowship)* phải không? - Tôi hỏi Lena.

- Em vừa nộp, thưa thầy. Em hồi hộp quá vì chuyên khoa tự miễn và cơ xương khớp năm nay cạnh tranh cao.

- Không sao đâu, em sẽ vào được mà. - Tôi cầm ly cà phê cụng vào ly của Lena.

Quay qua Christopher, tôi hỏi:

- Christopher, em quen với công việc thực tập chưa?

- Dạ chưa, công việc nhiều quá làm em hơi stress.

- Không sao cả, em đừng lo. Lena sẽ dạy em.

Sau khi thảo luận về các ca trong ngày, tôi tạm biệt mọi người ra về. Công việc giảng dạy của tôi

[1] Bệnh viện Đại học Nam California.

chủ yếu tại phòng khám, tại bệnh viện, chúng tôi là nhóm tư vấn. Tôi tranh thủ dạy các bác sĩ nội trú những ca bệnh hay mà chúng tôi gặp hằng ngày.

*

Từ hành lang căn tin, tôi bước ra bãi đậu xe thì trời đổ mưa. Mùa xuân California, hạt mưa nhỏ li ti bám trên những nụ hoa vừa chớm nở trong khuôn viên bệnh viện buổi sáng làm lòng tôi nhẹ lại.

- "Pác sĩ" Trần.

- Ủa, chú Tư hả? - Tôi quay lại chào khi nghe có tiếng gọi từ phía sau.

Chú Tư là người Việt gốc Hoa, làm lao công ở bệnh viện này. Vợ chú là bệnh nhân của tôi.

- *Pác sĩ* ăn chè đậu đỏ không, hôm nay vợ *ngộ* có nấu ngon lắm? Biết hôm nay *pác sĩ* trực nên vợ *ngộ* kêu *ngộ* mang theo. - Giọng chú lơ lớ.

- Wow, ngon vậy hả chú Tư! Dạ, con cảm ơn chú.

- Pác sĩ đợi tui tí.

Bác Tư đưa tôi tô chè đậu đỏ được gói cẩn thận trong bọc ni lông kèm theo cái muỗng nhựa. Tôi cầm lấy rồi chạy vội vào xe đóng cửa tránh mưa. Mùi chè thoang thoảng làm tôi không nhịn được phải mở vội bịch ra, cẩn thận lấy tô chè đậu đỏ trong hộp để vào chỗ tay vịn xe.

Nhìn đồng hồ mới hơn 8 giờ rưỡi mà 9 giờ văn phòng tôi mới mở cửa, tôi tranh thủ bật mấy bài nhạc yêu thích lên nghe rồi ngồi nhâm nhi tô chè. Lúc đưa muỗng lên, tôi nhận ra mùi đậu đỏ béo ngậy y như chén chè mẹ nấu năm xưa tôi hay ăn trong mùng vào buổi tối.

Tôi nhắm mắt lim dim, chìm vào ký ức về chén chè đậu đỏ...

*

Con đường học thuật của tôi
bắt đầu từ những chén chè đậu đỏ...

02

Cơ duyên với nghề kiến trúc

Những năm học phổ thông trung học tại Việt Nam, tôi đặt mục tiêu sẽ vào đại học tại Sài Gòn - ước mơ của bất kỳ học sinh nào ở các tỉnh miền Tây. Lúc đó, tôi đang học ban Toán trường chuyên tỉnh Bạc Liêu.

Câu hỏi quan trọng nhất lúc này là tôi sẽ chọn ngành gì? Khi ấy định hướng nghề nghiệp của tôi khá mơ hồ. Tôi nghe các bậc đàn anh đi trước chỉ dẫn, ngóng các bạn cùng lớp về những nghề hay và *hot*, nhưng rồi vẫn chưa biết mình thích ngành gì.

Tôi tình cờ biết về nghề kiến trúc khi đến một quán cà phê vắng vẻ gần nhà, do một anh họa sĩ tóc dài làm chủ. Quán anh treo nhiều tranh khỏa thân trên tường. Chắc tại chưa gặp thời nên cả quán cà phê và tranh vẽ của anh đều ế ẩm.

Anh là người Sài Gòn, giận chuyện gia đình nên về xứ Bạc Liêu "muỗi cắn" mở một quán cà phê sân vườn treo tranh nghệ thuật. Anh hút thuốc kinh khủng nên hàm răng vàng cháy. Ban ngày, anh vừa đứng đập nước đá bán quán, vừa ngậm phì phèo điếu thuốc vẽ tranh. Tôi nhìn mãi tranh anh vẽ mà vẫn không thấy đẹp. Thấy tôi ghé quán thường xuyên, anh chỉ tôi vẽ bút chì. Sau vài lần vẽ thử, anh họa sĩ khen tôi có khiếu và khuyên tôi thử đi ngành nghệ thuật.

Nhìn quán cà phê xập xệ và cuộc sống của anh, tôi thấy cuộc đời nghệ sĩ sao mà phiêu bồng quá. Biết tôi học chuyên Toán, anh khuyên tôi học nghề kiến trúc vì vừa có tính nghệ thuật, bay bổng nhưng vừa có kỹ thuật, lương lại cao.

Nghe anh nói bùi tai, tôi đăng ký học vẽ ôn thi Kiến trúc sau giờ học lớp 12 chính thức. Buổi trưa nắng chói chang, tôi đạp xe một đoạn xa lên nhà ông thầy tóc bạc trong hẻm để học. Phòng học vẽ là khoảng hiên trống trước nhà có mái che, nơi các kiến trúc sư tương lai ngồi bệt trên nền gạch, ôm bảng vẽ cầm bút chì đo đo ngắm ngắm mấy cục gạch ống, trái cam và chùm nho. Sau buổi học, học viên bỏ tiền học phí vào một cái lon nhựa trên bàn trước khi về.

Thầy dạy vẽ tôi là người Bắc di cư vào Nam. Vợ thầy trước kia cũng là cô giáo. Phòng khách nhà thầy có treo một bức tranh vẽ hình vợ thầy bằng chì trắng đen. Cô khi ấy còn trẻ, rất đẹp với mái tóc dài chấm vai. Nhìn tranh, tôi ước mơ sẽ có ngày vẽ đẹp được như vậy.

Tôi cũng nghe nói ngành Y rất *hot*, có danh tiếng, lương cao lại có công việc ổn định nhưng tôi không để tâm đến vì có trải nghiệm xấu với bác sĩ.

Lúc đó, ba tôi mỗi tháng phải lên Sài Gòn để khám bệnh tim (sau này qua Mỹ tôi mới biết ba tôi không hề bị bệnh tim). Tôi, ba và má thường đón xe đò tốc hành từ 11 giờ khuya ở Bạc Liêu lên Sài Gòn lúc 5 giờ sáng. Từ bến xe miền Tây, cả nhà tôi đón xe đi thẳng đến gặp bác sĩ Bình chuyên khoa tim ở quận Tân Bình.

Phòng mạch của ông ở tầng một của một căn nhà lầu khang trang ba tầng trong một con hẻm rộng xe hơi vào được. Đến phòng mạch lúc gần 6 giờ sáng, tôi đã thấy hàng chục bệnh nhân và gia đình ngồi bệt dưới đất bên ngoài đợi bác sĩ, mang theo bánh mì và cà mên cơm. Tôi bắt số thứ tự và giật mình vì bắt đến số 32. Thì ra có những người đã đến phòng mạch từ 3 giờ sáng để lấy số.

7 giờ sáng, phòng mạch mở cửa, mọi người ồ ạt chen vào. Đến khoảng 8 giờ, ba tôi gặp bác sĩ Bình. Ông tầm trung niên, người hơi thấp, đeo kính cận, đầu hói bóng loáng, mặc áo choàng trắng hở cúc đã ngả sang màu cháo lòng.

- Bệnh gì? - Bác sĩ Bình quát.

- Dạ, bệnh tim. - Ba tôi lí nhí trả lời.

- Bao lâu rồi?

- Dạ, khoảng vài năm.

- Sao giờ mới lên đây?

Bác sĩ Bình hỏi đến đó thì đã viết xong toa. Ông lấy ống nghe, đặt lên chiếc áo thấm đẫm mồ hôi của ba tôi vài giây rồi đưa toa cho ba tôi bảo qua phòng bên lấy thuốc. Tôi ước tính cuộc gặp chưa đầy hai phút và chúng tôi đã đợi hai tiếng đồng hồ.

Phòng lấy thuốc bên cạnh cũng đông người không kém phòng khám. Mùi mồ hôi, mùi thuốc lá, mùi bánh mì ngọt với cà phê đen pha lẫn tiếng quạt máy rù rù và tiếng ồn ào gọi số thứ tự.

Một bà hơi đứng tuổi dáng đẫy đà, đôi lông mày tô điểm đậm với cặp môi đỏ bự màu mận chín, nghe nói là vợ bác sĩ, đang đứng chống nạnh giữa phòng thuốc. Bà cũng mặc áo choàng trắng màu cháo lòng như ông chồng bác sĩ. Má tôi đưa toa thuốc cho cô phụ tá. Bà bác sĩ tính tiền, cầm sẵn một bịch thuốc có nhiều viên con nhộng trắng đỏ được đóng gói sẵn đưa cho má tôi. Trả tiền xong, tôi thấy bà bác sĩ cũng đưa một bệnh nhân khác bịch thuốc y như vậy.

Sau lần gặp bác sĩ Bình, tôi quyết định không chọn nghề Y vì không muốn trở thành ông bác sĩ hói đầu ấy. Nhiều năm sau đó, bệnh "tim" của ba tôi không hề thuyên giảm, lại có chiều hướng nặng thêm nên má tôi không lên Sài Gòn tìm bác sĩ Bình nữa.

Tôi cũng nghĩ đến những ngành khác như kỹ sư xây dựng hoặc kỹ sư kết cấu nếu mình không đậu đại học Kiến trúc. Rồi nghe thiên hạ nói học Kinh tế ra làm có tiền nên tôi đăng ký thi luôn cho biết. Tóm lại, tôi nghe thiên hạ nói và nghĩ về nhiều ngành, cuối cùng đăng ký thi Kiến trúc, Kỹ sư xây dựng và Kinh tế.

*

Càng đến gần ngày thi đại học, không khí ôn thi trong lớp tôi càng nóng. Gương mặt ai cũng nghiêm trọng. Ai cũng ít nói ít cười, mọi người luôn cắm đầu vào sách vì tương lai sẽ được quyết định dựa trên kết quả thi đại học.

Buổi trưa, sau khi học trên lớp, tôi đạp xe đi học vẽ đến chiều. Sau đó, tôi đi đá banh rồi về ngủ sớm. Buổi tối khoảng 11 giờ, tôi thức dậy và học bài đến sáng. Ở mỗi môn thi như Toán, Lý hay Hóa, tôi chỉ chọn một bộ bài giảng để học theo và làm hết những bài tập trong đó. Sau này học nhiều môn và nhiều ngành, tôi càng nhận ra giá trị của việc tập trung *(focus)*, chỉ chọn một bộ bài giảng để tập trung luyện học.

Những ngày đó, má tôi liên tục nấu chè đậu đỏ mang tận vào mùng ngủ cho tôi ăn, vì bà nghe nói ăn nhiều chè đậu sẽ thi đậu. Bạn bè ít ai thấy lịch học của tôi, họ chỉ thấy tôi học vẽ, đá banh và ngủ sớm.

Về sau, tôi nhận ra thành công nào cũng có sự khổ luyện. Khi bạn thành công, ít ai thấy những khổ luyện của bạn mà chỉ thấy những gì bạn đạt được.

Có những hôm học đến sáng, tôi buồn ngủ quá nên ngủ gục trong lớp. Thế là tôi nghĩ ra cách chạy bộ khi học xong lúc 6 giờ sáng, xong về tắm cho tỉnh ngủ, rồi đi học tiếp. Cách này giúp tôi có thêm sức khỏe lại bớt buồn ngủ. Ngày thi đại học, tôi khăn gói lên Sài Gòn với quyết tâm thi xong sẽ về quê ngủ một giấc cho thật đã, dù có đậu hay không.

*

Để vào đại học Kiến trúc, các thí sinh phải thi ba môn Toán, Lý và Vẽ trong hai ngày. Ngày đầu tiên thi Toán xong, có bạn tên Hương người Tây Nguyên đứng sụt sùi khóc ngoài phòng thi. Bạn ấy nói đề thi Toán khó quá chắc sẽ không được điểm cao. Đến khi thi môn Vẽ, nhìn lướt qua bài vẽ của Hương, tôi ấn tượng ngay vì bạn vẽ tĩnh vật tốt quá. Cách xử lý bóng đổ, cách tô, nhấn nét chì của Hương thật gãy gọn và dứt khoát. Sau khi thi xong, tôi khen bài vẽ của Hương nhưng mặt cô nàng vẫn buồn xo. Hương nói rằng nàng sẽ khó đậu Kiến trúc.

- Bạn đừng buồn, mình thấy bạn rất có khiếu. Nếu như năm nay không vào được thì năm tới thi lại sẽ vào. - Tôi nói.

Về sau, tôi hiểu rằng khi bạn đang thất chí hoặc buồn nản, một lời động viên thật lòng sẽ giúp bạn tiếp tục tiến bước. Đôi khi cuộc sống là vậy, chúng ta chỉ cần ai đó đẩy thêm một chút để vượt qua khó khăn.

Những chén chè đậu đỏ giữa khuya của má tôi đã không bỏ công. Tôi là một trong hai học sinh tỉnh Bạc Liêu đậu vào đại học Kiến trúc ở Sài Gòn. Thêm nữa, tôi cũng là một trong những sinh viên trẻ nhất nhập học đại học do học sớm tuổi. Tôi cũng đậu vào hai ngành Xây dựng và Kinh tế nhưng tôi chọn học Kiến trúc.

Năm đó, Hương không đậu vào Kiến trúc, nhưng năm sau nàng đậu vào trường và làm "Ne" phụ vẽ cho tôi. Những ngày sau đó, tôi ngủ li bì để ăn mừng, vui vẻ chạy bộ và đá banh cả ngày để chuẩn bị cho cuộc đời sinh viên Kiến trúc sắp tới.

03

Học kiến trúc tại Việt Nam

Tin tôi đậu vào đại học Kiến trúc Sài Gòn khiến cả nhà đều vui mừng, nhất là ba tôi. Tạm biệt Bạc Liêu yêu dấu, tôi sắp xếp đồ đạc lên Sài Gòn, bắt đầu một hành trình mới. Có chú hàng xóm thấy tôi chuẩn bị đồ đạc, chú nói nhìn tướng tôi sẽ đi học xa và học cao. Tôi nghe mà cười thầm vì học kiến trúc có 5 năm thôi, nhưng không ngờ câu nói của chú sau này thành sự thật và việc học của tôi kéo dài đến gần 20 năm.

Một buổi tối cuối tháng tám, sau khi từ biệt bạn bè và gia đình, tôi khăn gói lên Sài Gòn. Hành trang của tôi vỏn vẹn chỉ có hai túi xách, chục bộ quần áo, mấy cuốn tập vẽ và chiếc xe đạp mới sơn màu xanh dương.

11 giờ tối xe mới bắt đầu chạy, nhưng mới 10 giờ hơn bến xe đã đông người thân ra chuẩn bị đưa con em đi xa. Lúc ấy, học sinh các tỉnh miền Tây như Bạc Liêu lên Sài Gòn học đại học là chuyện rất tự hào nên nhà nào cũng muốn ra đưa tiễn con em mình.

Chiếc xe tốc hành chật như nêm từ từ chạy qua con phố chính của thị xã Bạc Liêu trước khi hòa mình vào con đường quốc lộ buổi tối. Băng ghế tôi ngồi có ba chỗ, tôi xí ngồi ngoài cùng để nhìn ra cửa sổ, bên cạnh là thằng bạn thân, phía ngoài là một bạn nữ tóc ngắn.

Đêm khuya trên đường vắng, chiếc xe dần dần tăng tốc. Cặp đèn pha màu vàng phía trước như muốn xuyên thủng màn đêm đen kịt bao quanh xe. Ánh đèn chiếu vào hàng cây bên đường tạo ra các bóng đổ dài trên bờ cỏ khi xe chạy qua đoạn đường vắng. Tôi kéo nhẹ cửa kính, đưa đầu ra ngoài đón luồng gió lạnh thổi mạnh vào mặt ran rát, trong lòng dâng lên quyết tâm trở thành một kiến trúc sư tầm cỡ.

Đang thả hồn theo gió, chợt ai đó khều khều vai tôi:

- Bạn ơi, đổi chỗ cho tui được không? Tui muốn ói quá!

Nghe giọng nói nhè nhẹ pha chút mệt mỏi, trời lại nhá nhem nên tôi không thấy rõ mặt của cô bạn.

- Được chứ. - Nói vậy chứ tôi thấy hơi tiếc khoảng trời riêng tối om của mình sẽ phải nhường lại cho cô bạn kia. Tôi lục đục định dời chỗ.

- Mà thôi, để tui vô giữa được rồi, ngoài cửa sổ chắc lạnh lắm.

Thế là bạn nữ chen vào ngồi giữa tôi và thằng bạn.

- Bạn đi học đại học nào? - Tôi bắt chuyện.

- Không, mình không đậu đại học năm nay. - Giọng cô bạn chùng xuống một lúc rồi nói tiếp. - Mình định lên Sài Gòn ôn thi, sẵn tiện kiếm việc làm thêm.

- Sao bạn lên sớm vậy, vẫn còn nhiều thời gian để ôn thi mà. Lên Sài Gòn sớm tốn kém lắm! - Tôi nói.

- Mình biết, nhưng nhà mình nói với hàng xóm là mình đã đậu đại học vì xung quanh mình ai cũng đậu, nói mình không đậu quê chết.

- Bạn thi trường gì?

- Mình thi Kinh tế nhưng không đậu. Chưa biết năm sau mình sẽ thi gì.

Tiếng Trang, tên cô bạn tóc ngắn, thỏ thẻ trong gió trên chuyến xe chạy về tương lai mà cô cũng chưa biết sẽ đi về đâu. Tôi định khoe mình vừa đậu Kiến trúc nhưng không nói nữa. Tôi nghĩ về Trang, về những học sinh tỉnh lỵ khác phải chịu bao nhiêu áp lực vào đại học, vì đó là con đường duy nhất cho sự nghiệp và tương lai tại Việt Nam.

Có con vào đại học là niềm tự hào của gia đình. Vì vậy, ở Việt Nam thường có cảnh cha mẹ bán nhà cửa ruộng vườn để con được đi học, điều mà sau này tôi không hề thấy ở cha mẹ bên Mỹ.

Nói chuyện một lát, tôi thiếp đi, mơ về một tương lai tươi sáng.

*

Trường đại học Kiến trúc nằm trên đường Pasteur, ở trung tâm Sài Gòn, gần Hồ Con Rùa. Ngày đầu tiên đạp xe đi học, tôi đã yêu ngôi trường này. Tôi yêu con đường một chiều có hai hàng cây cổ thụ thẳng tắp che mát mỗi trưa. Tôi yêu lối nhỏ dành riêng cho xe đạp mà tôi thường phải gồng mình đạp, còn trên lưng thì mang ba lô ống vẽ to đùng. Ngay phía trước cổng trường là hình xoắn ốc tỷ lệ vàng mà bất kỳ sinh viên hay kiến trúc sư nào cũng biết. Bước qua cổng chính là sảnh lớn của tòa nhà trung tâm, nơi trưng bày các đồ án tốt nghiệp và cũng là chỗ đậu xe của ban giám hiệu trường.

Bên phải, trong khoảng sân nho nhỏ của trường là góc cây kiểng và bãi giữ xe gắn máy, xe đạp, nằm gọn bên trong khu nhà năm tầng hình chữ U. Họa thất (phòng tập vẽ và thiết kế kiến trúc) được đặt tại tòa nhà trung tâm của trường. Năm nhất đại học, mỗi lần tôi đi trễ là mỗi lần ướt áo do phải chạy hàng trăm bậc cầu thang lên học họa thất ở tầng trên cùng. Năm hai và những năm kế đó, chúng tôi dần được chuyển xuống tầng thấp hơn.

Những ngày đầu đi học, tôi bỡ ngỡ khi gặp bạn bè từ nhiều miền của đất nước. Trước giờ, tôi chỉ nghe giọng miền Tây sang sảng, giờ mới biết ở Việt Nam còn có nhiều giọng khác nhau. Giọng miền Bắc nhỏ nhẹ từ tốn, giọng miền Trung nặng khó nghe, giọng Tây Nguyên hơi lơ lớ đúng xứ trên rừng và giọng Huế ngọt bùi nhưng khó hiểu.

Tôi sớm nhận ra lớp Kiến trúc của tôi toàn dân học giỏi. Mỗi tỉnh chỉ có một vài bạn "đại diện" vào trường nên dĩ nhiên ai cũng "mười phân vẹn mười". Đó là lần đầu tiên tôi cảm nhận mình ra khỏi ao làng Bạc Liêu, thấy mình nhỏ bé và phải cố gắng nhiều. Về sau qua Mỹ, đi học tiếp đại học và sau đại học, tiếp xúc thêm với nhiều người giỏi từ khắp nơi trên thế giới, tôi có cảm giác như mình bơi ra xa thêm. Cứ thế, tôi càng học lên cao, dần bơi mãi, ngày càng xa ao làng Bạc Liêu.

Chương trình Kiến trúc tại Việt Nam học 5 năm. Hai năm đầu, sinh viên học kiến trúc cơ bản và đại cương, hai năm sau sinh viên tiếp tục học chuyên ngành kiến trúc. Năm cuối, sinh viên sẽ làm luận văn và bảo vệ luận văn để ra trường. Sinh viên tốt nghiệp trường Kiến trúc sẽ được gọi là Kiến trúc sư (sau này phải có thêm bằng hành nghề mới được làm việc), trong khi tại Mỹ, các sinh viên sau khi tốt nghiệp phải làm thực tập *(internship)* ít nhất vài năm để đủ giờ trước khi thi đậu bằng hành nghề và được công nhận danh hiệu Kiến trúc sư hành nghề *(licensed architect)*.

Kiến trúc sư thường được ví như một nghệ sĩ nên từ những năm đầu tiên, các bạn sinh viên đã cố tạo ra một phong cách khác biệt cho riêng mình. Có bạn nam để tóc dài qua vai thắt bím lại, đeo kính mặc dù không bị cận, có bạn luôn mặc quần jean thủng lỗ để lộ ra vài mảng "da thịt", có cô bạn gái mặc váy ngắn màu chói đến nỗi ai cũng ngước nhìn theo mỗi lần nàng leo lên cầu thang.

Tôi cũng muốn tạo phong cách riêng cho mình nhưng tạm thời lúc đó chưa nghĩ ra.

Các thầy cô dạy Kiến trúc thì phong cách càng "bạo". Có thể chia các thầy cô giáo ra làm hai nhóm hoặc hai dạng. Nhóm miền Bắc, thường nắm các chức vụ chủ chốt trong khoa và trường, thường là thầy cô lớn tuổi. Nhóm miền Nam thường gồm các thầy cô trẻ tuổi. Hai phong cách thiết kế thường thấy là bảo thủ và cách tân (hay phá cách). Thường thiết kế bảo thủ là tuân thủ theo nguyên lý, máy móc, nhìn tuy nhìn hơi chán nhưng công trình đảm bảo công năng và kết cấu, trong khi thiết kế cách tân thiên về tạo dáng, môi trường và vật liệu tiên phong.

Có một thầy Kiến trúc sư mà tôi rất hâm mộ vì đã có lúc tôi muốn mình như vậy.

Thầy tôi lúc đó khoảng 30 tuổi, tóc hơi quăn để dài gần đến vai, người miền Tây giọng nói sang sảng. Khi đi dạy thầy hay mặc áo sơ mi trắng cởi bỏ hàng nút trên cùng, bỏ áo vào quần tây ống loe và mang giày sandal. Buổi sáng lên họa thất, sinh viên vây xung quanh thích thú nghe thầy giảng vì phong cách và cách nói chuyện cá tính của thầy.

Thầy ngồi giữa bàn, tay trái cầm điếu thuốc lá ba số năm, tay phải cầm ly cà phê đen bọt đá đưa lên miệng, mắt lim dim nhấp một ngụm cà phê.

Xong, thầy từ từ đặt ly cà phê đá xuống bàn. Tay phải thầy cầm cây bút lông màu đen, bắt đầu vẽ những đường vừa dứt khoát, vừa nhẹ nhàng. Khi thì thầy nhấn mạnh tay như muốn bẻ cong cả ngòi bút, lúc lại thả lỏng cây bút như bay trên giấy với các đường thanh mảnh mờ dần.

Sau vài phút, tờ giấy trắng phau trở thành bản thảo chằng chịt đủ thứ mũi tên, vòng tròn, chữ cái và các con số khó hiểu. Tôi đứng sau lưng thầy, nhón chân ráng nhìn xuống xem ý chính thật sự của thầy là gì vì tôi vẫn chưa hiểu lắm.

- Các em phải làm cho tới, làm cho đã, phải đam mê, không tới không hay.

- Cắt khối phải cắt cho đã...

"Tới, đã, phê, mê" là những từ tôi thường nghe từ thầy. Người nghệ sĩ là vậy, lúc nào cũng sống hết mình cho những *"đam mê"* và *"tới bến"*.

Sau này có dịp lên nhà thầy, tôi chui lên căn gác ọp ẹp chưa đầy 16 mét vuông ở tầng bốn một chung cư bên quận Tư để phụ thầy vẽ. Buổi chiều, mùi sình hăng hắc từ con kênh đen ngòm bốc lên, nghe giọng thầy ho khù khụ vì hút thuốc quá nhiều, tôi cảm nhận cuộc đời nghệ sĩ của thầy mình sao quá uẩn trắc.

Tôi không biết thầy sống có *"tới"* và *"phê"* như thầy đã từng dạy sinh viên không. Tôi tự nhủ, sau này nếu có đi dạy, tôi sẽ gắng lo cho cuộc sống của mình thật tốt trước rồi mới dạy người khác.

*

Năm nhất học Kiến trúc, tôi vất vả với các môn hội họa vì không có căn bản, nhất là môn màu nước do tôi chưa bao giờ học môn này ở bậc phổ thông. Bài vẽ bình hoa màu nước đầu tiên của tôi chỉ có 2 điểm do tôi vẽ xấu thê thảm. Hình vẽ chiếc bình và hoa sen của tôi chỉ là những mảng màu tối om, không diễn tả được độ trong, độ sâu của không gian và sức bóng của màu nước.

Tôi buồn muốn khóc do chưa bao giờ bị điểm tệ như vậy. Tôi nghĩ đến má tôi ở quê chắc sẽ buồn lắm khi con trai cưng của bà bị 2 điểm môn vẽ. Tôi hỏi thăm bạn bè xem ai điểm cao trong lớp rồi chạy qua xem bạn ấy vẽ thế nào. Lúc ấy, tôi thấy xấu hổ lắm, không dám hỏi ai. Nhưng tôi biết nếu không hỏi thì sẽ không cải thiện được kỹ năng vẽ màu nước.

Tôi thú thật với cô giáo rằng mình không có căn bản và mong cô giúp tôi. Cô giáo dạy vẽ tròn mắt nhìn tôi như người ngoài hành tinh:

- Không biết vẽ sao em thi Kiến trúc?

Chắc cô không biết ở quê tôi, học vẽ vất vả thế nào do thiếu thầy và tốn tiền. Học vẽ màu nước càng khó do không có giấy vẽ và thầy dạy.

- Dạ, em chưa học nhưng em sẽ ráng học. - Tôi nói nhỏ.

Cô miễn cưỡng ngồi lại chỉ tôi thêm cách pha màu nước và đi bóng.

Những lần sau đó, điểm vẽ tôi tăng dần. Tôi bắt đầu thích màu nước. Thậm chí, sau này tôi chọn màu nước cho hầu hết các đồ án của mình vì tôi cảm nhận được sự tinh tế, chất trong, độ bóng và sự lãng mạn của chất liệu này.

Tôi còn đi xa hơn khi dùng trà đặc và cà phê đen làm chất liệu màu nước cho một số công trình thiết kế. Tôi nhận ra khi mình dám thừa nhận điểm yếu của bản thân và mạnh dạn nhờ giúp đỡ thì sẽ có người giúp mình tiến bộ. Cũng có một bạn từ tỉnh lên giống tôi vẽ rất tệ nhưng bạn chỉ lẳng lặng ráng tự học chứ không nhờ ai giúp vì sợ mang tiếng. Kết quả bạn ấy phải học lại một kỳ môn vẽ.

Cũng nhờ màu nước tôi dần tìm ra phong cách cho mình: vẽ tay. Màu nước nhạt nhạt trong trong cộng với nét vẽ tay rung rung rất hợp. Cách vẽ đó khiến cho công trình nhìn vừa mềm vừa mát, vừa có chất nghệ thuật, vừa có chất kết cấu.

Đầu năm ba, tôi bắt đầu thích phong thủy và kiến trúc xanh. Kết hợp ba thứ màu nước, vẽ tay và kiến trúc xanh là hướng tôi dự định sẽ đi sau này.

Trường Kiến trúc có một truyền thống thú vị là mối quan hệ tốt đẹp giữa Ne (Nerge) và Patron. Hiểu nôm na, "Ne" là các sinh viên năm dưới đi theo các sinh viên năm trên "Patron" để được chỉ bảo và học hỏi. Mỗi khi các Patron lên bài là các Ne từ năm dưới lên phụ, rất đông, vui và tốn tiền.

Năm nhất, tôi may mắn được kết giao với ba sư huynh Patron từ năm hai, năm ba và năm tư. Có ba sư huynh với ba phong cách "võ công" khác nhau, tôi tha hồ học lóm và đúc kết "chiêu thức" cho riêng mình.

Mỗi đồ án thiết kế thường làm trong nhiều tuần. Những tuần đầu, sinh viên chủ yếu tìm ý tưởng và sơ phác cho đến tuần cuối cùng thể hiện bài trên khổ giấy A0 (khổ lớn nhất, nơi sinh viên có thể nằm ngủ trên đó) hoặc A1 (bằng một nửa khổ A0). Những ngày cuối trước khi nộp bài, các Ne tập trung về họa thất hoặc tại nhà Patron để phụ vẽ bài y như một đàn ong thợ trong tổ.

Đêm cuối cùng, cả nhóm thường thức thâu đêm vẽ để kịp nộp sáng mai rồi về ngủ li bì trong hai, ba ngày. Cà phê và thuốc lá là hai thứ hầu như không bao giờ thiếu lúc lên bài của dân kiến trúc. Vì vậy, mặt mụn và hai hàm răng vàng cháy trở thành bạn thân của đám sinh viên trường tôi.

Lên năm hai, tôi tình cờ gặp lại Hương khi xưa thi đại học chung. Trong lần xem bài triển lãm (bài đồ án tôi thiết kế được lưu bộ môn do điểm cao), Hương nhận ra tên của tôi trên bài. Nàng đậu vào Kiến trúc năm sau, sau khi ôn luyện lại môn Toán. Nàng xin làm Ne của tôi và tôi vui vẻ nhận lời. Nhưng thời gian ấy chẳng kéo dài được bao lâu...

*

Giữa năm ba, tôi biết tin gia đình tôi sẽ được đi Mỹ.

Lúc ấy, tôi đang học rất tốt, điểm trung bình đứng *top* trong lớp, các đồ án thiết kế hầu hết đều đạt điểm tối ưu và được lưu bộ môn. Tôi đã có phong cách và hướng đi riêng của mình trong thiết kế. Tôi có đến ba Ne để phụ vẽ, có việc làm thêm ngoài giờ tại một công ty thiết kế, tiền lương cũng kha khá để có thể bắt đầu tự lo cho mình, và tôi cũng đang yêu.

Thêm nữa, tôi rất dốt tiếng Anh. Qua Mỹ, tôi hiểu là sẽ phải bỏ hết tất cả và làm lại từ đầu. Có người còn kể, nhiều sinh viên học đại học tại Việt Nam, thậm chí đã tốt nghiệp rồi, qua Mỹ phải bỏ học đi làm những công việc tay chân như bưng bê, chạy bàn rất cực.

Tôi hỏi ý kiến ba tôi thì ông kiên quyết:

- Nước Mỹ là nước của cơ hội và thành công, chỉ cần con có ý chí và cố gắng. Ba nghĩ con nên đi. Ba tin là sau này con sẽ rất thành công ở Mỹ. Tuy nhiên, nếu con dứt khoát muốn ở lại thì ba không ép.

Đây là lời khuyên tốt nhất tôi nhận được trong đời. Càng về sau, càng đi xa, tôi càng thấm thía câu nói của ba.

Thế là tôi quyết định đi Mỹ.

Quyết định bỏ học Kiến trúc của tôi khiến nhiều người ngỡ ngàng, nhất là các bạn trong lớp, vì ai cũng nghĩ tôi sẽ trở thành một Kiến trúc sư thành công tại Việt Nam.

*

Cuối tháng 3 năm 1999, trong một buổi tối cắm trại tại trường Kiến trúc, tên tôi được xướng trên loa trường: *"Mời bạn Trần Huỳnh lên sân khấu."*

Cứ tưởng mình nghe lầm vì tôi đâu có trong ban văn nghệ của trường, lại càng không phải là ca sĩ hay nghệ sĩ. Tôi bước lên sân khấu thì thằng bạn thân của tôi - Hoàng Nam nói:

- Tụi tao hát tặng mày bài hát trước khi mày đi Mỹ.

Quá xúc động và bất ngờ, tôi không nói nên lời:

- Nhưng mà tao đâu có thuộc lời. - Tôi ghé tai Nam nói nhỏ.

- Không sao, tao viết sẵn lời cho mày rồi.

Nói xong, Nam móc túi đưa tôi lời bài hát *Tiễn bạn lên đường* được viết vội, nguệch ngoạc trên một tờ giấy học trò gấp làm tư.

Tôi hát không hay, nhưng hôm đó tôi hát thật cảm xúc. Mắt tôi nhòa đi, giọng run run, vừa cầm tờ giấy vừa hát. Nhìn xuống sân trường là hàng trăm gương mặt thân quen. Một cảm giác ấm áp lạ thường của tình bạn bao la mà tôi sẽ không bao giờ quên.

Gần 20 năm sau, khi về Sài Gòn, tôi hát lại bài *Tiễn bạn lên đường* tại nhà Nam trong dịp giỗ đầu của bạn. Tôi hát mà mắt lại nhòe đi vì thương nhớ. Nam mất đột ngột một năm trước khi tôi về Việt Nam.

04

Qua Mỹ, lần đầu bước chân khỏi "vùng an toàn"

Lần đầu tiên tôi đặt chân xuống thành phố Grand Rapids, Michigan là lúc 11 giờ rưỡi đêm. Cái lạnh của đêm thu tạt vào mặt làm tan đi cái nóng hầm hập bụi bặm của Sài Gòn hơn 30 giờ trước. Đón chúng tôi ngoài lối ra của ống dẫn hành khách là đoàn bảo trợ cho gia đình tôi, gồm một số tín đồ nhà thờ Tin Lành và các cô chú bạn bè.

Tôi ngỡ ngàng trước sự chào đón nồng ấm của những đồng hương người Việt. Cả gia đình lên xe về nhà dì Bảy ăn tô phở đầu tiên tại Mỹ. Đó là một trong những tô phở ngon nhất tôi từng ăn, do vui, mừng, đói và quá lạnh. Hơn 2 giờ sáng, gia đình năm người chúng tôi được đưa về một căn hộ thuê sẵn.

Khoảng 3 giờ sáng, ba tôi than đau ngực và lên cơn khó thở. Nhớ đến buổi học chuẩn bị cho cuộc sống tại Mỹ ở Việt Nam, tôi bấm gọi 911 từ điện thoại bàn ở căn hộ. Tôi nói lắp bắp *"help, help..."* (giúp đỡ, giúp đỡ) và để máy điện thoại cho tổng đài 911 có thể tìm đến địa chỉ chúng tôi.

15 phút sau, một đội xe hùng hậu bật đèn đủ màu gồm xe cảnh sát, cứu thương và cứu hỏa đến

trước nhà, đưa ba tôi vào bệnh viện Holland cấp cứu. Ba tôi đau ngực đến mức hoảng loạn khó thở. Ông liên tục quơ tay lên ngực, bập bẹ vài chữ tiếng Anh. Gia đình tôi lúc đó không ai nói được tiếng Anh. Bạn bè và những người bảo trợ đã lần lượt về nhà vì quá khuya.

Tại phòng cấp cứu bệnh viện Holland, mọi giao tiếp giữa gia đình tôi với bác sĩ đều bằng những câu cơ bản.

- Đau chỗ nào? - Vừa nói vị bác sĩ cấp cứu vừa chỉ vào trái tim trên tấm hình người đàn ông.

- Đau cỡ nào? - Ông lại chỉ tiếp vào hình các gương mặt đánh số từ 0 (không đau) đến số 10 (cực kì đau khổ).

Ba tôi dĩ nhiên chỉ tay vào số 10. Khi hỏi ba tôi có hút thuốc không, bác sĩ chỉ vào hình điếu thuốc lá.

Má tôi hoảng loạn, khóc thút thít khi nhìn máy đo huyết áp và điện tâm đồ kêu bíp bíp liên tục trong phòng. Em tôi mím môi nhìn một đám đông mặc áo trắng lạ hoắc vây xung quanh ba tôi hết gắn dây rồi lấy máu. Chị tôi mặt trắng bệch, nắm tay ba lay lay không nói nên lời. Tôi cũng hoảng loạn, thậm chí nghe được cả tiếng tim đập thình thịch. Tôi đứng chết trân không biết nên làm gì.

Lúc đó, một bàn tay vỗ nhẹ lên vai tôi nói:

- Ba cậu sẽ ổn. - Đó là bác sĩ cấp cứu Gezon. Ông nói tiếng Anh chậm rãi nên tôi hiểu được vì có chữ *"okay"* và *"father"*.

Cách nói chuyện từ tốn đơn giản của vị bác sĩ cấp cứu đã xua đi nỗi hoảng sợ trong tôi. Tôi bình tĩnh hơn, rồi giải thích cho bác sĩ tình trạng của gia đình mình. Một lúc sau, có thông dịch viên tiếng Việt qua điện thoại giúp chúng tôi giao tiếp dễ dàng với bác sĩ.

Cách chữa trị tận tâm không phân biệt đối xử của bác sĩ và nhân viên bệnh viện Holland trong ngày đầu tiên tôi qua Mỹ đã tạo ấn tượng sâu đậm trong tôi. Lần đầu tiên, tôi thấy quý hình ảnh người bác sĩ mặc áo trắng.

Buổi sáng đầu tiên tại Mỹ, tôi phải dụi mắt vài lần để chắc là mình không mơ vì quang cảnh xung quanh quá xa lạ. Tôi vẫn chưa tin mình đang ở nước Mỹ. Tôi lại càng không tin là mình đang ở bệnh viện, cho đến khi nhìn thấy ba tôi đang nằm kia, xung quanh là một đống dây nhợ truyền nước biển, với tiếng bíp bíp đều đều đo nhịp tim thở. Ngoài cửa kính, nước Mỹ yên bình xa xa với rừng phong xanh đang từ từ chuyển sang vàng cam, thấp thoáng bên dưới mái nhà với ống khói kiểu Hà Lan.

Ba tôi đã sống sót sau đêm đó. Có lẽ những gì diễn ra trong đêm ấy, từ tiếng còi cứu thương, những bóng áo blouse trắng vây quanh giường bệnh và cái vỗ vai đầy tình cảm của bác sĩ Gezon tại bệnh viện Holland, đã là dấu ấn cho bước ngoặt trở thành bác sĩ trên đất Mỹ của tôi sau này.

*

Tôi bắt đầu một chuỗi ngày khó khăn nhưng đầy thú vị trên đất Mỹ.

Tiếng Anh là vấn đề khó nhất khi tôi qua Mỹ. Vốn tiếng Anh mấy năm học ở Việt Nam chỉ giúp tôi xin được việc làm không cần phải giao tiếp nhiều ở một hãng sản xuất bàn ghế văn phòng. Trong hãng, ai chỉ gì tôi làm đó vì không thể nói tiếng Anh nhiều. Tôi sớm nhận ra, muốn thành công tại Mỹ, trước tiên tôi phải giỏi tiếng Anh.

Ban ngày đi làm, ban đêm tôi đi học tiếng Anh vỡ lòng ESL[1] để cải thiện vốn liếng ngoại ngữ. Tôi học chung với hai chị từ Việt Nam mới qua Mỹ theo chồng, một bác gái người Mễ (Mexico) theo con bảo lãnh và hai mẹ con người Trung Quốc.

Nghe bác người Mễ và cô người Trung Quốc nói tiếng Anh, tôi mừng thầm vì cứ tưởng tiếng Anh của mình đã tệ lắm rồi, hóa ra có người tệ hơn. Sau này tôi mới biết các bạn Ấn Độ nói tiếng Anh cực kỳ khó nghe, khó hơn cả giọng Trung Quốc và Mễ cộng lại.

Tôi kể cho cô giáo dạy ESL nghe tôi đã từng học đại học tại Việt Nam và muốn học tiếp đại học bên Mỹ. Cô giáo tôi, một người Mỹ gốc Âu (da trắng) đã nghỉ hưu, rất ủng hộ tôi học tiếp lên đại học.

---

[1] ESL: English as a Second Language, "Anh ngữ như ngôn ngữ thứ hai", nghĩa là không phải là tiếng mẹ đẻ. Đây là chương trình tiếng Anh dành cho người nước ngoài, ở những nước không nói tiếng Anh.

Bà nói tôi nên bắt đầu học ở cao đẳng cộng đồng *(community college)* để cải thiện tiếng Anh và sau này xin chuyển lên đại học *(university)*.

Ước mơ học lại đại học của tôi bừng cháy sau khi nói chuyện với cô. Một lần nữa, tôi nhận ra rằng nếu bạn đang bế tắc và nản chí, chỉ cần một lời khuyên đúng lúc, bạn sẽ vượt qua được.

Sau hai tháng miệt mài học ESL, tôi được thầy cô khuyến khích chuyển lên cao đẳng cộng đồng *(community college)*.

Chỗ tôi ở gần hai trường cao đẳng cộng đồng. Một trường ở thành phố Grand Rapids cách nhà tôi 40 phút lái xe, có nhiều sinh viên châu Á và Việt Nam. Trường kia ở thành phố Muskegon cách nhà tôi 50 phút lái xe, có rất ít sinh viên Việt hoặc châu Á. Đa số các học sinh gốc Việt Nam chỗ tôi ở đều chọn trường tại thành phố Grand Rapids vì có nhiều người Việt nên dễ nói chuyện và làm quen.

Tôi hỏi ý kiến cô giáo ESL thì bà khuyên tôi nên ra khỏi "vùng an toàn" *(comfort zone)* của mình. Bà nói tôi đừng nên đi học trường có nhiều sinh viên Việt vì tôi sẽ thấy thoải mái giao tiếp trong vùng an toàn của mình. Trái lại, tôi nên chọn một trường mà tôi chưa quen biết nhiều bạn. Tại môi trường mới, tôi sẽ không có cảm giác "thoải mái", tôi phải tự học tiếng Anh và tự học cách sống sót.

Nghe lời bà, tôi chọn học trường ở Muskegon, nơi chỉ có bốn sinh viên Việt Nam, trong đó có hai đứa đang yêu nhau. Bạn tôi tại trường này hầu như toàn sinh viên Mỹ.

Về sau, tôi nhận ra đây là một trong những lời khuyên tốt nhất. Tôi đã rất vất vả để sống sót tại trường mới do không có ai giúp đỡ. Tôi phải giao tiếp với nhiều người nước ngoài. Tôi gia nhập nhiều nhóm bạn khác nhau, tập "tám" với các bạn gốc Mễ, Trung Quốc, Philippines, Trung Đông và cả châu Phi.

Những buổi họp nhóm đầu tiên, tôi cảm giác xấu hổ khi không ai hiểu tôi đang nói gì. Tôi cứ lặp đi lặp lại *"So, you know... And you know..."* (Vậy, bạn biết đó... Và bạn biết đó...) cộng thêm huơ tay múa chân. Đã có lúc tôi chán đến nỗi muốn bỏ cuộc vì tiếng Anh tôi nói không ai hiểu. Nhớ đến lời cô giáo dặn, tôi tập nói tiếng Anh chậm lại và cứ nói cho đến khi... họ hiểu. Sau này, tôi nhận ra nói chậm và rõ là điều quan trọng nhất khi giao tiếp. Các diễn giả chuyên nghiệp người bản xứ như Tổng thống Obama nói tiếng Anh cũng rất chậm.

Để tăng thêm phần khó khăn, tôi đăng ký học lớp Giao tiếp *(Communication)* và Xã hội học *(Sociology)*, trong đó tôi phải liên tục đứng trước lớp nói chuyện. Về sau, các kiến thức từ hai lớp này là nền tảng cho tôi luyện kỹ năng nói chuyện trước đám đông.

Mùa học đầu tiên tại Muskegon, tôi đã sống sót trong vùng không phải an toàn của mình. Chẳng những vậy, tôi toàn được A, chỉ có một con A-. Những mùa kế tiếp, để rút ngắn thời gian học, tôi đăng ký nhiều lớp hơn. Tôi bắt đầu lấy 18 tín chỉ,[1] và tăng dần đến 27 tín chỉ mùa cuối cùng.

Vì đang học Kiến trúc tại Việt Nam nên tôi quyết tâm học tiếp Kiến trúc tại Mỹ. Tại trường Muskegon, tôi chọn học chương trình Kiến trúc đại cương *(Pre-architecture)* gồm các lớp Vẽ, Toán cao cấp, Kết cấu, Hội họa, Mỹ thuật, Lịch sử kiến trúc và Nặn tượng làm gốm. Bên cạnh đó, việc ba tôi nhập viện liên tục khiến tôi bắt đầu nghĩ đến ngành Y, nhưng ý nghĩ đó vẫn chưa đủ mạnh để tôi từ bỏ Kiến trúc.

Thầy tôi tại Muskegon nói nếu muốn tiếp tục học Kiến trúc, tôi nên học lên các trường đại học Kiến trúc hàng đầu tại Mỹ vì sẽ dễ xin việc làm. Thầy cũng khuyên tôi nên đăng ký nhiều lớp lịch sử kiến trúc và nghệ thuật với tập viết luận văn chuyên ngành.

Đích nhắm của tôi là trường Kiến trúc của đại học Michigan tại Ann Arbor và đại học California tại Berkeley (UC Berkeley), những trường đại học công lập đào tạo ngành Kiến trúc tốt nhất tại Mỹ.

---

[1] Sinh viên toàn thời gian (full time) thường cũng chỉ lấy 12 tín chỉ một mùa.

05

Học kiến trúc tại Mỹ và khởi điểm khó khăn

Lúc còn học ở Việt Nam, tôi được xếp hạng *top* trong lớp nên tự tin mình sẽ học được Kiến trúc tại Mỹ.

Nhưng tôi đã lầm...

Mùa xuân năm 2000, tôi đang học chương trình Kiến trúc đại cương tại trường cao đẳng cộng đồng Muskegon, trong đó có lớp *Lịch sử kiến trúc cổ điển*. Ngoài việc tìm hiểu và phác họa các công trình kiến trúc lịch sử như kim tự tháp Ai Cập, đền Pantheon, tôi phải viết một bài luận ngắn về công trình tôi thích. Tôi chọn kim tự tháp Ai Cập. Tôi vẽ hình minh họa bắt mắt bằng nét bút máy vẽ tay kèm thêm các chi tiết kỹ thuật. Trong bài luận của mình, tôi nói một chút về lịch sử công trình, thời gian xây mất bao lâu và khó khăn lúc xây. Lúc trình bày, tôi nghĩ mình sẽ lấy được con điểm A.[1]

---

[1] Hệ thống tính điểm phổ biến ở Mỹ gồm các điểm A, B, C và D. Trong mỗi điểm này lại có cộng và trừ, như điểm A cộng (A+) là hơn A và A trừ (A-) là kém A. Ngoài ra, điểm F (viết tắt của Fail) là điểm quá kém, tức là bị đánh rớt.

Và rồi, bài của tôi chỉ được điểm B. Tôi thất vọng vì mình dồn nhiều công sức, vẽ diễn họa bằng tay rất đẹp, và thông số đầy đủ sao lại không được A. Tôi hỏi dò cô bạn học chung được A thì thấy cô chỉ viết bài vừa phải, hình diễn họa coi được chứ không quá xuất sắc.

Tôi mang thắc mắc này hỏi thầy:

- Thưa thầy, em đã cố gắng rất nhiều cho bài này và em đã hy vọng được điểm A?

- Tôi biết em cố gắng, nhưng em đã không tập trung vào phân tích các yếu tố lịch sử xã hội của công trình. Em quá tập trung vẽ diễn họa trình bày cho đẹp.

- Em chưa hiểu?

- Môn này là tìm hiểu về ngành kiến trúc trong lịch sử xã hội. Mỗi kiến trúc sư là một nhà xã hội học. Nhà thiết kế công trình phải hiểu văn hóa và hiểu xã hội đang cần gì. Nếu em phân tích theo hướng đó, em sẽ hiểu cái hay của việc xây dựng kim tự tháp.

Tôi nhận ngay ra điều đầu tiên một kiến trúc sư cần là tư duy tốt chứ không phải kỹ năng vẽ tốt. Mấy năm ở Việt Nam, tôi ít chú trọng đến phát triển tư duy thiết kế của mình. Tôi chú trọng vào làm sao vẽ đẹp, vẽ nhanh và lên hình 3D nhìn đẹp lộng lẫy mà quên mất điều quan trọng nhất của một nhà thiết kế là tư duy.

Học tư duy thiết kế nghe thì dễ nhưng là một khái niệm mới hoàn toàn với tôi lúc đó. Tôi xin thầy cho tôi viết lại bài luận về kim tự tháp và xin làm thêm bài để có điểm phụ *(extra credit)* của các kỳ thi tới. Lần này, tôi vẫn vẽ hình nhưng viết thêm năm trang về lịch sử triều đại các vua, hoàn cảnh xã hội của Ai Cập, kèm theo chút thống kê về dân số. Tôi nêu bật vai trò của kiến trúc sư khi thiết kế kim tự tháp, nơi thể hiện quyền lực tuyệt đối của các vua Ai Cập qua các công trình bằng đá vĩ đại.

Một điểm thú vị tôi học được tại trường Muskegon là các thầy cô giáo luôn khuyến khích sinh viên viết thêm bằng cách cho điểm phụ *(extra credit)* và ủng hộ sinh viên đào sâu thêm chủ đề đã học. Điểm số của sinh viên không quan trọng bằng kiến thức học được và đam mê của sinh viên được khuyến khích thế nào.

Mùa kế tiếp, tôi học về Gốm sứ, bao gồm thiết kế mẫu bình, nặn gốm và nung gốm sứ *(ceramic)*. Đây là một trong những lớp khó nhất và hay nhất trong ngành kiến trúc mà tôi từng học.

Khi xưa tôi xem phim Oan hồn *(The Ghost)* do cô diễn viên nóng bỏng Demi Moore thủ vai, tôi nhớ cảnh diễn viên nam choàng ôm sát phía sau cô đào nóng bỏng. Đôi bàn tay anh ta ấp trên đôi bàn tay Demi Moore và rồi họ cùng nặn gốm trong lúc nghe bài nhạc lãng mạn. Bốn bàn tay của hai diễn viên chính nặn lướt trên vành bình đất đang xoay, khéo kéo di chuyển lên xuống tạo ra những đường cong y như thân hình nóng bỏng của cô diễn viên.

Thực tế nặn gốm không như trong phim. Ngày đầu tiên nặn gốm, tôi làm hư gần hết mẫu đất sét do trộn quá nhiều nước vào đất. Mẫu bình của tôi dư nước nên bị xẹp xuống thảm hại. Ông thầy vẫn kiên nhẫn chỉ lại tôi cách nắn, đôi khi còn cầm bàn tay tôi chỉ cách nặn, nhưng sao cảnh này tôi chả thấy lãng mạn như trong phim.

Thầy hỏi tôi đã có ý tưởng chiếc bình gốm như thế nào chưa. Tôi gật đầu đưa thầy xem hình vẽ phác thảo một bộ ấm trà kiểu Minh Long. Thầy lắc đầu nói đất sét chỗ Muskegon không làm được loại bình trà tôi vẽ.

- Em hãy thử bắt đầu với chất liệu đất sét nơi này, thử nung vài mẫu thực tế trước khi em đi quá xa trên bản vẽ.

Lại thêm một bài học về tư duy thiết kế. Tôi bắt đầu thiết kế lại bình gốm từ vật liệu đất sét địa phương, từ những thứ tôi đang có sẵn nơi này. Về sau, tôi cảm nhận đây cũng là triết lý kiến trúc chung của người Mỹ: tính thực dụng. Họ bắt đầu từ những cái đang có sẵn và làm nó tốt hơn thay vì sáng tạo ra những cái mới hoàn toàn.

Những ngày kế tiếp, tôi đã biết cách trộn nước và bột vừa phải để ra chất mềm của đất nhưng vẫn đủ độ cứng để lên vành. Nặn xong, bình được để khô trước khi đưa vào lò nung bằng điện. Qua một vài buổi nung và pha màu, màu sắc của bình thay đổi diệu kỳ khi đi qua nhiệt độ trên 1.000 độ C. Có những màu phết lên đất sét tối xỉn nhưng sau khi nung luyện lại trở nên sáng long lanh. Có những màu sáng khi gặp nhiệt độ cao lại thành tối. Màu sắc gốm sứ sau khi trải qua nung nấu cũng giống như những sắc màu cuộc đời. Đôi khi cùng nhau đi qua khó khăn thử thách sẽ làm người ta đẹp hơn và sáng hơn.

Nhìn chung, có sự tương đồng giữa phối màu nước và phối màu gốm sứ. Những mảng màu khác nhau nhưng nếu biết kết hợp, hòa quyện vào nhau sẽ tạo thành những mẫu *(pattern)* tuyệt đẹp. Bài cuối khóa của tôi là một bình hoa dạng mở phía trên với những mảng màu xanh ngọc ngẫu nhiên. Thầy tôi rất hài lòng về sản phẩm này.

Đó là một trong những bài học đầu tiên về thiết kế tạo dáng tại Mỹ: Bắt đầu là quá trình cảm nhận thực tế, dần dần thay đổi kiểu dáng, liên tục cải thiện và cho ra sản phẩm cuối cùng.

*

Khó khăn đến đây chưa phải là hết, nhưng khó khăn dai dẳng đeo bám tôi nhất, vẫn luôn là tiếng Anh.

Hầu hết sinh viên học đại học tại Mỹ đều phải trải qua lớp luận Anh văn (*English 101* hay *English 1A*). Trong môn này, sinh viên học cách viết luận văn theo dàn bài (mở bài, thân bài và kết luận), dùng các kỹ năng viết để kết nối câu và nêu bật ý của mình. Về sau khi thi MCAT *(Medical College Admission Test)* để vào trường Y, tôi hiểu thêm tầm quan trọng của môn luận Anh văn khi phải thi ba lần mới có điểm cao môn đọc hiểu tiếng Anh với phần viết tốc ký hai bài luận.

Trước khi vào học chính thức môn luận Anh văn, sinh viên quốc tế thường phải làm một bài kiểm tra khả năng tiếng Anh của mình để được xếp học các lớp tiếng Anh cơ bản nếu cần thiết. Trường Muskegon tôi học có hai lớp tiếng Anh cơ bản *English 99* và *English 100* để chuẩn bị cho lớp luận Anh văn *English 101*. Do hai lớp này được lập ra chỉ nhằm cải thiện tiếng Anh cơ bản của sinh viên nên sẽ không được tính chính thức vào chương trình chuyển lên đại học sau này. Vì vậy, sinh viên nào cũng muốn tránh học hai lớp *English 99* và *English 100* nếu có thể. Trước khi chuyển lên cao đẳng cộng đồng, cô giáo dạy ESL cho tôi có dặn kỹ cách tập viết bài và từ vựng để thi tốt môn tiếng Anh. Cô còn cho tôi mượn hẳn quyển tiếng Anh cơ bản về nhà. Kết quả là tôi vượt qua môn *English 99* và chỉ phải học *English 100*.

Vào lớp *English 100*, tôi được học với một cô đã nghỉ hưu, giờ dạy cho trường như hình thức làm thiện nguyện. Tuần đầu tiên học *English 100*, tôi bị một điểm C trừ. Tôi sốc vì những môn khác mình toàn được điểm A. Bài luận của tôi được trả lại với vô số chữ đỏ và dấu gạch xóa của giáo viên. Tôi buồn đến muốn khóc khi nghĩ đến gia đình đang vất vả mưu sinh cho tôi được đi học. Tôi càng buồn hơn khi nhớ đến thời oanh liệt ở Việt Nam luôn được vây quanh bởi những lời khen và sự thán phục của đàn em. Giờ đây, tại một xứ sở xa lạ, xung quanh toàn tuyết trắng, tôi ngồi một mình trong căn tin bên cạnh cái bánh hamburger và con C- to đùng, nhìn ra ngoài trời mùa đông và thấy chán đến mức muốn bỏ về Việt Nam ngay lập tức.

Hôm sau, tôi xin gặp riêng cô giáo để hỏi có cách nào viết tốt hơn không. Cô không trả lời ngay mà hỏi về cuộc sống của tôi như qua Mỹ bao lâu rồi, tôi muốn học ngành gì và tôi đang làm gì. Sau khi biết sơ qua gia cảnh của tôi, cô mới ôn tồn hỏi:

- Khi viết bài, em suy nghĩ bằng tiếng Anh hay tiếng Việt?

- Dạ, tiếng Việt ạ.

- Vì sao?

- Vì em không đủ từ vựng tiếng Anh nên phải tìm ý tưởng bằng tiếng Việt, sau đó em dịch qua tiếng Anh rồi viết.

- Em thử cách khác đi. Hãy thử suy nghĩ bằng tiếng Anh và viết bằng tiếng Anh.

Tôi gật đầu và về nhà tập viết lại.

Suy nghĩ tiếng Việt và dịch ra tiếng Anh là lỗi thường thấy của sinh viên Việt Nam khi mới qua Mỹ. Cách suy nghĩ này khiến bài viết bị hạn chế về từ vựng, ý tưởng và cả cấu trúc. Tôi thử làm theo cách cô nói là tập suy nghĩ bằng tiếng Anh và viết tiếng Anh. Mỗi ngày tôi đều để quyển từ điển to đùng kè kè bên mình để khi nào không biết từ nào là tra cứu ngay.

Đến bài viết thứ tư, điểm của tôi lên được B-. Tôi lại gặp cô để hỏi:

- Làm sao để em viết tốt hơn hả cô?

- Em muốn viết tốt, phải viết bằng sở thích của mình.

- Nhưng em đâu có thích tiếng Anh. Em còn phải đang vất vả tập viết đây.

- Em muốn thành kiến trúc sư. Em muốn thành công tại Mỹ thì phải giỏi tiếng Anh. Em phải học và suy nghĩ tiếng Anh như ngôn ngữ mẹ đẻ của mình.

Tôi nhớ mãi lời dạy này. Về sau, tôi hay dặn các bạn sinh viên quốc tế rằng muốn thành công tại Mỹ, điểm trước tiên là phải giỏi tiếng Anh và hiểu văn hóa Mỹ, chỉ có như vậy bạn mới thật sự có cơ hội thành công.

Nhờ cô giáo này, tôi không còn sợ môn tiếng Anh và môn luận Anh văn nói chung. Bà kể tôi nghe những câu chuyện về lịch sử nước Mỹ, nhất là cuộc nội chiến tàn khốc Nam-Bắc. Chính bà đã khuyên tôi học thêm văn chương và lịch sử của nước Mỹ. Nhờ những lớp này, tôi bắt đầu cảm thấy thích viết văn và cảm nhận được sức mạnh của ngòi bút.

Sau vài tuần miệt mài tập viết bài để có điểm phụ *(extra credit)* và hơn chục bài gạch xóa, điểm cuối cùng tôi nhận được ở môn *English 100* là A. Lần đầu tiên, tôi cảm nhận được tiếng Anh không đáng sợ như mình nghĩ. Cô giáo tử tế đã từ từ giúp tôi vượt qua trở ngại đầu tiên. Mùa kế tiếp, tôi học lên *English 101* và vẫn giữ liên lạc với cô giáo cũ. Tôi vẫn hay gặp cô để nhờ xem bài và góp ý. Sau khi xong *English 101*, tôi học tiếp lên *English 201*, môn luận Anh văn cấp cao hơn.

Sau khi học ở Muskegon hai năm đầu, đa số các sinh viên sẽ xin chuyển lên các trường đại học chuyên ngành vào hai năm cuối để hoàn thành chương trình bốn năm. Để chuyển lên học chuyên sâu ngành Kiến trúc vào năm ba tại đại học Michigan và đại học California tại Berkeley, tôi phải thiết kế một portfolio, là cuốn tuyển họa các công trình thiết kế, vẽ và các đồ án tôi đã làm. Cách làm portfolio có thể cho thấy sự sáng tạo của sinh viên kiến trúc và ảnh hưởng đến việc được nhận vào chương trình chuyên sâu.

Nhớ lời thầy dạy môn Gốm sứ về quá trình sáng tạo, tôi ngồi vẽ ra một kế hoạch phát triển trên portfolio trong sáu tuần.

Tôi muốn làm một portfolio miêu tả về những con đường tôi đã đi qua, từ lúc còn ở Việt Nam cho đến đang học tại Muskegon để người xem cảm nhận được hành trình của mình. Lúc còn ở Việt Nam, vào mùa Giáng sinh và Tết, tôi hay làm thiệp 3D để tặng và bán cho bạn bè. Tôi cắt một lát ống tre nhỏ làm giếng nước, lấy dây cói, dán miếng cỏ tạo thêm mái lá đồng quê và gấp những thứ này gọn gàng trong tấm thiệp.

Lần làm portfolio cho các trường Kiến trúc tại Mỹ, tôi tạo ra các mô hình be bé như lúc ở Việt Nam. Portfolio của tôi có thể gấp lại y như mấy tờ thiệp 3D, mô tả về tre lá, về đồng quê, về sông nước miền Tây, về những bản vẽ màu nước, màu đen thơm lừng của ly cà phê và màu trà vàng đậm của tôi. Sau khi xong một bản chính, tôi cẩn thận chụp hình lại, làm thêm nhiều mẫu và gửi hai cuốn portfolio đi hai trường là University of Michigan và University of California, Berkeley (UC Berkeley).

Bài luận xin vào ngành Kiến trúc chuyên sâu của tôi cũng được chăm chút. Tôi viết ra mong muốn được tiếp tục nghề kiến trúc tại Mỹ. Tôi kể về anh chàng nghệ sĩ *"xứ muỗi cắn"* Bạc Liêu năm nào đã cho tôi cảm hứng với nghề kiến trúc, cho đến những năm tháng học đại học Kiến trúc Sài Gòn. Tôi nhấn mạnh về gió và nước, hai chủ đề tôi thích lúc còn ở Việt Nam, điểm kết của bài luận là muốn dùng chính môi trường để tạo nên công trình kiến trúc. Lúc đó, trào lưu kiến trúc xanh *(green architecture)* bắt đầu thịnh hành tại Mỹ nên bài luận của tôi khá được chú ý.

Tôi thảo ra nhiều bản nháp, hỏi ý kiến cô giáo tiếng Anh của tôi, viết đi viết lại bài luận cho đến khi cô nói *"okay"*.

Tôi nhớ những ngày tuyết rơi đầy trường, nhìn dáng cô giáo còng lưng lụm cụm chống gậy vào lớp chỉ để giúp tôi sửa bài luận mà thấy mắt mình cay cay. Tôi không ngờ rằng tại một nơi xa xôi lạnh lẽo, nơi chỉ có bốn sinh viên gốc Việt, tình tương trợ và sự bác ái của người Mỹ thể hiện rõ ràng nhất. Hình ảnh đó đọng mãi trong ký ức tôi, giúp tôi phát triển những hoạt động phục vụ cộng đồng như VietMD sau này.

Trường Michigan và UC Berkeley đều trả lời tôi rằng họ rất quan tâm đến tôi, họ khen portfolio và bài luận của tôi. Tuy nhiên, trường Michigan nói họ sẽ không cho hồ sơ của tôi là đầy đủ nếu tôi không đủ điểm TOEFL. Lúc đó, tất cả sinh viên quốc tế đều phải đạt điểm TOEFL mức trung bình cao mới có thể học tại đại học Michigan.

Thế là tôi lại mất thêm vài tuần học TOEFL. Nhờ cách chỉ dạy của các thầy cô tiếng Anh tại trường Muskegon, tôi thi TOEFL CBT (Computer Based Test) đạt 247 (tương đương iBT 98). Đây là kỳ thi tiêu chuẩn đầu tiên của tôi tại Mỹ, mở màn cho một loạt kỳ thi tiêu chuẩn sau này. Sau khi nộp điểm TOEFL cho trường Michigan, tôi hồi hộp chờ đợi.

Một buổi chiều, ba tôi đi lấy thư thì nhận được một bưu phẩm to đùng, dày cộp, có logo chữ "M" màu xanh dương đậm của trường đại học Michigan bên ngoài. Tôi hồi hộp mở ra và muốn nhảy cẫng lên khi đọc hàng chữ *"Congratulations"* đầu dòng chúc mừng tôi chính thức được nhận vào chương trình cử nhân kiến trúc tại đại học Michigan.

Về sau, tôi học được một điều là tất cả đại học tại Mỹ khi nhận sinh viên đều gửi một lá thư to đùng kèm thêm một đống tài liệu hướng dẫn. Trường nào từ chối sinh viên thường chỉ gửi một lá thư mỏng dính nói xin lỗi không nhận. Khi nộp đơn cho trường Y, tôi nhận một đống thư từ chối mỏng dính, nhiều đến mức tôi có thể giữ làm kỷ niệm.

Nhưng thôi, tạm gác chuyện trường Y với đống thư từ chối mỏng dính, hãy cứ vui cùng tôi với lá thư to đùng dày cộp mang logo "M" xinh đẹp kia và bắt đầu cuộc hành trình tiếp theo...

06

Cuốn sách làm thay đổi cuộc đời

Việc tôi được nhận vào trường Kiến trúc Michigan năm ba làm gia đình tôi nức lòng. Bệnh của ba tôi như thuyên giảm đi. Lưng mẹ tôi dường như bớt còng hơn. Chị tôi nhìn như trẻ ra. Em tôi dường như có thêm chút tự tin. Còn tôi thì mừng như bắt được vàng vì cuối cùng đã thấy được ánh sáng cuối đường hầm.

Trường đại học Michigan là một trong những đại học công lập tốt nhất toàn nước Mỹ và trường đại học Kiến trúc Michigan cũng nằm *top* các trường kiến trúc. Vào được trường này là niềm mơ ước của sinh viên Mỹ chứ không chỉ riêng sinh viên châu Á. Tôi bỏ luôn hồ sơ UC Berkeley dù sau này họ có gửi thư nhận học. Tôi chọn học trường Michigan vì gần nhà, chỉ cách hai tiếng rưỡi lái xe, được học bổng gần như toàn phần, và chút học phí còn lại rất dễ thở đối với sinh viên trong tiểu bang *(in-state-tuition)*.

Quan trọng hơn là tôi đang tiến gần đến giấc mơ học lại và tốt nghiệp đại học tại Mỹ hơn bao giờ hết.

Mùa thu năm 2001, tôi khăn gói lên thành phố Ann Arbor phía tây Michigan tiếp tục cuộc sống xa nhà. Ann Arbor là một thành phố nhỏ nhưng trình độ học vấn thuộc dạng hàng đầu thế giới, đơn giản vì toàn dân số trong thành phố đều là sinh viên của trường đại học Michigan. Ann Arbor là điển hình cho thành phố đại học của Mỹ, khi một trường đại học chiếm phần lớn thành phố, từ quán ăn, cây xăng, đến tiệm sách đều có logo chữ "M" to đùng màu xanh dương của Michigan.

Buổi tối đầu tiên ở trường Michigan diễn ra màn giới thiệu và chào mừng sinh viên trong khuôn viên sân vận động. Tôi đứng thẳng, im lặng áp tay phải lên ngực hòa vào bài quốc ca Hoa Kỳ. Nhìn những gương mặt sáng bừng đến từ khắp nơi trên thế giới, nghe gió mùa thu lạnh thổi lồng lộng qua sân vận động 125.000 chỗ ngồi, tôi thấy máu trong người mình chảy hừng hực. Khí thế quyết tâm trở thành "lãnh đạo" thế giới dâng cuộn khi tôi được nghe các anh chị sinh viên giới thiệu về những nhân vật lẫy lừng đã từng học tại đây.

Slideshow liên tục trình chiếu các nhân vật tốt nghiệp từ trường Michigan mà sau này tôi mới biết như tổng thống Hoa Kỳ Gerald Ford, hơn 40 thượng nghị sĩ Mỹ, 200 hạ nghị sĩ Mỹ, thống đốc các tiểu bang, luật sư kiêm hiệu trưởng trường Luật Harvard, nhà văn nổi tiếng Arthur Miller, và cả sáng lập viên Google, Larry Page - một trong những người giàu nhất thế giới.

Rõ ràng, việc học tập tại một trường đại học có truyền thống lâu đời với trên 500.000 cựu sinh viên nổi tiếng đang làm việc khắp thế giới như đại học

Michigan đã cho tôi một động lực lớn để dám mơ cao và mơ xa. Đôi khi, chỉ cần vào một nhóm những người giỏi, bạn sẽ từ từ giỏi theo họ.

Những ngày đầu tiên, tôi dọn vào ký túc xá trong khuôn viên đại học Michigan ở phía Bắc Ann Arbor, nơi đây có trường Kiến trúc, Kỹ thuật và Âm nhạc. Tôi ở một căn phòng rộng rãi 4x6 mét, xài toilet và bếp chung với các bạn cùng nhà. Ở chung với tôi là một người bạn đến từ Đài Loan tên Kenny, một bạn từ Mỹ và một bạn từ Malaysia. Kenny và tôi học kiến trúc còn hai người kia học kỹ sư.

Chính tại căn phòng này, tôi đọc được một quyển sách làm thay đổi cuộc đời mình: *Bảy thói quen của người thành công (Seven habits of highly effective people)* của tác giả *Stephen Covey*. Sau này, đọc sách trở thành một phần quan trọng trong cuộc sống của tôi, giúp tôi liên tục học hỏi tinh hoa chắt lọc từ những người đi trước. Có người từng nói với tôi: *"Hãy nhìn số sách một người đã đọc và anh có thể ước lượng sự thành công của người đó."* Tôi đồng ý, chỉ thêm vào là phải đọc sách tốt, sách rèn luyện phát triển bản thân chứ không phải sách ngôn tình.

Mùa đầu tiên tại trường kiến trúc, Kenny và tôi làm studio[1] chung. Mỗi sinh viên kiến trúc được phân công một studio nho nhỏ, gồm một bàn vẽ, một chiếc ghế, chỗ để tủ lạnh, dụng cụ cá nhân và kệ sách vở. Những lúc bận rộn bài vở hoặc dự án

---

[1] Studio ở Mỹ cũng giống như họa thất trong trường Kiến trúc Việt Nam, nhưng không gian rộng rãi hơn với bàn ghế, chỗ để đồ đạc và bàn vẽ.

(project) đến hạn nộp, nhiều sinh viên ở luôn trên studio, chỉ về nhà ngủ khi cần.

Những tuần đầu tiên, chúng tôi học nguyên lý và phân tích thiết kế kiến trúc của các kiến trúc sư nổi tiếng thế giới. Kenny và tôi được giao phân tích thiết kế của kiến trúc sư người Phần Lan - Alvar Aalto. Trong khi tôi còn chưa biết Aalto là ông nào thì Kenny đã hỏi:

- Anh có biết cái ghế có tay vịn Armchair ông Aalto thiết kế dở chỗ nào không?

- Chỗ nào? - Tôi ngơ ngác hỏi lại vì chỉ biết ông này là kiến trúc sư chứ đâu biết ông này còn là nhà thiết kế nội thất. Tôi cũng không biết cái ghế tay vịn này tròn hay méo.

Tôi hỏi vì sao Kenny biết nhiều về vị kiến trúc sư này, Kenny trả lời tỉnh bơ là nó đã đọc hết những công trình về ông này. Tôi hỏi tiếp vì sao Kenny biết là mình sẽ làm bài phân tích về Aalto, Kenny trả lời là trong chương trình Kiến trúc của trường Michigan có đề cập. Tôi tròn mắt hỏi:

- Anh mới học có vài hôm mà đã biết hết chương trình kiến trúc sẽ học gì à?

- Đúng vậy, anh phải *proactive* chứ.

- *Proactive* là sao?

- Nghĩa là thay vì đợi thầy cô giao bài cho anh làm, anh phải chủ động tìm hiểu và chuẩn bị trước.

- Sao anh có thời gian? - Tôi thắc mắc.

- Không lâu đâu, anh chỉ cần 15 phút đọc lướt sơ sơ trước thôi.

Tôi "à" một tiếng.

- À Kenny, sao anh biết cách học *proactive* vậy? - Tôi hỏi tiếp.

- Có cuốn sách dạy tôi. - Kenny trả lời.

Nói xong, Kenny cho tôi mượn quyển sách *Bảy thói quen của người thành công (Seven habits of highly effective people).*

Tối đó, tôi bắt đầu đọc sách. Càng đọc, tôi càng thấy thích và thức cả đêm để đọc gần hết cuốn sách vì thấy hay quá. Tôi cócảm giác như mình vừa rớt xuống vực thẳm trong núi sâu, vô tình lượm được bí kíp võ lâm. Kenny như một cao thủ võ lâm đẩy tôi xuống núi để gặp sách quý. Đọc sơ qua cuốn sách, tôi thấy trong bảy thói quen của người thành công đó, tôi chưa có thói quen nào cả, hèn gì tôi chưa thành công.

Cuốn *Bảy thói quen của người thành công* giúp tôi định hình cuộc sống tại đại học Michigan. Đầu tiên, tôi tập tính chủ động *(proactive).* Tôi tham gia hội sinh viên Việt Nam và hội sinh viên châu Á. Tôi học các lớp mà chưa bao giờ nghĩ mình sẽ học như lớp nhảy cơ bản *(basic dance).* Tôi đọc trước tất cả bài giảng kiến trúc của các lớp sẽ học. Tôi tự lái xe tham quan trước các công trình kiến trúc nổi tiếng ở thành phố Detroit vì biết sẽ học về thiết kế đô thị sau này. Tôi chủ động liên lạc các công ty kiến trúc trong thành phố để xin thực tập.

Các thói quen khác trong sách tôi cũng dần tập theo như bắt đầu từ mục tiêu đã định trước *(begin with the end in mind)*, giúp tôi nhìn xa vấn đề, nhất là những vấn đề có liên quan đến tài chính.

Đặc biệt, thói quen ưu tiên cho việc quan trọng trước *(put first thing first)* chỉ cho tôi thấy việc nào quan trọng nhất trong ngày tôi cần phải làm. Thông thường, chúng ta thường thích làm ngay những gì khiến chúng ta thoải mái như ngủ, chơi game, ăn uống hơn là những cái chúng ta không thích lắm như viết bài, học bài hay tập thể dục.

Tập theo thói quen ưu tiên cho việc quan trọng trước *(put first thing first)*, tôi bắt đầu một ngày với những việc khó nhất như đọc các bài phân tích kiến trúc *(critics)*, những bài toàn làm tôi buồn ngủ hay trả lời *email*. Làm xong những việc khó và quan trọng khiến tinh thần tôi phấn chấn và mở ra một ngày làm việc hiệu quả hơn.

Cuốn sách này đến nay vẫn là một trong những quyển sách yêu thích nhất của tôi.

*

Tại trường Kiến trúc Michigan, tôi học quy trình sáng tạo hơn hẳn tư duy sáng tạo. Kỹ năng thiết kế chưa hẳn là tài năng bẩm sinh, mà là một kỹ năng có thể học được. Trước kia, tôi hay nghĩ kiến trúc sư là một nghệ sĩ, nghĩa là họ sinh ra đã có chút tài và năng khiếu bẩm sinh trong việc thiết kế. Khi học kiến trúc tại đây, tôi thấy có nhiều sinh viên đã từng học một ngành khác, như văn chương chẳng hạn, vẫn học và làm bài thiết kế kiến trúc rất cừ. Đơn giản, họ được học một quy trình sáng tạo bài bản. Nói cách khác, khả năng nghệ thuật có thể học được, không hẳn chỉ là năng khiếu.

Cũng tại Michigan, nhờ một ông thầy mà tôi biết thêm về trường đại học Harvard. Giáo sư kiến trúc của tôi tốt nghiệp từ trường Thiết kế GSD *(Graduate School of Design)* Harvard. Ông đã hơn 60 tuổi, người gốc Do Thái, dáng đi khệnh khạng, người hơi mập, bụng phệ, tóc lưa thưa rụng gần hết, gương mặt căng tròn. Ông hay đội mũ Kepa đặc trưng của người Do Thái, nhìn giống ông già Noel hơn là kiến trúc sư. Ông lại thích uống Coca-Cola nên tôi thường gọi là thầy Noel, vì Coca-Cola hay giảm giá dịp Giáng sinh.

Thầy Noel hay kể về Boston và những năm tháng ở GSD Harvard mỗi khi lên lớp. Tôi chưa bao giờ đến Boston nhưng qua cách thầy kể chuyện, tôi hình dung ra thành phố rất rõ ràng. Thầy kể về phố cổ Boston, về con tàu lịch sử *Mayflower*, cách các kiến trúc sư quy hoạch thành phố Boston và họ đã thất bại như thế nào vì không lường trước được sự phát triển quá nhanh của thành phố. Thầy đặc biệt quan tâm đến những sinh viên yếu tiếng Anh trong lớp Kiến trúc, và dĩ nhiên tôi là một trong số đó.

Một hôm, thầy đưa tôi một quyển sách xuất bản bên Do Thái:

- Em có biết vì sao tôi hay quan tâm đến sinh viên châu Á như tụi em không?

- Dạ, vì sao vậy thầy?

- Vì tụi em khá giống người Do Thái. Tụi em luôn tôn trọng gia đình, bạn bè, tôn trọng chữ tín, đặc biệt luôn luôn cố gắng.

Lỗ mũi tôi như phình to. Thầy nói tiếp:

- Nhưng cái tụi em tệ là ngôn ngữ. Tôi thấy ít sinh viên châu Á nào xuất sắc môn tiếng Anh. Nếu em giỏi tiếng Anh, chắc chắn em sẽ đi rất xa.

Thầy vừa nói vừa đăm chiêu nhìn ra ngoài.

- Kiến trúc sư phải là người biết viết văn, phải là người biết thể hiện suy nghĩ sáng tạo thành chữ viết và lập ra được kế hoạch trong đầu của mình. Em có suy nghĩ tốt nhưng còn rối rắm trong cách trình bày. Em hãy tập viết ra suy nghĩ của mình. Tôi đưa em vài truyện ngắn Do Thái để đọc thử.

Thỉnh thoảng, tôi được nghe rằng người Do Thái tại Mỹ rất giàu và chảnh. Thầy Noel Harvard là người đầu tiên làm tôi thay đổi nhận thức về người Do Thái. Đây cũng là lần đầu tiên tôi nghe một người thầy Do Thái so sánh sự giống nhau của người Việt (châu Á) với người Do Thái. Tôi luôn tự hào là người gốc Việt và cách thầy nói càng làm tôi tự hào về nguồn gốc của mình.

Cầm cuốn sách thầy đưa, tôi về nhà đọc được năm trang rồi đi ngủ vì các truyện viết khó hiểu quá.

Tại trường Kiến trúc Michigan, chúng tôi được khuyến khích sáng tạo tối đa, mọi lúc, mọi nơi, mọi thứ. Khi học về vật liệu lát nền, chúng tôi được giới thiệu đến một hãng xưởng sản xuất miếng *(tile)* lót nền nhà. Chúng tôi được giới thiệu các kỹ thuật mới nhất để sản xuất miếng lót. Trong bài tập về nhà, thầy tôi thách đố cả nhóm phải nghĩ ra một dạng mẫu *texture* mới hơn, một cấu trúc lạ hơn, hay các mẫu *pattern* mới hơn cho nền công trình.[1]

Khi đang loanh quanh tìm ý tưởng thì tôi thấy một đống rác nhựa giấy trên bàn. Tôi nhớ đến nguyên lý ép nóng dùng keo cộng áp lực vừa xem trong xưởng bèn thử nghĩ ra vật liệu mới từ đống rác này. Trong trường tôi có một máy ép chuyên dùng phòng lab để thử bê tông và sức nén. Tôi lấy nhựa và giấy, xay nghiền, sau đó xử lý keo hóa chất, cộng thêm hồ và dùng máy ép loại mạnh trong lab. Kết quả tôi làm ra viên gạch lát nền chất liệu và mẫu *pattern* lạ mắt không giống ai. Thầy khen viên gạch của tôi sáng tạo nhưng không có tính ứng dụng thực tế.

Trường Kiến trúc Michigan cũng có máy cắt *laser* để cắt mô hình gỗ và kim loại mỏng cực kỳ chính xác. Tôi chỉ việc tải các bản vẽ 2D lên thì máy *laser* sẽ tự động cắt miếng gỗ mỏng thành cửa sổ, cửa đi, mặt đứng gọn gàng. Sau đó ráp lại các mặt của công trình là một mô hình hoàn chỉnh được tạo ra. Có dạo tôi vẽ các công trình hướng cổ với vòm *Gothic*, máy in *laser* cắt gỗ đẹp và chính xác đến nỗi khi tôi ráp lại tòa nhà, tôi cứ dùng ngón trỏ sờ tháp chuông nhọn hoắt để cảm nhận độ nhọn, rồi tưởng tượng mình là người khổng lồ *Goliath* đang ngồi cạnh nhà thờ.

Trường Kiến trúc Mỹ rất chú trọng thực hành. Chúng tôi dành nhiều thời gian ra thực địa, làm

---

[1] Texture là mẫu nghiêng nhiều về cảm giác khi sờ vào, còn pattern là mẫu nghiêng nhiều về thị giác.

mô hình, đến các hãng xưởng hay nói chuyện với công nhân trên thực địa. Sinh viên Kiến trúc ở Mỹ tìm và phát triển ý dựa trên mô hình và không gian 3D. Phẩm chất sáng tạo và tính thực tế của sinh viên Mỹ, vì vậy có thể nói là khá tốt.

*

Năm cuối Kiến trúc, tôi làm đồ án thiết kế khu nhà ở cho người có thu nhập thấp. Nhà cửa tại Mỹ nhìn chung rất đắt, nhưng giá nhà tại thành phố Detroit là một ngoại lệ. Giá nhà nơi đây rất rẻ, thậm chí cho người dân miễn phí. Những năm tôi học Kiến trúc, Detroit là một thành phố có tỷ lệ tội phạm khá cao ở khu trung tâm thành phố. Nhiều người dân dần dọn ra ngoài thành phố ở, để lại khu trung tâm những căn nhà hoang tàn.

Thành phố Detroit chủ trương biến các căn nhà hoang tàn này thành khu nhà ở dành cho đối tượng có thu nhập thấp để khuyến khích người dân ở lại. Để tìm hiểu lý do vì sao người dân nơi đây dọn đi chỗ khác, tôi lái xe xuống khu này vào một buổi chiều.

Từ xa đã có thể thấy sự hoang tàn của khu phố qua những hình vẽ nguệch ngoạc trên vách nhà, hay những căn nhà bị cháy đen ngòm một góc. Tôi từ từ lái chiếc xe Toyota cà tàng trên con đường ổ gà dọc theo những mái nhà xiêu vẹo. Khó có thể hình dung thành phố Detroit này từng là thủ đô sản xuất xe hơi của nước Mỹ. Dọc hai bên đường, thỉnh thoảng có vài nhóm người Mỹ da đen ngồi tụm lại nhìn tôi.

Tôi bắt đầu tiến vào khu đất mà mình định thiết kế. Xe chạy trên một con đường vắng có vài căn nhà hoang xen kẽ các khóm cây trụi lá mùa đông. Người tôi hơi ớn lạnh dù xe đang bật máy sưởi. Đến giữa khu đất quy hoạch, tôi dừng xe lại và cúi xuống chuẩn bị lấy máy ảnh ra chụp.

Chợt có tiếng đập cửa xe ầm ầm, tôi quay mặt lại thì thấy ba gương mặt đen thui, một tên đeo kính mát đen bản bự, trên tay cầm cây gậy sắt dài gần 1 mét, quát:

- Ê thằng kia, mày làm gì ở đây?

Tim tôi đập thình thịch. Tôi ngoái tìm nút bấm hạ kính xe xuống rồi lắp bắp nói:

- Tao, tao...tao... là sinh viên.

- Mày làm gì ở đây? - Thằng to con nhất, có vẻ là đại ca, từ từ lên tiếng.

- Tao đang học thiết kế. Tao muốn vẽ lại khu nhà này cho tốt hơn. - Tôi hít hơi dài và nói chậm rãi.

- Vậy à? - Thằng đại ca hỏi lại.

Tôi mở cửa xe, lấy ra xấp giấy tờ, bản phác thảo và chỉ trỏ cho cả bọn xem. Trời mùa đông, cả ba đều mặc áo trùm đầu, bận đồ dày cui nên tôi không biết bên trong người họ có giấu súng hay không. Tôi nghe nói dân khu này lúc nào cũng mang súng trong người. Rồi chợt nhớ đến lời khuyên của các bạn trong lớp là làm thiết kế khu này thì cứ ở nhà vẽ, xuống đây có thể bị đánh hay bắn chết. Giờ thấy mình lỡ dại thì đã muộn, tôi đành lấy hết bình tĩnh hỏi:

- Tụi mày sống ở đây à?

Cả ba đều nói là chuẩn bị dọn qua khu ổ chuột khác. Tôi hỏi:

- Nếu thành phố muốn xây lại khu này cho mày ở thì tụi mày muốn như thế nào?

- Tao chỉ muốn có chợ gần. - Một thằng nói.

- Tao muốn có chỗ cho con tao chơi. - Thằng kia tiếp lời.

- Tao chỉ muốn sạch sẽ thôi, chỗ này dơ quá...

- Tao muốn... ...

Như được trải lòng, cả bọn kể cho tôi nghe về những ước muốn của họ.

Tôi bắt đầu thấy đỡ sợ. Thì ra, những nhu cầu cơ bản thế này không có cho nên người dân nơi đây cứ dần dần bỏ đi. Tôi xin phép cả ba quay một đoạn phim nói về cuộc sống nơi đây.

Tôi có cảm giác cả ba anh người Mỹ gốc Phi này rất hiền. Bên trong hình dáng đen đúa, hôi hám, to con với bộ đồ hippy rộng thùng thình là những con người bình thường như tôi hay bất cứ ai khác. Xã hội vốn dĩ luôn bất công, người ta thường nhìn vào bề ngoài mà vội đánh giá người xấu tốt.

Năm ấy, bài tốt nghiệp của tôi mở màn bằng một đoạn phim phóng sự hai phút về khu ổ chuột với ba anh chàng Mỹ da đen là diễn viên chính. Thuyết trình xong, các thầy cô khen tôi gan dạ và liều lĩnh.

Về sau, thành phố Detroit đã xây lại khu trung tâm thành công viên có sân bóng nhỏ. Dần dần, người dân ở lại khu trung tâm nhiều hơn. Năm tôi làm bác sĩ nội trú tại Detroit, tôi có đến nơi khi xưa vẽ thiết kế kiến trúc để chơi đá banh. Nhìn đám trẻ vui đùa, chợt nhớ về ba anh chàng Mỹ gốc Phi to đùng có hàm răng trắng hếu từng làm tôi sợ, tôi thầm nghĩ có khi nào đây là con cháu của những anh chàng ngày ấy.

07

Hành nghề kiến trúc ở Mỹ: Điều khó nhất là gì?

Tại Mỹ, kiến trúc là một nghề chuyên nghiệp. Để hành nghề kiến trúc sư, ứng viên phải đạt đủ ba yêu cầu 3E.[1] Nhìn chung, mô hình 3E này áp dụng cho tất cả các ngành chuyên nghiệp khác như Y, Dược, Nha khoa hay Luật. Tuy nhiên, ít ai biết rằng từ lúc bắt đầu học kiến trúc cho đến khi có bằng hành nghề kiến trúc sư phải mất từ 8-10 năm.

Có ba dạng bằng kiến trúc tại Mỹ để ứng viên học xong có thể đi làm và thi lấy bằng nghề. Loại thứ nhất là bằng Cử nhân Kiến trúc *(Bachelor of Architecture)* - 5 năm hoặc Cử nhân Khoa học Tự nhiên hay Cử nhân Khoa học Xã hội trong Kiến trúc *(Bachelor of Science hay Bachelor of Arts in Architecture)* - 4-5 năm. Loại thứ hai, trở nên rất thông dụng tại Mỹ sau này, là Thạc sĩ Kiến trúc (Master of Architecture) - 6 năm. Và loại thứ ba là Tiến sĩ Kiến trúc (Doctor of Architecture) - 8 năm.

---

[1] 3E là viết tắt từ: Education = học vấn, Experience = kinh nghiệm và Examination = thi cử.

Dù là dạng văn bằng nào thì các ứng viên cũng đều phải có đủ 3E nêu trên mới được hành nghề. Với bằng đại học kiến trúc 4 năm, ứng viên phải có 5 năm kinh nghiệm làm việc tại công ty kiến trúc dưới sự giám sát của một kiến trúc sư hành nghề. Với bằng đại học kiến trúc 5 năm, ứng viên phải có 4 năm kinh nghiệm làm việc. Với bằng thạc sĩ, ứng viên cần 3 năm kinh nghiệm làm việc. Và với bằng tiến sĩ, ứng viên cần 1-2 năm kinh nghiệm. Như vậy, dù học văn bằng kiến trúc loại nào, ứng viên cũng đều phải mất tổng cộng 8-10 năm học và thực hành mới đủ tiêu chuẩn thi lấy bằng hành nghề kiến trúc. Sau khi thi đậu, ứng viên sẽ được cấp bằng hành nghề kiến trúc sư độc lập.

Một điểm thú vị về ngành kiến trúc tại Mỹ là tuy phải học lâu như vậy nhưng có một số tiểu bang, ví dụ như California, ứng viên có thể thi bằng hành nghề kiến trúc sư mà không cần phải đi học chính quy tại trường đại học Kiến trúc. Trong trường hợp này, ứng viên thường phải có ít nhất 11 năm làm việc dưới sự giám sát của một kiến trúc sư hành nghề thì mới đủ tiêu chuẩn thi bằng hành nghề.

Kiến trúc sư ở Mỹ thường thiết kế các công trình nhà ở lớn (trên 10.000 ft^2)[1] hoặc công trình công cộng do có những yêu cầu đặc biệt về an toàn. Trong khi đó, phần lớn nhà ở tại Mỹ được thiết kế bởi nhà thầu *(builder)* hơn là kiến trúc sư. Để làm nhà thầu thì chỉ cần kinh nghiệm xây cất và xin

---

[1] Tức là square foot, đơn vị đo diện tích phổ biến ở Hoa Kỳ, tương đương khoảng 0,0929 m^2.

giấy phép hành nghề, dễ dàng hơn xin bằng hành nghề kiến trúc.

Năm cuối đại học Kiến trúc Michigan, tôi thực tập tại một công ty kiến trúc ở thành phố Mountain View, phía Bắc California.

Công ty tôi thực tập là một công ty nhỏ, có tám kiến trúc sư trong đó có hai kiến trúc sư hành nghề *(licensed architect)* và sáu kiến trúc sư thực tập *(intern architect)*. Giám đốc công ty tốt nghiệp từ trường Kiến trúc Michigan tôi đang học nên anh hay nhận thực tập sinh từ trường Michigan gởi qua.

Scott, giám đốc công ty, vui vẻ đón tôi bằng ly cà phê pha kem sữa trong ngày đầu tiên tại công ty. Anh hỏi tôi về trường Michigan xem còn các thầy cô nào ở đó. Scott tốt nghiệp Thạc sĩ Kiến trúc từ đại học Kiến trúc Michigan đã hơn 10 năm, nhưng anh vẫn còn nhớ Ann Arbor. Scott ngạc nhiên vì ông thầy Noel Harvard vẫn còn dạy.

Sau khi giới thiệu một vòng công ty và các công trình đang thiết kế, Scott lái xe chở tôi ra thăm công trường. Nghề kiến trúc là một nghề thú vị khi bạn có thể tận mắt thấy đứa con tinh thần của mình mỗi ngày một thành hình. Từ bản vẽ nháp nguệch ngoạc đầu tiên, công trình chỉ là những hình vuông tròn trên giấy, cho đến bản in thi công *(blueprint)* chi chít các chi tiết hoàn chỉnh công trình và cuối cùng là quá trình xây cất ngoài thực địa. Có những đứa con nhìn tưởng vô hồn trên giấy vẽ nhưng trở nên cực kỳ sống động khi thành hình ngoài đời.

Ngày kế tiếp, Scott lái xe vòng vèo đưa tôi vào một khu đồi trọc, sau đó men theo con đường ngoằn ngoèo dẫn đến một khuôn viên rộng có nhiều cây cổ thụ và vài tòa nhà cổ.

- Anh có biết đây là đâu không? - Scott hỏi tôi.

- Không. - Tôi lắc đầu.

- Đây là trường đại học Stanford rất nổi tiếng.

- Mình đang đi lối tắt vào cổng sau. - Scott nói tiếp.

Đây là lần đầu tiên tôi vào đại học Stanford. 13 năm sau, tôi mới trở lại Stanford khi làm thực tập về chuyên khoa cơ xương khớp.

Stanford năm 2003 chào đón tôi bằng khu bếp nhà ăn sinh viên với bốn bức tường hun khói, nền gạch men vỡ, ống máng xối xiêu vẹo và mái ngói nhà dột nát nắng xuyên qua.

Công ty của Scott trúng thầu cải tạo lại khu nhà ăn sinh viên. Sẵn tiện, Scott chở tôi đi một vòng trường, anh kể chi tiết về những công trình kiến trúc tại Stanford như một nhà sử học. Anh nhấn mạnh nhà ăn dù được cải tạo làm mới nhưng vẫn phải giữ được những đường nét cổ của khu nhà chính.

Những ngày kế tiếp, tôi chìm trong đống tài liệu sách vở và máy vi tính. Tôi sớm nhận ra mình chả biết gì vì cường độ làm việc tại California quá nhanh. Đa số các kiến trúc sư thực tập đều làm việc 10-12 giờ một ngày.

Trong thời gian thực tập, tôi chia phòng với một anh bạn cùng chỗ làm người Ấn Độ tên Kumar, là dân từ UC Berkeley. Anh tốt nghiệp đại học Kiến trúc và đang chuẩn bị thi bằng hành nghề sau khi đã mài đũng quần ở công ty của Scott 5 năm.

Nghề kiến trúc là một nghề có mức độ cạnh tranh cao tại California. Kumar kể tôi nghe, cái khó nhất ở California không phải là vào UC Berkeley hay các trường đại học nổi tiếng để lấy bằng đại học, mà là tìm nơi thực tập và kiếm việc làm. Kiến trúc sư đang thừa mà không có nhiều công ty kiến trúc tuyển dụng.

Hỏi thêm Kumar, tôi mới biết kiến trúc sư chưa có bằng hành nghề tại California được trả lương khá thấp, so với mức sống và mặt bằng lương của các nghề khác. Kumar nói nhà anh ai cũng cản anh đi nghề kiến trúc vì học và làm quá lâu mà không có tiền. Kumar kể thêm, người Ấn Độ tại Mỹ thường chỉ học bác sĩ và kỹ sư chứ ít ai học kiến trúc.

Tại công ty, Kumar được Scott và mọi người kính trọng vì khả năng chuyên môn cao. Tuy là kiến trúc sư thực tập nhưng Kumar đã thiết kế chính nhiều công trình và Scott chỉ ký tên chuyên môn. Kumar cũng là người đi tiên phong trong việc thiết kế xanh *(Green Architecture)*, và là một trong hai kiến trúc sư trong công ty được cấp chứng chỉ LEED *(Leadership in Energy and Environmental Design)* trong kiến trúc. Nhìn Kumar, tôi khâm phục về ý chí và kế hoạch làm việc của anh bạn Ấn Độ. 5 năm nay, Kumar luôn đến công ty lúc 7 giờ sáng và chưa bao giờ ra khỏi công ty trước 6 giờ chiều. Anh lo làm đến nỗi ế vợ vì không còn thời gian lo cho bản thân.

Tôi được Scott phân công phụ Kumar vẽ diễn họa và phối cảnh. Cả hai khá ấn tượng về khả năng phác thảo và vẽ tay của tôi. Nhưng ngoài kỹ năng đó ra, hình như họ thấy tôi chẳng có điểm gì nổi bật cả. Có lẽ vì vậy mà sau khi thực tập và ra trường, Scott không bảo tôi nộp đơn xin làm tại công ty mà chỉ gửi email chúc tôi thành công. Dẫu sao, tôi cũng cám ơn Scott vì tấm lòng dành cho đàn em Kiến trúc Michigan và cơ hội trải nghiệm California.

Sau một tháng tắm nắng California, tôi trở lại Michigan, hoàn thành khóa studio luận án tốt nghiệp.

*

Ngày tôi ra trường, cả gia đình lên chúc mừng. Má tôi vui lắm. Ba tôi cũng bớt bệnh. Lần đầu tiên mặc bộ áo thụng xúng xính bước trên sân khấu, tôi hơi loạng choạng khi bắt tay thầy hiệu trưởng vì xúc động. Tôi ôm ông thầy Noel một cái thật chặt và nói cảm ơn.

Trong khóa tốt nghiệp của tôi, khoảng phân nửa sinh viên lớp tôi chọn học tiếp lên Thạc sĩ Kiến trúc (thêm 2 năm nữa), trong khi nửa còn lại, trong đó có tôi, chọn đi làm.

Chuyến thực tập tại California khiến tôi suy nghĩ nhiều về nghề kiến trúc tại Mỹ, nhất là tôi học hỏi được rất nhiều từ Kumar.

Gia cảnh nhà tôi lúc đó rất khó khăn. Chúng tôi mới qua Mỹ được 4 năm và đang dành dụm mua được một căn nhà nho nhỏ - *mobile home* (dạng nhà có bánh xe) trong một khu cộng đồng. Má và chị tôi phải đi làm cật lực cả ngày *(full-time)* chỉ vừa đủ trả tiền nhà hằng tháng.

Những cơn đau thắt ngực do lo lắng và sợ hãi của ba tôi ngày càng nặng hơn. Ông được chẩn đoán thêm bệnh mất trí và có dấu hiệu của bệnh Parkinson. Mỗi ngày, má tôi phải dậy từ sáng sớm để đi làm, sau đó về nhà còn phải chăm sóc ba. Nhìn thấy sự vất vả của má và chị, cộng thêm bệnh tình của ba, tôi muốn đi làm ngay để phụ giúp gia đình.

Một vài tháng trước khi tốt nghiệp đại học Kiến trúc, tôi làm một portfolio hoành tráng sau khi có thêm một số kinh nghiệm từ California được đưa vào. Tôi háo hức gửi đi các công ty kiến trúc trong vùng.

Nhưng đổi lại là nỗi thất vọng khi hơn 20 đơn xin việc tôi gửi đi mà vẫn chưa ai gọi tôi đến phỏng vấn. Tôi cứ nghĩ là tốt nghiệp từ trường Kiến trúc Michigan sẽ rất dễ xin việc. Hỏi thăm các bạn cùng lớp thì mới biết năm đó thị trường việc làm kiến trúc tại Michigan đóng băng, nhiều bạn cũng chưa tìm được việc như tôi. Đến lúc tốt nghiệp, có ba nơi phỏng vấn nhưng họ không mời tôi đi làm.

Tôi buồn lắm vì chưa có việc làm sau bao nhiêu năm đi học. Về sau, tôi hiểu rằng cảm giác tệ nhất khi đi học không phải là thi rớt, mà là ra trường rồi không có việc làm.

Giữa lúc ấy, có người đề nghị một công việc cho tôi. Điểm thú vị là công việc này không phải ở Mỹ mà tại Việt Nam.

Thắng là bạn học kiến trúc từ Việt Nam, vừa mở công ty kiến trúc Cát Vàng. Thắng và tôi vẫn thường liên lạc khi tôi qua Mỹ. Sau khi biết tôi ra trường và đang kiếm việc, Thắng hỏi tôi có muốn về Việt Nam làm không.

Tôi nhớ Việt Nam lắm vì đã đi 4 năm. Thêm nữa, tôi cũng muốn đóng góp chút gì đó cho quê hương mình. Mặt khác, tôi lại phân vân vì chưa giúp được gì cho gia đình trong lúc khó khăn. Nhưng nếu tôi ở Mỹ mà vẫn chưa có việc làm thì cũng không biết sẽ làm gì. Thế là tôi quyết định về Việt Nam.

Ngày về Việt Nam, vali của tôi chất đầy sách kiến trúc.

Tháng 6 năm 2003, tôi về Sài Gòn làm việc tại công ty kiến trúc của Thắng. Tôi phụ Thắng phần thiết kế và tuyển nhân viên. Những ngày đầu tiên đi làm, tôi vui mừng như cá gặp nước vì từng học kiến trúc tại Sài Gòn, giờ thêm chút kiến thức bên trời Tây nên tôi làm việc cực kỳ phấn chấn. Tôi nhanh chóng đưa các kiến thức đã học vào công ty. Tôi làm phân tích công trình hằng tuần từ tạp chí *Architectural Record* (tạp chí chính của Hội kiến trúc sư Hoa Kỳ).

Tôi lên kế hoạch phát triển nhân viên theo hướng dạy tiếng Anh chuyên ngành Kiến trúc - *Architectural English*, (giống như tôi làm với Tiếng Anh chuyên ngành Y khoa - *Medical English* sau này) vì tôi nhìn thấy tiếng Anh chính là chìa khóa mở cửa cho các kiến trúc sư trẻ vào thế giới thiết kế. Tôi ép các bạn kiến trúc sư trong công ty đọc các bài luận kiến trúc thay vì chỉ xem hình để bắt chước vẽ.

Những nỗ lực ban đầu của tôi dần dần có hiệu quả. Các bạn kiến trúc sư trẻ trong công ty Cát Vàng bắt đầu thích đọc bài luận kiến trúc trên tạp chí thay vì chỉ xem hình và bắt chước ý tưởng. Các bạn đã có thể tự tìm kiếm bài kiến trúc online, thậm chí tranh luận rất chuyên nghiệp, y như trong studio kiến trúc tôi học bên Mỹ. Tôi thầm cảm ơn Thắng đã ủng hộ các "ý kiến tào lao" có khi mất thời gian mà không được gì của tôi như một số kiến trúc sư đồng nghiệp thời ấy nhận xét về tôi.

Sau hai tháng làm việc tại Việt Nam, tôi nhận ra mình không thể làm việc tại đây lâu dài. Mục tiêu của tôi là trở thành một kiến trúc sư tại Mỹ và tôi phải có đủ giờ thực tập (khoảng 5 năm) trong nghề kiến trúc tại Mỹ mới đủ điều kiện thi bằng hành nghề. Lương kiến trúc sư tại Việt Nam chỉ giúp tôi đủ sống tại Sài Gòn đắt đỏ. Tôi bắt đầu nhớ gia đình, nhớ nước Mỹ và nhớ sự thoải mái trong môi trường làm việc.

Giữa lúc đó, kiến trúc sư Calvin Jen từ công ty kiến trúc AMDG tại Grand Rapids, Michigan ở Mỹ liên lạc với tôi. Giám đốc Calvin Jen là người châu Á, ông đánh giá cao kỹ năng vẽ tay trong portfolio tôi nộp và muốn gặp tôi.

Cuối tháng 8 năm 2003, tôi bay về Mỹ để phỏng vấn. Buổi phỏng vấn dài hơn tôi tưởng. Calvin dẫn tôi đi một vòng tham quan công ty. Hai hôm sau, tôi nhận được cuộc gọi của Calvin chính thức nhận tôi vào vị trí kiến trúc sư thực tập tại công ty.

Tôi mừng hết lớn vì cuối cùng cũng được một công ty kiến trúc tại Mỹ nhận vào làm. Tôi đi đá banh, đưa má đi ăn phở, ngủ một vài ngày chuẩn bị cho ngày đi làm đầu tiên tại công ty kiến trúc AMDG.

08

Thiết kế phòng khám ở Mỹ

Tháng 9 năm 2003, tôi bắt đầu cuộc sống mới tại công ty kiến trúc AMDG, viết tắt theo chữ Latinh *Ad maiorem Dei gloriam*, tiếng Việt có nghĩa là *Sự vĩ đại của Chúa Jesus*.

Công ty AMDG là công ty kiến trúc cỡ vừa, tọa lạc tại trung tâm thành phố Grand Rapids, Michigan. Công ty có khoảng 15 người, trong đó hơn phân nửa là kiến trúc sư thực tập như tôi. Giám đốc kiêm sáng lập viên là kiến trúc sư Calvin Jen, người Mỹ gốc Hoa và phó giám đốc là Peter, người Mỹ gốc Âu. Lúc tôi vào công ty, tôi là người châu Á thứ hai sau Calvin.

Công ty AMDG chuyên làm hai mảng chính là thiết kế nhà ở và thiết kế công trình công cộng. Mảng công cộng là mảng chính tạo nên danh tiếng cho công ty, tiêu biểu qua các thiết kế chuyên về hãng xưởng và phòng khám bệnh. Mảng nhà ở là mảng phụ nhưng cũng rất đặc biệt do khách hàng chủ yếu là đối tượng khá giả vùng Tây Michigan.

Lúc mới vào, tôi được phân công vào mảng công trình công cộng, phụ trách vẽ triển khai ý của các kiến trúc sư trưởng. Công ty tôi chủ yếu vẽ *autoCAD* công trình trên máy tính. Tôi mạnh về vẽ tay hơn vẽ máy nên những tháng đầu tiên, tôi thường ở lại sau giờ làm việc để cải thiện kỹ năng vẽ máy.

Ngược lại, tôi vẽ phác thảo phối cảnh và làm 3D khá nhanh nên các công trình vẽ phối cảnh trong công ty dần dần được giao hết cho tôi. Lúc chương trình vẽ phối cảnh *3D Sketchup* mới ra đời, tôi được phân công học phần mềm này do cách vẽ *Sketchup* khá giống với vẽ tay phối cảnh. Về sau, tôi tiến xa hơn khi trở thành người hướng dẫn vẽ *Sketchup* cho các kiến trúc sư trẻ khác toàn công ty.

Làm kiến trúc sư tại Mỹ, tôi học được hai điều quan trọng trong tháng đầu tiên. Thứ nhất, tất cả thời gian thiết kế đều được quy đổi ra tiền. Thứ hai, ý kiến của khách hàng luôn luôn đúng.

Một lần, chúng tôi được phân công thiết kế cho một hãng xưởng chuyên làm ống nước. Tôi và kiến trúc sư trưởng David đã làm xong gần hết phần ý tưởng.

Làm thiết kế hãng xưởng, cái khó nhất là biến một công trình hình hộp vuông buồn chán trở thành nơi sáng tạo nghệ thuật trong khi vẫn thỏa mãn các tiêu chí kỹ thuật. Các khoảng cách an toàn cho xe nâng, không gian đi bộ, chỗ làm việc, nhà vệ sinh, hay tỷ số diện tích dựa trên số lượng nhân công đều phải theo quy chuẩn, khiến cho việc thiết kế nhà xưởng trở nên nhàm chán. Thông thường, các thiết kế nhà xưởng có một khu sản xuất gia công chính ở trung tâm, bao quanh một góc bên ngoài là một loạt các văn phòng nho nhỏ.

Hôm đó, chúng tôi trình bày mẫu thiết kế như vậy, chủ yếu là sao chép từ các mẫu hãng xưởng khác và chỉnh lại cho phù hợp với khách hàng mới. Khách hàng của chúng tôi là một người Mỹ gốc Hoa, không đồng ý phác thảo này. Ông muốn một hòn non bộ tiểu cảnh ở giữa văn phòng cho đúng phong thủy.

Kiến trúc sư David khi ấy rất khéo. Anh từ tốn giải thích cho ông chủ người Hoa:

- Thưa ông, ý tưởng làm hòn non bộ của ông trong hãng xưởng rất lạ và hay. Tuy nhiên, luật của tiểu bang và liên bang bắt buộc phải có những yếu tố an toàn trong công trình này. Chúng tôi e là sẽ phải tốn thêm thời gian và vẽ lại toàn bộ để vừa có hòn non bộ vừa thỏa mãn các tiêu chí an toàn.

Ông chủ người Hoa vui vẻ nói:

- Không sao, các ông cứ từ từ làm. Tốn bao nhiêu chúng tôi sẽ trả.

Tuần sau, chúng tôi mang ý tưởng mới đến cho ông chủ sau khi David và tôi đọc sách về phong thủy của Trung Quốc. Tôi đề nghị bơm dòng nước chảy theo hướng năng lượng di chuyển cùng hướng gió bên ngoài. Tôi cũng thiết kế tiểu cảnh hòn non bộ bằng một bản vẽ phối cảnh tay hoành tráng khiến David rất ấn tượng. Nhưng trái với dự đoán của chúng tôi, ông chủ người Hoa vẫn không mặn mà lắm với thiết kế mới. Ông cho rằng chúng tôi cố tình làm phức tạp và tính thêm giờ:

- Tại Trung Quốc, chúng tôi xây cái này trong vòng chưa đầy một tháng. Tại Mỹ, các anh chỉ thiết kế thôi sao mà lâu vậy?

Tôi lại thức đêm, thức hôm để vẽ lại ý mới trong vòng hai, ba ngày thay vì một tuần. Sửa đi sửa lại năm lần, ông chủ đầu tư người Hoa mới cho qua ý tưởng thiết kế và chuyển qua giai đoạn hai. Ông chủ đầu tư cũng bỏ hết các ý tưởng của tôi về gió và nước.

Hôm họp xong phần thiết kế, nhớ lại bản vẽ vô hồn của mình sau nhiều đêm thức khuya, tôi lang thang ra bờ sông gần công ty. Tôi nhận ra nghề Kiến trúc tại Mỹ là một nghề dịch vụ, trong đó khách hàng có tiếng nói vô cùng lớn. Những ý tưởng ngày xưa đi học của tôi nhanh chóng xếp xó, thay vào đó là những bản vẽ thỏa mãn quy chuẩn và chiều theo ý khách hàng.

Chạy theo dự án và chạy cho kịp thời hạn là đặc thù khác của nghề kiến trúc. Công trình kiến trúc tại Mỹ luôn hoàn thành đúng thời hạn, vì nếu làm trễ phải đền bù và có khi công ty bị kiện. Có những ngày chúng tôi phải ở lại làm việc đến 8 giờ tối để kịp tiến độ giao việc.

Về sau, càng thiết kế công trình, tôi càng ít để hồn và tâm trí nghệ thuật của mình vào. Thay vào đó, tôi học nhớ các mã code, các tiêu chuẩn và yêu cầu khi thiết kế hãng xưởng. Và vì vậy, tôi thiết kế nhanh hơn hẳn, bù lại dần dần bớt đi chất nghệ sĩ. Tôi trở thành một người thợ chuyên vẽ trên máy tính theo ý khách hàng.

*

Một năm sau, tôi được chuyển qua thiết kế mảng nhà ở do đã quen việc hơn. Tôi được giao thiết kế một góc nhà, triển khai một góc vườn, hay thiết kế khu vệ sinh sang trọng. Nói là nhà nhưng hầu như các công trình đều rất rộng, trên 10.000 ft^2, có sân vườn, hồ bơi, sân tập gym và giá trị một căn nhà ít nhất vài triệu USD. Mỗi nhà có hơn chục phòng với đầy đủ tiện nghi và kỹ thuật cao cấp nhất. Các tiểu tiết và nội thất trong nhà đều toát ra vẻ sang trọng, từ các ghế bọc nệm da Italy cho đến bàn đá cẩm thạch nhập từ châu Âu. Vì vậy, các bản vẽ phối cảnh và thiết kế phải thật tinh tế và phản ánh đúng thực tế.

Cũng do làm thiết kế nhà cửa nên tôi vô tình làm quen với một bác sĩ tên Snyder. Ông là bác sĩ chuyên khoa tim mạch sắp nghỉ hưu. Bác sĩ Snyder đang muốn xây một căn nhà nghỉ dưỡng ven hồ Michigan vào mùa hè. Mùa đông, ông và gia đình bay đi Florida trốn lạnh. Bác sĩ Snyder cũng chuẩn bị bán lại phòng khám tim mạch của mình cho các bác sĩ mới. Ông muốn xây lại phòng khám cũ khang trang hơn để dễ bán.

Thiết kế phòng khám cho bác sĩ Snyder là một trong những công trình y tế đầu tiên tôi làm. Ngoài các tiêu chuẩn về chữa cháy và an toàn, công trình y tế đặt nặng tính phục vụ cho bệnh nhân khuyết tật. Tất cả các cửa, khoảng lùi, hành lang đều phải đủ chỗ cho xe lăn hay xe đẩy giường cấp cứu vào nếu bệnh nhân cần.

Xu hướng thiết kế phòng khám tại Mỹ sau này gần với thiết kế khách sạn cao cấp. Các chi tiết, nội thất, đèn thường mang tính chất sang trọng, sạch sẽ và tinh tế. Đặc biệt, phòng chờ phải bắt mắt và có các tiện ích như ti vi, Internet và thức ăn nhẹ.

Tôi đến phòng khám cũ của bác sĩ Snyder vào một buổi chiều để đo đạc và chụp hình. Phòng khám nằm trong một khu thị tứ sầm uất, nhưng chỗ đậu xe lại rất khó tìm và tôi phải đi bộ một quãng khá xa. Về sau, khi làm kinh doanh phòng khám, tôi nhận ra bãi đậu xe cho bệnh nhân rất quan trọng.

Hơn 5 giờ chiều, bác sĩ Snyder vẫn còn nhiều bệnh nhân nên cô tiếp tân bảo tôi ngồi đợi bên ngoài phòng chờ. Ngồi kế bên tôi là một bà lão khoảng 80 tuổi. Tôi bắt chuyện:

- Bà đến đây khám thường xuyên không?

- À, tôi đến phòng khám này hơn 20 năm rồi!

- 20 năm? - Tôi tròn mắt.

- Vâng. Bác sĩ Snyder rất tốt với tôi và cả gia đình tôi. Tôi mắc bệnh tim từ nhỏ nên phải gặp bác sĩ tim mạch thường xuyên. Tôi đi gần chục ông bác sĩ nhưng thích nhất ông này.

- Vì sao vậy bà?

- Ông ta luôn lắng nghe tôi nói và luôn dành thời gian cho tôi.

Tôi thoáng nhớ đến bác sĩ Bình hói đầu chuyên khoa tim ngày ấy trị bệnh cho ba tôi lúc còn ở Việt Nam. Nhìn vào mắt bà lão, tôi đọc được sự khâm phục và ngưỡng mộ dành cho bác sĩ Snyder.

- Còn anh? Anh cũng bị bệnh tim hả? - Bà hỏi tôi.

- À, dạ không. Cháu làm bên thiết kế phòng khám. Cháu đến đây để đo đạc và chuẩn bị cải tạo phòng khám này.

- Ra vậy. Cháu làm kiến trúc sư?

- Dạ đúng. Bà có góp ý gì về phòng khám này không?

- Tôi ngồi chờ lâu quá nên ước gì có cái ghế nệm thoải mái chút. Cái ghế này nhỏ quá.

Có những tiểu tiết như ghế nệm và kích cỡ ghế ngồi nếu thích hợp sẽ làm bệnh nhân bớt mệt khi đợi. Ghế ngồi chờ cũng không nên quá thấp để giúp bệnh nhân dễ đứng dậy khi ngồi lâu. Khi gặp bác sĩ Snyder, tôi đề nghị thay đổi ghế mềm hơn, cao hơn và to hơn để bệnh nhân đứng lên ngồi xuống thoải mái, ông đồng ý ngay.

Sau lần nói chuyện với bà lão và bác sĩ Snyder, tôi cảm thấy mến ngành sức khỏe. Tôi muốn ảnh hưởng tích cực đến cuộc sống của người khác như cách bác sĩ Snyder làm với bà lão. Những lần sau đó, tôi tiếp tục đến phòng khám và gặp bà lão thêm vài lần. Tôi thấy thoải mái và học được nhiều bài học cuộc sống từ các ông bà lão ngồi trong phòng chờ. Thỉnh thoảng, tôi cũng vào bệnh viện Holland để làm thiện nguyện như mang nước và hoa đến giường cho bệnh nhân.

Một buổi chiều, tôi hỏi bác sĩ Snyder:

- Một ngày làm việc của bác sĩ chuyên khoa tim mạch là thế nào thưa ông?

- Tại sao anh muốn biết?

- Vì tôi sẽ tối ưu hóa một số không gian trong phòng khám của ông nên rất muốn được biết công việc của ông thế nào.

- Tốt, vậy mai anh đến theo tôi cả ngày nhé!

Đó là ngày đầu tiên tôi đi theo *(shadow)* một bác sĩ Mỹ. Buổi sáng, tôi gặp bác sĩ Snyder tại phòng ăn, uống cà phê, xem sơ qua danh sách bệnh nhân và bắt đầu thăm khám. Bác sĩ Snyder đưa tôi một cái áo choàng trắng, bảo tôi mang vào. Tôi lóng ngóng chưa biết gài nút sao cho vừa thì bác sĩ Snyder đã chỉnh lại nút cho tôi.

- Anh nhìn giống bác sĩ lắm. - Ông cười nói.

Tôi có cảm giác mình là bác sĩ thật khi đi khám chung với bác sĩ Snyder. Bệnh nhân đứng lên bắt tay chào cả hai chúng tôi với ánh mắt kính trọng.

Tôi chú ý từng câu chuyện của bệnh nhân và cảm nhận một thế giới đang từ từ mở ra trước mắt mình. Mỗi bệnh nhân như một khu vườn và bác sĩ Snyder cẩn thận mở cửa bước vào. Ông dọn dẹp, điều chỉnh cây cỏ và tỉa tót khu vườn thêm ngăn nắp sau khi thăm. Tôi đi theo sau ông, ngó vào các "khu vườn" và tự hỏi sao mình không thử làm người chăm sóc chúng.

Tôi nhận ra sự thú vị của ngành y khi quan sát cách nói chuyện của bác sĩ Snyder. Ông đem những kiến thức Y khoa bao la như trời biển chuyển thành những câu giải thích dễ hiểu đến không ngờ. Ông giải thích bệnh tim mạch bị nghẽn do mỡ như ống cống bên thiết kế chúng tôi bị nghẹt do rác.

Trung bình mỗi bệnh nhân ông khám khoảng 10 phút. Ông khám liên tục từ sáng đến trưa, nghỉ ngơi một chút, và buổi chiều lặp lại chuỗi công việc khám bệnh. Một tuần, bác sĩ Snyder còn vào bệnh viện vài buổi để làm tư vấn *(consult)* chuyên khoa, còn lại ông dành phần lớn thời gian tại phòng khám.

Tôi về nhà vẽ ra phác đồ di chuyển của bác sĩ Snyder và tìm ra một vài nơi ông hay đi đến mà không cần thiết hay ông phải đi vòng quá nhiều. Tôi tìm cách tối ưu hóa các bước đi của bác sĩ để giảm tối đa thời gian thừa phí. Ví dụ như phòng siêu âm tim lúc đó cách xa phòng đọc phim và phòng điện tâm đồ (EKG) nên tôi đề nghị làm một phòng đa năng lớn để gom các test và thủ thuật lại, dùng các màn treo để cách ly giường bệnh.

Về sau, công việc thiết kế phòng khám chiếm gần hết thời gian thiết kế của tôi tại AMDG. Tôi đi theo bác sĩ Snyder thường xuyên hơn. Các thiết kế nhanh chóng được triển khai theo ý của bác sĩ Snyder và sếp tôi. Thoáng một cái, phòng khám cũ kỹ năm nào của bác sĩ Snyder giờ nhìn giống như một trung tâm *spa* khi bước vào với dàn đèn chùm, bộ ghế êm ái cao vừa phải, sàn gỗ cao cấp chống trượt, các buồng khám cửa kính mờ lịch sự, phòng test đa năng với màn treo cách ly. Tôi đi một vòng gật gù cảm nhận công trình mình vẽ đã thành hình.

Hôm tạm biệt bác sĩ Snyder, tôi run run hỏi ông:

- Ông có thể cho tôi đi theo thêm một buổi nữa không?

- Tại sao? Tôi thấy phòng khám anh thiết kế được lắm mà? - Bác sĩ Snyder nói.

- Ý tôi không phải là thiết kế. Tôi muốn tìm hiểu về nghề bác sĩ.

- Tốt, anh cứ trở lại tuần sau nhé!

Buổi đi theo bác sĩ Snyder tiếp tục gieo mầm hy vọng cho tôi trở thành bác sĩ. Bác sĩ Snyder vẫn đưa tôi chiếc áo choàng trắng và dẫn tôi đi từng phòng khám bệnh chung. Nhưng lần này, ông giải thích kỹ hơn về bệnh lý và mời tôi vào hẳn từng "khu vườn" của bệnh nhân. Ông cẩn thận chỉ cho tôi thấy những cây hư và xấu, kết cấu từng khu vườn, và chỉ cho tôi cách ông sẽ dọn.

- Làm sao trở thành một bác sĩ giỏi? - Tôi hỏi.

- Bí quyết để làm một bác sĩ tốt là luôn luôn lắng nghe bệnh nhân. Vậy thôi!

Sau này, khi hướng dẫn các em sinh viên trong văn phòng và bệnh viện về ngành Y, tôi mong rằng sẽ có vài em thấy được người bệnh như những khu vườn tuyệt đẹp mà chúng tôi được phép vào chỉnh sửa. Và biết đâu, sẽ có vài em quyết định học thành bác sĩ. Tôi nhận ra mình rất may mắn khi có bác sĩ Snyder hướng dẫn, giới thiệu rất kỹ về ngành Y. Nếu không có ông, có lẽ tôi sẽ không thấy được sự tuyệt vời của ngành Y và sẽ không có quyết tâm theo đuổi đến cùng như vậy.

09

Vì sao tôi bỏ nghề Kiến trúc?

Công việc thiết kế phòng khám và đi theo bác sĩ Snyder làm tôi suy nghĩ nhiều về nghề kiến trúc.

Tôi đã làm kiến trúc tại công ty AMDG được 2 năm và cần làm thêm 3 năm nữa thì mới đủ số giờ để thi bằng hành nghề kiến trúc sư. Nếu không, tôi cần học lên cao học (Thạc sĩ Kiến trúc) và làm thực tập 1 năm (tổng cộng vẫn là 3 năm) để có thể thi bằng hành nghề kiến trúc sư.

Lúc bấy giờ, chuyện tiền lương là một trong những đắn đo của tôi. Nghề kiến trúc tại Mỹ lương khá thấp nếu so với các nghề khác cùng thời gian học và thực tập. Lúc mới làm kiến trúc sư thực tập, tôi được trả 10 đô-la một giờ (lương tối thiểu lúc đó tại Michigan là 5,15 đô-la một giờ), sau này tôi được tăng lên 13 đô-la một giờ sau hai năm, khoảng 24.000 đô-la một năm. Nếu tôi thi xong bằng hành nghề (*full licensed*, ít nhất là 3 năm nữa), lương của tôi sẽ là 36.000 đô-la một năm. Nếu tiếp tục làm 5-10 năm nữa, khi lên được vị trí kiến trúc sư có kinh nghiệm - *senior architect* hay kiến trúc sư trưởng - *lead architect*, lương của tôi sẽ là 55.000-65.000 đô-la. Như vậy, sau 10-13 năm nữa, nếu theo nghề kiến trúc tôi sẽ kiếm được gần 70.000 đô-la một năm.

Trong khi đó, nghề dược sĩ học chỉ tổng cộng 8 năm (4 năm đại học và 4 năm dược khoa) lương khởi điểm đã là 100.000 đô-la một năm. Nha sĩ học cũng 8 năm, lương khởi điểm là 140.000 đô-la một năm. Kỹ sư học 4 năm đại học, ngắn hơn hẳn kiến trúc sư, lương khởi điểm đã là 55.000 đô-la một năm, khi lên kỹ sư có kinh nghiệm *(senior engineer)* thì lương đã gần 90.000 đô-la một năm. Nghề kiến trúc sư so ra lương thấp hơn tất cả những nghề này. Nếu đem thu nhập của kiến trúc sư so với nghề *nail* (làm móng) thì càng buồn hơn, vì một thợ nail không cần học đại học, làm một năm cũng kiếm được trên 30.000 đô-la.

Tôi muốn ổn định cuộc sống và mua một căn nhà ở Michigan, giá trung bình 170.000 đô-la. Tôi lấy lương kiến trúc ra tính thì giật mình vì không biết bao giờ mới mua được một căn nhà. Tính kỹ hơn, tôi thấy cuộc sống sẽ càng khó khăn với đồng lương kiến trúc nếu tôi có gia đình riêng sau này. Tôi có nghĩ đến vài năm nữa mở công ty kiến trúc riêng để có thu nhập cao hơn. Thực tế, con đường mở công ty còn vất vả và khó khăn hơn nhiều so với đi làm công, do sự khác biệt về văn hóa. Michigan và Midwest là vùng ít người châu Á, người Mỹ gốc Âu (da trắng) là khách hàng chính của công ty kiến trúc, thường sẽ chọn công ty có người Mỹ thiết kế chứ ít ai chọn công ty thiết kế do người châu Á làm chủ. Xét cho cùng, kiến trúc là một nghề có yếu tố văn hóa cao nên khách hàng và kiến trúc sư thường phải có nét tương đồng.

Tôi băn khoăn, liệu mình có thật sự đam mê nghề kiến trúc để tiếp tục đeo đuổi?

Tôi nhớ đến những khách hàng khó tính, nhớ đến những đêm tôi thức còm lưng vẽ hàng chục bản phác thảo để chiều lòng khách hàng mà vẫn bị từ chối. Tôi nhìn thấy David, kiến trúc sư kỳ cựu ở công ty tôi, vẫn phải vẽ chiều ý khách hàng để có việc. Tôi nhớ những người bạn cùng khóa kiến trúc năm xưa giờ đã xong chương trình Thạc sĩ Kiến trúc mà vẫn còn đang xin việc. Tôi nhìn thấy sự cạnh tranh khốc liệt của nghề từ kiến trúc sư Kumar bên California. Lương thấp, tính phụ thuộc vào khách hàng, công việc không ổn định, và thiếu tính độc lập trong kinh doanh là những điều tôi nhận thấy ở nghề kiến trúc tại Mỹ.

Suy nghĩ trong một tháng, tôi quyết định bỏ nghề kiến trúc.

Chiều thứ sáu bước ra khỏi công ty kiến trúc AMDG, tôi nhìn lên văn phòng nơi tầng ba vẫn còn sáng đèn. Nhớ ngày đầu bỡ ngỡ vào công ty chưa biết gì mà bây giờ đã tạm biệt.

*

Mùa xuân Michigan, khí hậu đã bắt đầu ấm hơn. Băng tuyết đã tan hết. Cây cỏ hai bên bờ sông đã đâm chồi nảy lộc. Nước sông trong suốt chảy róc rách qua những phiến đá cạn. Buổi chiều tối ở Grand Rapids, hai bờ sông vắng người, tôi có cảm giác thật cô đơn. Gió nhè nhẹ thổi làm tôi rùng mình ớn lạnh khi nghĩ đến tương lai không biết sẽ đi về đâu.

Tôi biết mình không muốn làm kiến trúc sư nữa. Tôi sẽ học gì bây giờ?

Tôi nghĩ đến một nghề mang lại công việc ổn định, lương khá và có thể làm việc độc lập, như mở công ty riêng. Sau này, khi tư vấn nghề cho sinh viên, tôi nhắc các bạn khi chọn nghề nghiệp phải có ít nhất ba điểm: nghề mình thích, phải có việc làm ổn định và lương tốt.

Tôi nghĩ đến các ngành sức khỏe vì đây là những nghề ổn định, lương cao và có thể mở phòng mạch làm riêng. Sau những buổi đi theo bác sĩ Snyder và nhớ lại chuyện bác sĩ cấp cứu lo cho ba tôi, tôi biết mình bắt đầu đam mê ngành Y. Tôi muốn thử theo đuổi con đường này.

Ngành Y tại Mỹ là ngành học lâu nhất, tốn kém nhất và cực nhất. Trung bình một bác sĩ gia đình mất khoảng 11 năm học và một bác sĩ chuyên khoa mất 14-17 năm học. Chương trình học Y bao gồm 4 năm đại học *(pre-medical studies)*, 4 năm Y khoa *(Medical School)* và 3-7 năm làm bác sĩ nội trú *(residency)* cộng thêm 1-3 năm làm nghiên cứu chuyên khoa sâu *(fellowship)*.

Do tôi tốt nghiệp đại học Kiến trúc, không liên quan đến chương trình dự bị Y khoa *(pre-medical studies)* nên tôi sẽ phải học lại từ đầu với các lớp Hóa, Lý và Sinh học. Chưa kể, tôi sẽ phải học thêm tiếng Anh, tập viết bài luận tốc ký, làm thiện nguyện, xin làm nghiên cứu và tập phỏng vấn. Danh sách những việc phải làm *(to-do-list)* chuẩn bị cho nghề Y tương lai của tôi dài hơn ba trang giấy, chi chít những dấu khoanh tròn, sắp xếp thứ hạng ưu tiên những việc cần làm ngay.

Chỗ tôi ở có một vài trường đại học chuyên dạy về Y sinh học *(pre-medical studies)* chuẩn bị tốt cho sinh viên vào trường Y.

Nổi bật nhất là đại học bang Grand Valley (GVSU), một trường đại học đa ngành trong vùng với trên 25.000 sinh viên. Điểm đặc biệt của GVSU so với các trường đại học khác là có chương trình văn bằng hai dành cho sinh viên đã có một bằng đại học khác. GVSU sẽ miễn cho sinh viên học các lớp ở chương trình đại cương hai năm đầu. Nói cách khác, nếu tôi được nhận học tại GVSU, tôi chỉ sẽ phải học 2 hoặc 3 năm để lấy bằng đại học thứ hai chuyên ngành Y sinh học.

Trước khi rời công ty AMDG, tôi đã xin thư giới thiệu và nộp đơn vào GVSU. Đặc biệt, tôi có thư giới thiệu từ bác sĩ Snyder, là khách hàng của công ty kiến trúc AMDG. Có lẽ nhờ vậy mà tôi đã may mắn được nhận vào chương trình Y sinh học của GVSU. Tôi cũng nộp đơn vào vài trường đại học khác trong vùng và đều được nhận, nhưng có trường bắt tôi phải học lâu hơn, đến 3 năm. Tôi quyết định chọn học GVSU. Đây là một trong những quyết định đúng nhất giúp tôi vào được trường Y sau này.

Học đại học tại Mỹ chi phí lúc nào cũng đắt. GVSU cũng không ngoại lệ, mặc dù tôi là sinh viên trong tiểu bang nên được ưu tiên giảm chút học phí. Tuy vậy, tôi vẫn phải vay thêm một khoản tiền khác để đủ tiền học. Học ngành Y tại Mỹ là vậy, ai cũng phải vay mượn tiền học, nên sau này khi trở thành bác sĩ, ai cũng ôm một đống nợ to đùng.

Hôm tôi nghỉ việc tại công ty kiến trúc về nhà, má tôi mở cửa đón bằng ánh mắt lo âu. Tôi biết má buồn và lo vì bà không biết tương lai của tôi sẽ ra sao. Bà không chắc tôi sẽ vào được trường Y, vì đã nghe quá nhiều rằng những sinh viên bản địa cũng không vào được ngành này, nói chi là tôi, một người chân ướt chân ráo từ Việt Nam qua đây được vài năm. Dù vậy, má luôn ủng hộ tôi. Bà tin là tôi sẽ làm được. Trong suốt cuộc đời học vấn của mình, tôi luôn biết ơn má vì luôn tin tưởng ở khả năng học của con trai mình.

Ngoài nỗi lo cho tương lai, má còn lo tôi không có tiền xài. Khi người ta chưa biết mùi thất nghiệp thì họ ít có cảm giác thiếu thốn. Khi người ta thất nghiệp thì cái thiếu thốn đó hiện rõ ra, dù chỉ là một chi tiết rất nhỏ.

Tuần thứ hai đi học tại GVSU, xe tôi sắp hết xăng. Theo thói quen, tôi móc bóp lấy tiền nhưng chỉ còn 5 tờ 1 đô-la. Tôi chợt nhớ ra mình đã nghỉ việc. Tôi bấm đồng hồ đổ xăng vừa đúng 5 đô-la và cố chạy tiết kiệm nhất có thể. Chiếc Honda Civic chạy số tay nên khi lên dốc tôi dùng trớn xe, ít đạp ga, chỉ để xe vừa đủ lên dốc. Những lúc xuống dốc tôi trả cần số về số 0 và giữ ga ở mức tối thiểu. Sau này, tôi vẫn nhớ cảm giác chạy xe kiểu tiết kiệm đó.

Giữa lúc đang lo chuyện tiền bạc thì có người bạn rủ tôi làm *nail* (làm móng). Đây là nghề kiếm khá nhiều tiền tại Michigan vì đa số khách hàng là người Mỹ trắng, thường cho tiền tip cao. Ai làm nail ở Michigan cũng có nhà cao cửa rộng, đi xe Lexus láng coóng. Nghề nail không yêu cầu giỏi tiếng Anh, chỉ cần giao tiếp sơ sơ với khách hàng. Tôi nhẩm tính mình có thể làm vào hai ngày cuối tuần và kiếm được trên 150 đô-la (khi làm kiến trúc, tôi làm khoảng 100 đô-la mỗi ngày).

Để làm nail, tôi cần học qua vài lớp cơ bản, đi làm thực tập cho đủ giờ và thi lấy bằng. Lý thuyết là vậy, nhưng đa số bạn của tôi đều mua bằng nail để vừa nhanh vừa khoẻ. Nghe lời mời hấp dẫn, tôi đồng ý đi làm nail thử với bạn.

Tiệm nail nằm trong một khu mua sắm sang trọng trong thành phố. Chủ và thợ đều là người Việt. Tiệm khá lớn, có 14 ghế nhưng chỉ có sáu thợ. Hai vợ chồng chủ tiệm, ba thợ nữ khác, cộng với bạn tôi. Nghề này đa số là nữ nhưng tiệm tôi làm là ngoại lệ khi có đến ba anh. Nghe bạn tôi nói các thợ trong tiệm đều cỡ tuổi tôi nên tôi cũng bớt ngại.

Một buổi chiều học xong, tôi chạy ra tiệm nail. Tôi được phân công đi theo anh chủ tiệm để quan sát và học hỏi. Anh Tuấn, chủ tiệm, hỏi tôi:

- Nghe nói lúc trước em học đại học phải không? Em có đi làm không?

- Dạ, em học xong đại học Kiến trúc, đi làm rồi, nhưng giờ em học cái khác nên đi làm thêm cuối tuần.

Anh chủ tiệm gật gù:

- Nghề kiến trúc anh cũng nghe nói tốt lắm mà, sao em lại bỏ?

- Dạ, em không thích lắm. - Tôi ngập ngừng nói.

- Giờ em đang học gì? - Anh Tuấn hỏi tiếp.

- Em đang học ngành Y sinh học.

- Là ngành bác sĩ đó hả?

- Dạ chưa, em phải học rồi mới xin vào trường Y.

Anh chủ tiệm "à" một tiếng rồi đi ra chào khách. Khách hàng của anh Tuấn là một cô gái trung niên tóc vàng. Có vẻ cô là khách hàng thường xuyên ở đây nên chào hỏi thân thiện với anh. Trong lúc tôi còn đứng xớ rớ, anh Tuấn kêu:

- Em lấy ghế ngồi kề bên anh để coi anh làm.

Cô gái Mỹ tóc vàng muốn làm đủ bộ *(full-set)* móng tay có đắp móng giả. Anh Tuấn lấy dụng cụ ra bày trên bàn. Anh đeo khẩu trang và đưa tôi một cái để đeo. Anh tỉ mỉ lau sạch móng của khách trước khi làm. Sau khi cắt, dũa và mài, anh Tuấn bắt đầu phết keo để dán móng giả.

Đang chăm chú theo dõi anh Tuấn làm, tôi chợt cảm giác hai mắt mờ đi và ngứa ngáy. Tôi đưa tay lên gãi gãi mắt liên tục thì càng ngứa hơn, nước mắt chảy ra nhiều hơn. Mùi hăng hắc của keo dán xông qua khẩu trang lên mũi làm tôi muốn nghẹt thở. Tôi muốn ho thật mạnh nhưng không dám vì sợ mất lòng khách hàng. Mùi keo dán ngày càng làm tôi khó chịu. Tôi ráng nhịn nhưng cuối cùng chịu không nổi nên đứng lên chạy ra ngoài tiệm.

Tôi đứng bên ngoài tiệm nail, tháo khẩu trang ra, hít thật sâu để không khí trong lành tràn vào lồng ngực, từ từ thấy dễ chịu trở lại.

- Hồi xưa anh mới vào làm cũng vậy, nhưng riết rồi em sẽ quen thôi. - Anh Tuấn nói với tôi sau khi tôi đi vào.

Buổi tối đó, tôi suy nghĩ về nghề nail, thấy đúng là nghề này có thể kiếm ra tiền nhưng chắc tôi sẽ không hợp. Hôm sau, tôi nhắn tin cho anh Tuấn xin nghỉ. Về sau khi khám bệnh cho bệnh nhân làm nail, tôi hiểu rõ những bệnh lý và triệu chứng mà họ trải qua vì tôi đã từng trong trường hợp đó.

Làm nail không xong, tôi chuyển qua xin chạy bàn ở một nhà hàng Trung Hoa. Bà chủ nhà hàng là người Việt gốc Hoa, người đẫy đà tầm thước. Mỗi lần nói chuyện, giọng bà hay rít rít qua cặp môi mỏng, cộng thêm chút lơ lớ tiếng Hoa nên tôi nghe không rõ lắm. Lương chạy bàn của tôi là 3 đô-la một giờ chưa cộng tiền tip (lương tối thiểu tại Michigan lúc đó là 5,15 đô-la một giờ).

Kinh doanh nhà hàng Trung Hoa cực kỳ lời nếu đông khách. Tôi nghe anh đầu bếp kể chi phí nấu ăn gồm vật liệu, nhân công, tiền thuê, chỉ chiếm khoảng một phần sáu giá tiền món ăn. Vì vậy, có lúc nhà hàng Trung Hoa chỗ tôi làm giảm giá đến 50% mà vẫn lời. Bù lại, nhân công như chúng tôi phải làm rất vất vả. Mỗi món ăn 10 đô-la tôi được tip khoảng 1 đô-la.

Giữa lúc tôi đang còng lưng bưng bê đồ ăn thì có người bảo tôi thử đi làm thông dịch viên cho bệnh nhân người Việt ở bệnh viện. Lúc trước, khi còn làm ở AMDG, thỉnh thoảng tôi có đi làm thông dịch viên sau giờ làm việc hay cuối tuần. Nhưng lần này khác, có một công ty muốn thuê tôi làm bán thời gian lâu dài vì cộng đồng người Việt ở Grand Rapids ngày càng đông hơn.

Thấy nghề thông dịch viên cũng thú vị lại liên quan đến ngành sức khỏe nên hôm sau học xong, tôi xin nghỉ chạy bàn một buổi để đi làm thông dịch. Tôi mừng lắm vì được trả đến 15 đô-la một giờ, khá cao so với đồng lương chạy bàn và cuộc sống sinh viên. Làm được một thời gian, tôi nhận ra thông dịch viên là một nghề rất hay nên tôi xin nghỉ hẳn nghề chạy bàn, tạm biệt bà chủ nhà hàng Trung Hoa môi mỏng hay la ó nhân viên mỗi khi ế khách.

Tôi làm phiên dịch ở phòng khám, phòng cấp cứu, bệnh viện, hay bất kỳ chỗ nào gọi tôi. Mỗi nơi làm qua, tôi đều học thêm ít nhiều kiến thức từ bác sĩ, luật sư, chuyên viên và bệnh nhân. Tôi nhận ra tầm quan trọng của chuyên môn, kiến thức về văn hóa đến ngôn ngữ cơ thể của bệnh nhân trong nghề này. Tôi bắt đầu yêu thích nghề thông dịch.

Một lần dịch xong một ca đau tim do bệnh lupus ban đỏ, người vợ bệnh nhân cảm động nắm chặt tay tôi cảm ơn vì đã giải thích rõ tại sao chồng bà bị đau tim. Bà nói suốt mấy năm ở Việt Nam bác sĩ không hề giải thích kỹ cho bà hiểu tại sao chồng bà liên tục vào bệnh viện do đau ngực. Tôi dịch lại nguyên văn lời cảm ơn của bà vợ cho ông bác sĩ. Nghe xong, ông bác sĩ tim mạch cũng cảm động không kém bà vợ, ông siết chặt tay tôi cảm ơn và nói: *"Very good job."* (Anh làm tốt lắm.)

Điều tôi ngán nhất khi làm thông dịch là lái xe. Có lần tôi phải lái xe gần hai giờ đồng hồ để gặp bệnh nhân và bác sĩ chưa đầy 10 phút. Mùa đông Michigan, tuyết rơi dày đặc, chiếc xe Honda Civic nhỏ bé của tôi có lúc lọt thỏm tưởng như kẹt cứng giữa bão tuyết. Khi tôi lái xe đến nơi thì phòng khám báo bệnh nhân hủy hẹn vì trời tuyết. Tôi nhìn ngoài trời tuyết rơi trắng xóa, lòng buồn ngẩn ngơ và lái xe trở về.

Làm thêm một vài tháng, tôi tình cờ xem quảng cáo tìm thông dịch viên qua điện thoại của công ty *Languageline* (thuộc công ty điện thoại AT&T trước kia). Tôi nộp đơn thử và được nhận. Thế là tôi chuyển thời gian lái xe thông dịch qua thời gian ôm điện thoại bàn chờ cuộc dịch.

Làm thông dịch qua điện thoại tôi thích hơn vì những lúc không có bệnh nhân tôi có thể tranh thủ làm bài cho trường GVSU. Tôi nhận thông dịch ca ba (ban đêm) để có thêm thời gian học bài ban ngày vì ban đêm thường không bận như ban ngày. Làm ca ba, tôi dịch nhiều ca bệnh nhân gọi điện cấp cứu 911 hay hãng bảo hiểm báo xe đụng.

Sếp của tôi ở công ty thông dịch là một luật sư tên Kenny ở California. Ông hay chọc là sao tôi có thể thức khuya dữ vậy, có khi thức cả đêm vì giờ của California và Michigan lệch nhau ba tiếng. Tôi kể về ước mơ học bác sĩ của tôi cho ông nghe. Ông cười to trong điện thoại và nói ủng hộ tôi. Ông khuyên tôi ráng lên. Lúc đó, tôi bỗng thấy Michigan và California thật gần gũi.

10

Sức mạnh của sự tập trung

Lúc này, lịch học và làm việc của tôi kín mít. Ban ngày, tôi đi học toàn phần tại đại học GVSU với gấp đôi số tín chỉ so với các bạn cùng lớp. Buổi chiều học xong, tôi về ăn và lăn ra ngủ. Đến 11 giờ tối, tôi thức làm dịch thuật qua điện thoại đến sáng rồi đi học tiếp. Cuối tuần tôi ngủ như chết. Thế nhưng, hình như lịch làm việc của tôi như vậy vẫn chưa đủ cực.

Tôi quyết định hy sinh thêm một buổi ngủ nướng cuối tuần để làm thiện nguyện cho bệnh viện Holland. Cuốn sách *Bảy thói quen của người thành công* cực kỳ hữu dụng trong thời gian này vì mỗi ngày tôi đều có lịch làm việc cụ thể. Tôi có tính chủ động *(proactive)* trong mọi việc và luôn nghĩ đến mục tiêu lớn lao sau này *(big picture)* thành một bác sĩ mặc áo trắng khám bệnh.

Thông thường, để vào được trường Y, các sinh viên phải có điểm tốt nghiệp đại học khá cao, thường là trên 3.75/4.00. Nói cách khác, đa số điểm đại học là A. Mục tiêu của tôi cũng vậy, tôi muốn đạt điểm A ở tất cả các lớp ở GVSU.

Đi học lại tại GVSU, tôi hiểu đây là cơ hội cuối cho mình, vì nếu học không tốt thì sẽ không vào được trường Y. Như vậy, việc tôi bỏ nghề kiến trúc sẽ hoàn toàn uổng phí. Tôi quyết định tập trung hoàn toàn cho mỗi buổi lên lớp tại đây. Tôi còn tính mỗi giờ học tại GVSU tốn vài chục đồng (dựa trên số tín chỉ) để thấy xót tiền mà ráng không bỏ lớp nào.

Chương trình cử nhân Y sinh học bắt đầu bằng một chuỗi các lớp Sinh học, Hóa học, Giải phẫu và Sinh hóa cơ bản, sau đó là các lớp Xét nghiệm lab, lớp Nâng cao và Luận văn hoàn thành chương trình cử nhân. Khi vào trường GVSU, các sinh viên sẽ được giới thiệu một người hướng dẫn *(advisor)* để theo dõi việc học và hướng nghiệp. Người hướng dẫn thường là thầy cô giáo hay sinh viên năm cuối.

Lúc học đại học Kiến trúc tại Việt Nam, tôi không hề có người hướng dẫn. Chúng tôi đăng ký các lớp kiến trúc đã được định sẵn (có vài môn tự chọn ở năm cuối) và cứ đi học đến khi ra trường. Năm cuối Kiến trúc, sinh viên sẽ có giáo viên hướng dẫn đề tài tốt nghiệp.

Qua Mỹ, lần đầu có người hướng dẫn tại một trường Cao đẳng Cộng đồng Muskegon nhỏ bé, tôi ngạc nhiên vì không ngờ người hướng dẫn rất hữu ích. Người hướng dẫn giúp tôi lấy lớp, giới thiệu về trường học, các trung tâm hỗ trợ, lên lịch học các môn theo thứ tự và viết thư giới thiệu nếu cần. Người hướng dẫn như một người bạn giúp tôi làm quen với môi trường mới.

Lên các bậc học cao hơn, vai trò của người hướng dẫn càng quan trọng hơn. Người hướng dẫn của tôi tại GVSU là người giúp tôi lấy lớp và tổng hợp các lá thư giới thiệu thành một bộ hồ sơ gửi cho trường Y. Khi tôi đã vào được trường Y, người hướng dẫn viết thư giới thiệu và trợ giúp tôi xin được học bổng mùa hè tại Harvard. Và cứ thế, tôi có thêm nhiều người hướng dẫn trên hành trình của mình.

Các trường đại học tại Mỹ thường thông báo lịch học trước ít nhất một học kỳ. Nhờ vậy, sinh viên có thể lấy lớp tự chọn cho phù hợp với sở thích và chương trình của mình sau khi tham khảo với người hướng dẫn. Tôi nghiên cứu lịch học của GVSU trước cả năm và nhận ra tôi có thể lấy các lớp đan xen nhau. Có một số lớp bắt buộc phải có một lớp trước đó *(prerequisite)* rồi mới được lấy.

Ở đại học tại Mỹ, dù email là cách tương tác chính giữa sinh viên và giáo viên, thì việc thảo luận trực tiếp bên ngoài vẫn mang lại nhiều thiện cảm hơn. Lớp giải phẫu tại GVSU là một ví dụ cho thấy kỹ năng chủ động *(proactive)* và giao tiếp trực tiếp có thể giúp tôi xử lý vấn đề như thế nào.

Lúc ấy, tôi chưa lấy lớp giải phẫu cơ bản trên xác mèo, nên không thể đăng ký lớp giải phẫu xác người. Nếu tôi đợi lấy lớp giải phẫu cơ bản xác mèo xong, tôi sẽ mất thêm một mùa học. Tôi viết một email dài để xin thầy giáo cho học thẳng lớp giải phẫu xác người. Thầy lịch sự từ chối tôi qua một email cũng dài không kém.

Không bỏ cuộc, tôi đến văn phòng thầy mỗi tuần để trình bày mục tiêu theo đuổi lớp học và tại sao tôi cần phải tiết kiệm thời gian. Tôi cũng tranh thủ học vài điểm cơ bản về giải phẫu xác mèo. Tôi vẽ luôn hình tim và gan của con mèo cho thầy xem để chứng minh tôi có thể tự học kiến thức cơ bản về giải phẫu.

Nhờ vậy, tôi xin vào học thẳng lớp giải phẫu xác người mà không cần phải học trước lớp giải phẫu trên xác mèo. Cũng nhờ học lớp giải phẫu này mà tôi bớt sợ khi tiếp xúc xác chết và học tốt môn giải phẫu ở năm đầu trường Y.

Mùa đầu tiên, tôi đã lấy hết tất cả các môn Hóa Sinh cơ bản. Hồi ở Việt Nam, tôi ngán mấy lớp Sinh học nhưng khi học tại GVSU, tôi cực kỳ thích. Đơn giản các lớp Sinh và Hóa học tại đây đều có thực hành và thí nghiệm. Khi học về vi khuẩn, tôi tự nuôi cấy vi khuẩn lấy từ chính cơ thể mình lên đĩa Petri. Tôi cũng cấy vi khuẩn từ hồ cá, thức ăn và cả con chó nhà tôi. Một thế giới khác, đầy màu sắc nhưng dơ bẩn hiện ra qua hai ống kính hiển vi. Tôi ngồi hàng giờ trong lab để ghi chép, tổng hợp và làm thí nghiệm.

Sau một năm nỗ lực, tôi tốt nghiệp xuất sắc văn bằng hai chuyên về Y sinh học tại GVSU. Cái giá tôi phải trả cũng không quá đắt. Tôi sụt mất 5 ký và già đi gần 10 tuổi do phải học nhiều, liên tục thức khuya làm thông dịch viên và làm nhiều việc khác. Bù lại, tôi học một bài học cực kỳ quý giá là sự tập trung *(focus)*.

Hầu hết các gương mặt thành công trên đời đều có khả năng tập trung tốt. Vì khi tập trung, chúng ta sẽ làm việc trôi chảy. Nhìn lại chặng đường ở GVSU, tôi nhớ những hôm ngồi học trên thư viện từ sáng sớm đến tối mịt mà tôi không hề biết, vì chỉ biết mình cần học xong bao nhiêu đó chương chứ không phải học bao nhiêu giờ.

Cuối mùa, tôi được thầy hiệu trưởng mời đi ăn tối cùng các sinh viên tốt nghiệp xuất sắc năm đó. Thầy hỏi tôi:

- Sao em có thể học nhanh thế nhỉ?

- Em cũng không biết, thưa thầy. Có lẽ em đã ở bước đường cùng. Em không còn lựa chọn nào khác.

- Chúc em sẽ vào được trường Y. - Thầy nói sau khi biết tôi quyết tâm học bác sĩ.

Sau này, tôi không biết có nhiều lựa chọn sẽ tốt hơn hay chỉ có một lựa chọn và mình phải làm thật tốt lựa chọn đó. Thời điểm đó, tôi chỉ có một lựa chọn là đi học lại và tôi phải làm thật tốt tại GVSU.

Cùng lúc, tôi được vinh danh tại bệnh viện Holland do làm thiện nguyện tốt. Bác sĩ Snyder viết cho tôi một lá thư giới thiệu rất hay vào trường Y. Tôi cũng có hai lá thư giới thiệu cực tốt từ các giáo sư môn Sinh và Hóa học từ trường GVSU. Đặc biệt, tôi còn có thêm một lá thư từ bác sĩ cấp cứu Gezon của bệnh viện Holland từng cứu chữa ba tôi. Người hướng dẫn lúc đó nói hồ sơ *(profile)* của tôi nhìn cũng khá tốt và ông hy vọng tôi sẽ được nhận vào trường Y.

Vấn đề lớn nhất của tôi bấy giờ là điểm thi MCAT.[1] Kỳ thi này tôi đã thi hai lần rồi mà điểm vẫn còn thấp, chỉ xếp khoảng 40% so với mặt bằng chung của toàn bộ sinh viên thi MCAT. Thường điểm MCAT phải cao khoảng 75% trở lên mới có hy vọng được nhận vào trường Y.

Dù vậy, trong tôi vẫn tràn đầy hy vọng vào trường Y vì nghĩ hồ sơ của mình không đến nỗi nào.

Sau khi chuẩn bị mọi thứ, tôi hào hứng nộp đơn vào 30 trường Y trong nước Mỹ. Nhiều tuần sau đó, tôi nhận thư từ chối từ 29 trường. Tôi có cảm giác như mấy chục gáo nước lạnh tạt vào đầu. Cứ vài tuần lại có một lá thư từ chối mỏng manh một trang gửi cho tôi. Có nhiều thư, nhìn sơ qua là tôi đã biết họ từ chối.

Tôi xuống tinh thần thấy rõ.

Mỗi buổi tối khi làm thông dịch viên xong, tôi ngồi thừ người trước màn hình khá lâu. Má tôi lúc này là nguồn an ủi duy nhất. Má biết tôi đã rất nỗ lực nhưng không vào được trường Y nên má cũng không nói gì nhiều.

Cùng lúc, gánh nặng tài chính bắt đầu đè lên vai tôi. Lúc còn học tại đại học Michigan, tôi may mắn có học bổng nên không phải lo nhiều về tài chính. Giờ đây, khi học lại văn bằng hai tại GVSU, tôi phải vay toàn bộ tiền học. Theo quy định, sau khi sinh viên ra trường thì sẽ phải bắt đầu trả nợ trong vòng sáu tháng. Công việc thông dịch viên

---

[1] MCAT: viết tắt của Medical College Admission Test.

mang lại chút tiền nhưng vẫn còn thiếu hụt so với tiền nợ và các khoản chi phí khác.

Tôi hụt hẫng như người mất phương hướng khi nhận được lá thư từ chối thứ 27. Bao nhiêu hào hứng và mong ước, bao nhiêu hy vọng được vào trường Y khi tôi học được toàn điểm A, tốt nghiệp đại học xuất sắc đều tan biến.

Có lúc tôi đã nghĩ: *"Hay là mình thật sự không có khả năng vào trường Y?"* Chữ "MD", áo trắng và bệnh viện dường như quá xa tầm tay của tôi.

Ngay lúc đang tuyệt vọng nhất, tôi nhận được một tin vui từ West Virginia. Trường Y West Virginia Doctor of Osteopathic Medicine (chương trình DO) tại Lewisburg gửi thư mời tôi đi phỏng vấn. West Virginia là một bang miền Đông nước Mỹ, kế bên Virginia. Bang này là một bang nông nghiệp nổi tiếng với than đá, khoáng sản và trồng trọt.

Sau khi lái xe gần chục tiếng từ Michigan, tôi đến trường Y West Virginia. Trường mới thành lập nên cơ sở vật chất còn thiếu thốn, bệnh viện thực hành thì chắp vá tại nhiều trung tâm Y khoa.

Buổi phỏng vấn trường Y khoa đầu tiên của tôi diễn ra trong hai giờ (thay vì cả ngày như các trường MD sau này). Trường chủ yếu giới thiệu về những tòa nhà sẽ xây, những chương trình dự định và khoản học phí khổng lồ gần 70.000 đô-la một năm cho sinh viên ngoài tiểu bang như tôi. Vào thời điểm đó, học phí 70.000 đô-la một năm là con số cực kỳ đắt đỏ. Nhìn chung, các trường DO thường tính học phí cao hơn MD rất nhiều.

Tôi trả lời các câu hỏi phỏng vấn khá tốt. Về sau tôi cảm nhận các trường DO hỏi câu hỏi phỏng vấn không khó bằng trường MD. Tôi đi dạo một vòng thành phố Lewisburg tìm hiểu xem nơi tôi sẽ học thế nào nếu được nhận. Tôi thất vọng vì xung quanh trường toàn ruộng và đồi núi. Trung tâm gần trường nhất là chợ Walmart cũng phải mất gần một giờ lái xe mới đến.

Về nhà được một tuần tôi nhận được thư chấp nhận vào trường Y West Virginia. Trường bắt tôi phải đóng tiền thế chân 1.500 đô-la nếu muốn giữ chỗ trong lớp. Gấp quá, tôi vay mượn má và gia đình 1.500 đô-la để đóng nhưng vẫn còn đắn đo suy nghĩ có nên học không. Sau cùng, tôi quyết định không học vì nhiều lý do (tôi sẽ giải thích kỹ hơn trong các chương sau).

Dẫu sao, việc được nhận vào một trong 30 trường Y đã nộp đơn cũng cho tôi chút tự tin và động lực để đi tiếp con đường Y khoa.

Sau hơn một năm bỏ nghề kiến trúc, học thêm một bằng đại học và làm việc cật lực với đủ thứ nghề, tôi trở lại vạch xuất phát với con số không to đùng.

11

Làm nghiên cứu và xuất bản công trình đầu tiên

Mùa hè năm 2006, tôi ra trường GVSU loại xuất sắc nhưng không vào được trường Y. Tôi ngồi lại với thầy mình để tìm ra lý do vì sao mình chưa được nhận.

Thông thường, để vào được trường Y tại Mỹ, các ứng viên ngoài việc tốt nghiệp đại học xuất sắc còn phải có điểm thi MCAT cao, có các hoạt động ngoại khóa như làm thiện nguyện trong bệnh viện hoặc nhà dưỡng lão để chứng tỏ lòng yêu nghề sức khỏe, có làm nghiên cứu và thực hiện phỏng vấn cá nhân tốt tại trường Y.

Tôi chỉ có điểm tốt nghiệp đại học tốt (cả hai trường đại học Michigan và đại học bang Grand Valley). Tôi có làm thiện nguyện tại khoa cấp cứu bệnh viện Holland nhưng lại thiếu kinh nghiệm làm nghiên cứu và điểm MCAT thấp. Vì vậy, tôi đã bị loại ngay từ vòng gửi xe, không có cơ hội phỏng vấn cá nhân ở trường Y.

Tôi đặt ra hai mục tiêu lúc đó là xin làm nghiên cứu và thi lại MCAT để đạt điểm cao. Xin làm nghiên cứu tại Mỹ không khó, nhưng cái khó là xin vào nhóm nào để có bài được đăng báo. Trong nghiên cứu, đăng báo khoa học là quan trọng nhất, vì đây chính là thang điểm để đánh giá khả năng của nghiên cứu viên.

Muốn xin làm nghiên cứu, tôi tự đánh giá mình có thế mạnh gì và có thể mang đến nhóm nghiên cứu điều gì. Tôi vừa tốt nghiệp đại học ngành Y sinh học, vừa viết xong luận văn tốt nghiệp và có chút kiến thức về thống kê. Tôi cũng rành tiếng Việt Y khoa vì đang làm thông dịch viên. Điểm yếu của tôi là tiếng Anh và kiến thức Y khoa chuyên môn.

Tôi nộp đơn thử cơ hội nghiên cứu ở một vài nơi trong thành phố Grand Rapids, Michigan. Đây là thành phố lớn thứ hai tại Michigan và đang phát triển mạnh về nghiên cứu Y sinh học. Sau khi gửi đi vài chục email xin làm nghiên cứu không lương, tôi được vài chỗ mời phỏng vấn.

Công ty đầu tiên tôi làm là công ty dịch thuật Y khoa Voices For Health. Đây là công ty tôi đã làm thông dịch viên bán thời gian từ năm 2005. Họ biết tôi rành tiếng Việt Y khoa nên đã liên lạc ngay khi tôi xin làm nghiên cứu. Đề tài của chúng tôi là đánh giá tài liệu chương trình ung thư cổ tử cung dành cho người châu Á, trong đó có người Việt Nam.

Ung thư cổ tử cung là một trong những loại ung thư có tỷ lệ tử vong cao nhất của người châu Á và Việt Nam nói chung. Có nhiều lý do vì sao người Việt khi mắc bệnh ung thư cổ tử cung thường phát hiện ở giai đoạn muộn.

Một trong những lý do chính là văn hóa e ngại. Phụ nữ Việt Nam ngại nói về chuyện quan hệ tình dục và khám phụ khoa. Hiểu được vấn đề này, Viện sức khỏe Quốc gia, Viện Ung thư Quốc gia Hoa Kỳ *(National Cancer Institute, National Institute of Health - NCI)* soạn một quyển tài liệu về ung thư cổ tử cung bằng tiếng Việt nhằm giúp bệnh nhân Việt hiểu biết hơn về căn bệnh chết người này.

NCI đã có một bản thảo tiếng Việt nhưng chưa biết bệnh nhân sẽ phản ứng thế nào khi đọc cuốn tài liệu này. Nhiệm vụ của chúng tôi là lập ra một nhóm thử nghiệm *(Focus Group)* để đánh giá phản ứng của bệnh nhân khi đọc tập tài liệu.

Đây là một nhiệm vụ khó khăn cho tôi, đơn giản vì tôi là đàn ông. Tôi biết sẽ khó thuyết phục các bệnh nhân nữ ngồi vào bàn và thảo luận về quan hệ tình dục, thăm khám cổ tử cung *(PAP smears)* và hỏi xem bản thảo về ung thư cổ tử cung nên chỉnh sửa thế nào để bệnh nhân dễ hiểu.

Thế nên, lần này tôi nhờ má tôi giúp đỡ.

Má tôi làm tại một hãng xưởng có khá nhiều phụ nữ Việt. Má tôi đem theo bản phác thảo, tờ quảng cáo tặng kèm thẻ quà tặng *(gift card)* 25 USD để kêu gọi mọi người tham gia nhóm và một ít thông tin về tôi.

Lúc còn học đại học Michigan, tôi có chút nổi tiếng trong cộng đồng người Việt vì là một trong những sinh viên người Việt đầu tiên được nhận vào đại học Michigan và từng làm Chủ tịch Cộng đồng Việt Nam tại vùng Holland, Michigan.

Vì vậy khi nghe má tôi quảng cáo, nhiều người đăng ký tham dự vì tò mò (hay vì 25 đô-la thẻ quà tặng). Mục tiêu của nhóm là phải có ít nhất trên 25 phụ nữ ở nhiều độ tuổi, trình độ học vấn và khả năng kinh tế khác nhau.

Do chỗ làm của má tôi phần lớn là người nghèo nên hai tiêu chuẩn đầu dễ có. Riêng mức thứ ba, tôi quay lại chỗ những người bạn làm móng tay để thuyết phục họ tham dự nhóm. Có người vừa nghe tôi nói chuyện đã chạy mất.

- À, chị Thanh có phải không ạ? Em là Wynn, bạn của Trang em chị.

- Có gì không em?

- Em mời chị tham gia nhóm thảo luận về ung thư cổ tử cung nhé?

- Đó là cái gì vậy?

- Cổ tử cung đó chị, chỗ đó dễ bị ung thư.

- Nó có lây không em, mà thảo luận nhóm là sao?

- À, mình sẽ tham gia một nhóm xem tài liệu và nói chuyện về bệnh này để xem mọi người có biết gì về nó không?

- Thôi chị không tham gia đâu, kỳ lắm!

Nhiều người từ chối tham gia nhóm nghiên cứu vì lý do như trên hay lý do rất "lãng xẹt" như "chồng tôi không cho" hoặc "tôi không có rảnh hai tiếng đồng hồ để thảo luận".

Tôi gọi điện, đến nhà gặp, hỏi thăm, email, làm nhiều thứ để mời mọi người tham dự nhóm nghiên cứu. Cuối cùng, tôi cũng kiếm được 30 người. Tôi đăng ký phòng họp ở thư viện thành phố, đặt đồ ăn trưa, in tài liệu, thu âm và chuẩn bị sẵn mọi thứ.

Đến ngày hẹn, chỉ có 25 phụ nữ tham dự. Tôi hơi lo vì sợ không đủ chỉ tiêu số người vì quy định của NCI rất khắt khe. Trong số 26 người dự họp hôm đó, chỉ có một mình tôi là đàn ông. Chợt thấy có chú kia đưa vợ đi dự họp đang đợi bên ngoài, tôi mời chú vào phòng họp cho có thêm đồng minh.

- Thôi tui không vào đâu, ba cái chuyện tử cung, âm đạo của phụ nữ nghe kỳ lắm. - Ông từ chối, rồi hỏi tôi:

- Sao con gan vậy, muốn học làm bác sĩ sao mà lập ra cái nhóm này?

- Dạ, có gì đâu chú. Đây là chương trình sức khỏe của Viện Ung thư Quốc gia mà. Nhưng chú nói cũng đúng, con muốn học làm bác sĩ mà chưa vào được trường Y.

Ngừng một lát, đột nhiên ông hỏi:

- Bà xã chú có bệnh ung thư cổ tử cung không con?

Tôi ú ớ một vài giây rồi nói:

- Dạ con không biết, chú đưa cô đi khám bác sĩ nhé!

NCI có lý khi lập nhóm nghiên cứu về bộ tài liệu bệnh ung thư cổ tử cung cho người Việt tại Mỹ. Lúc bấy giờ, kiến thức về ung thư cổ tử cung trong cộng đồng người châu Á, kể cả Việt Nam, còn rất thấp. Tôi cảm nhận được lỗ hổng kiến thức và những truyền thuyết hư cấu về bệnh này qua buổi nói chuyện với các chị em cô bác trong nhóm. Ví dụ như có bà nói: *"Bệnh ung thư cổ tử cung này chỉ cần ngồi trên lò hơ lửa là hết." "Bệnh này lây dữ lắm à nhe, chồng tui bị lây rồi đó."* - Một chị gốc miền Tây chen vào.

Sau khi viết bài tổng kết, nghe lại băng ghi âm, tôi hoàn thành bảng báo cáo chi tiết. Ba tháng sau, phiên bản chính thức của bộ tài liệu *Bệnh Ung thư cổ tử cung: Những điều phụ nữ Việt Nam cần biết* được phát hành bằng cả tiếng Việt và tiếng Anh.[1]

Tôi cầm quyển sách trong tay đọc đi đọc lại mừng rớt nước mắt như đây là sản phẩm của mình, mặc dù đó là kết quả của cả một nhóm với nhiều chuyên viên và chuyên gia khắp nước Mỹ. Công việc của tôi trong nhóm thử nghiệm tuy nhỏ bé nhưng khiến tôi rất tự hào vì đây là đứa con tinh thần đầu tiên của mình. Những năm gần đây, các nghiên cứu cho thấy người châu Á đã hiểu rõ hơn về căn bệnh ung thư cổ tử cung, tỷ lệ tử vong vì đó đã giảm hơn.

Vừa làm xong bộ tài liệu ung thư cho NCI, tôi được giới thiệu vào làm nghiên cứu tại bệnh viện ung thư St. Mary cũng tại thành phố Grand Rapids, Michigan.

---

[1] NIH Publication No. 05-5732 September 2005.

Sếp của tôi, PGS. BS. Daniel Fitzgerald, là bác sĩ chuyên khoa ngoại ung thư. Ông cũng là người hướng dẫn nghề nghiệp cho tôi sau này, suýt chút thì tôi cũng đi chuyên khoa ngoại ung thư như ông.

Ung thư vú là một trong những loại ung thư phổ biến nhất tại Mỹ. Phẫu thuật cắt bỏ một phần hay toàn bộ vú là một trong những trị liệu chính ở những giai đoạn đầu (I, II hay III) của ung thư. Một trong những chẩn đoán quan trọng nhất trong chữa trị và cắt bỏ khối u vú là xét nghiệm di căn đến hạch bạch huyết đầu tiên xung quanh vú *(sentinel lymph nodes)* vì những hạch này sẽ là nơi đầu tiên tế bào ung thư di căn đến (nếu có). Việc xác định xem có bao nhiêu hạch bị di căn lại dựa vào số lượng hạch bị cắt làm sinh thiết.

Nếu bác sĩ cắt quá nhiều hạch của bệnh nhân ung thư vú để xét nghiệm thì dễ dẫn đến khả năng bệnh nhân sưng phù nề tay do mất hạch và mất khả năng hấp thu dịch. Vì vậy, các phẫu thuật viên ung thư thường tranh luận là nên cắt bao nhiêu hạch (thấp nhất) để có khả năng chẩn đoán (xem có bị di căn hay không) cao nhất. Nghiên cứu của chúng tôi là tìm ra con số tối ưu hạch bị cắt.

Chúng tôi xem các biên bản phẫu thuật trên 353 bệnh nhân trong hai năm và tìm ra chỉ với sinh thiết ba hạch đầu tiên quanh vú, chúng tôi có thể xác nhận di căn ung thư vú đến hạch.

Tôi chưa biết gì về ung thư vú, càng không biết gì về cắt hạch hay đọc biên bản phẫu thuật ung thư. Kiến thức về giải phẫu và các từ chuyên môn tôi cũng không có nhiều. Lúc đầu nhận việc, bác sĩ Daniel đã nói trước với tôi là công việc sẽ vất vả, nhưng tôi không ngờ là quá vất vả, do có quá nhiều thứ tôi không biết.

Công việc chính của tôi là đọc biên bản phẫu thuật, nhập dữ liệu, phân loại và hỗ trợ tính toán thống kê dùng phần mềm. Tôi bắt đầu từ những việc đơn giản nhất như tìm hiểu ung thư vú là gì, các giai đoạn ung thư, cách phân loại, cách mổ lấy khối u vú hay cách mổ lấy hạch bạch huyết. Hằng ngày tôi xem các video trong thư viện bệnh viện hay lên YouTube. Khi xem video, tôi cẩn thận ghi chép các từ chuyên môn mình chưa hiểu. Tôi ngạc nhiên là mình có thể học được rất nhiều thứ qua online. Về sau, tôi tự học quản trị kinh doanh bằng phương pháp tự xem video, bấm nút tạm dừng *(pause)*, ghi chép, rồi xem tiếp.

Cứ mỗi ngày, tôi lái xe gần một giờ lên bệnh viện St Mary để xem sách và đọc tài liệu. Dù công việc nghiên cứu trong khoa phẫu thuật là không công, nhưng tôi rất thích vì công việc này đã mở ra một thế giới mới cho tôi.

Tôi kiên nhẫn đi theo bác sĩ Daniel sau giờ phẫu thuật để học hỏi. Lần đầu tiên, tôi được vào các phòng thảo luận của khoa phẫu thuật, tôi lắng nghe bác sĩ nội trú chuyên khoa ngoại và sinh viên Y khoa nói chuyện. Tôi quan sát cách bác sĩ Daniel "quay" bác sĩ nội trú ngoại tổng hợp qua kỳ thi vấn đáp[1] và thầm ước mình sẽ được ngồi trên chiếc ghế nóng đó.

Bác sĩ Daniel đôi lúc cũng chia sẻ với tôi về cuộc sống riêng của ông, về những khó khăn vất vả sau khi ông làm xong nội trú và nghiên cứu chuyên khoa sâu *(fellowship)*, về gia đình, áp lực công việc và tiền bạc.

Chuyên khoa bác sĩ phẫu thuật ung thư tuy rằng được đánh giá cao trong giới Y khoa, nhưng lương bổng lại rất thấp. Có lần bác sĩ Daniel kể tôi nghe ông được trả chỉ gần 200 đô-la cho một ca mổ ung thư kéo dài bốn tiếng đồng hồ, tôi nghe mà giật mình không tin. Daniel giải thích, tiền công mổ thấp thường do bệnh nhân ung thư có bảo hiểm nghèo hoặc không có bảo hiểm. Daniel cười buồn khi nói về những đồng nghiệp khác đi làm phẫu thuật thẩm mỹ hay phẫu thuật chỉnh hình, nghề mà họ dễ dàng kiếm hàng chục ngàn đô-la cho mỗi ca mổ.

Ban đêm, tôi vẫn tranh thủ làm nghề thông dịch để có thêm thu nhập song song với nghề nghiên cứu. Sau vài tháng mài đũng quần trên thư viện của bệnh viện St. Mary, tôi có thêm một công việc mới, cũng làm nghiên cứu nhưng bên khoa xạ trị của bệnh viện. Bác sĩ Daniel thấy tôi làm việc tốt và công việc cũng sắp xong nên ông có nhã ý muốn giúp tôi có thêm bài báo.

Công việc với bác sĩ Daniel là một trong những công bố Y khoa đầu tay của tôi trên tạp chí *American*

---

[1] Các kỳ thi chứng nhận chuyên khoa ngoại tổng hợp tại Hoa Kỳ có phần thi này.

Surgeon. Ngày tôi có bài viết đăng trên tạp chí, tôi đọc đi đọc lại cả chục lần mặc dù đã thuộc hết các con số thống kê và dữ liệu. Công trình này cũng giúp tôi vào được trường Y, được các thầy cô giáo nhắc đến trong lúc phỏng vấn.

Công trình này cũng khiến tôi yêu ngoại khoa, nhất là khoa phẫu thuật ung thư, vì tôi muốn sau này trở thành bác sĩ giảng dạy như Daniel.

Tôi còn một tin vui khác là công trình tôi làm bên khoa xạ trị cũng được đăng trên tạp chí *American Physicists.* Như vậy, sau một năm làm nghiên cứu, tôi đã có hai công trình công bố và tham gia vào một ấn bản của Viện Ung thư Hoa Kỳ.

Nhờ vậy, tôi đã vào được trường Y.

12

Trở thành bác sĩ hay nha sĩ?

Sau lần thi MCAT đầu tiên thất bại, có lúc tôi nghĩ mình sẽ trở thành nha sĩ.

Năm 2006, tôi đang học lại chương trình Cử nhân Y sinh học tại trường đại học bang Grand Valley, thành phố Allendale, Michigan. Trong lớp tôi có một anh chàng người Mỹ da trắng cao ráo tên Robert, siêng tập gym, bụng sáu múi, cơ bắp vừa phải, ăn mặc thời trang, luôn đeo kính râm bí hiểm.

Những ngày đầu tiên học môn Sinh lý học, tôi ngồi bàn trên cùng gần với Robert. Ra chơi, tôi chào và hỏi thăm Robert vài câu thì mới biết anh chàng này cũng vừa quyết định chuyển nghề như tôi. Trước kia, Robert làm nghề môi giới địa ốc, có một văn phòng nho nhỏ ở vùng Grand Rapids. Công việc kinh doanh địa ốc khó khăn, Robert cảm thấy chán công việc do quá nhiều áp lực và thu nhập bấp bênh.

Cả nhà Robert đều làm bên ngành sức khỏe nên anh cũng bị ảnh hưởng, Anh thử đổi qua ngành này vì muốn có một công việc ổn định và thu nhập tốt. Anh trai Robert là bác sĩ nội khoa trong khi ba của Robert là bác sĩ gia đình. Ba của Robert khuyên anh nên nghỉ làm địa ốc, chuyển qua ngành sức khỏe và ông sẽ chi trả hết học phí nếu Robert chịu đi học.

Robert thử sức với ngành Y khoa nhưng thi MCAT vài lần mà điểm không cao. Trái hẳn với tôi, Robert làm rất tốt phần đọc hiểu, phân tích và viết bài luận trong kỳ thi MCAT nhưng lại bị điểm thấp phần Sinh lý, Vật lý và Sinh hóa. Cuối cùng, Robert quyết định đi học Y khoa ở vùng biển Caribbean gần Cuba phía Nam nước Mỹ.

Nền Y khoa nước Mỹ có nhiều đặc thù. Một trong những điểm đó là gần một phần tư bác sĩ tại Mỹ tốt nghiệp từ các trường Y ngoài nước Mỹ. Các bác sĩ này được gọi là bác sĩ quốc tế IMG *(International Medical Graduate)* để phân biệt với AMG *(American Medical Graduate)* là bác sĩ tốt nghiệp từ trường Y nước Mỹ. Thường thì bác sĩ AMG dễ được nhận vào các chuyên ngành nội trú, có lương cao hơn hay cũng dễ vào các chuyên khoa nghiên cứu sâu *(fellowship)* hơn so với bác sĩ IMG.

Ngành Y khoa tại Mỹ cũng là một ngành nhiều người ước mơ, do nghề bác sĩ luôn cần vì nước Mỹ luôn luôn thiếu bác sĩ. Theo thống kê, số lượng bác sĩ AMG được đào tạo trong nước Mỹ những năm 1970 đến 2010 vẫn thấp hơn nhiều so với số lượng vị trí bác sĩ nội trú cho phép (số lượng và lương bác sĩ nội trú hằng năm do quốc hội Mỹ quyết định). Vì sự chênh lệch này, các bác sĩ quốc tế IMG nhanh chóng nhảy vào thay thế các vị trí bác sĩ nội trú Mỹ còn trống.

Nắm được nhu cầu đào tạo bác sĩ tại Mỹ, vào năm 1975, một nhóm các bác sĩ tại New York đã đến vùng biển Caribbean nắng ấm mua đất. Họ xây dựng một loạt các trường Y khoa tư nhân (như đại học St. George hay đại học Ross) nhận sinh viên Y khoa đầu vào khá dễ dàng. Đây là cơ hội dành cho các sinh viên Hoa Kỳ không vào được các trường Y tại Mỹ. Các trường Y Caribbean có chương trình học gần giống như các trường Y tại Mỹ như hai năm đầu học lý thuyết, thi USMLE Step 1, và hai năm cuối thực hành tại các bệnh viện liên kết trong nước Mỹ.

Sau khi tốt nghiệp từ Caribbean, các sinh viên này sẽ nộp đơn xin vào nội trú, hoàn thành chương trình đào tạo và chứng chỉ hành nghề như các bác sĩ học tại Mỹ. Rủi ro lớn nhất của sinh viên học Y vùng Caribbean là họ sẽ không vào được nội trú Mỹ (trong khi họ thiếu nợ một đống tiền khổng lồ do học phí đắt đỏ của các trường Y vùng Caribbean). Khi đó, tấm bằng MD từ Caribbean sẽ không có giá trị. Nhìn chung, tấm bằng Y khoa tại Mỹ thường không có giá trị nếu không có chứng chỉ nội trú (là tiêu chuẩn ứng viên bắt buộc phải có khi nộp đơn xin bằng hành nghề). Danh xưng "bác sĩ" tại Mỹ chỉ được dành cho bác sĩ có bằng hành nghề, chứ không dành cho người có văn bằng Y khoa.

Tóm lại, trường Y vùng Caribbean được xem như cánh cửa hẹp phía sau để được vào ngành Y tại Mỹ. Những năm sau này, khi thấy nhu cầu học

Y quá cao và kinh doanh giáo dục Y khoa mang lại quá nhiều lợi nhuận, hàng trăm trường Y tư nhân đua nhau mở ra như hoa mùa xuân tại Caribbean. Các đảo quốc Caribbean bé xíu, vốn từng là thuộc địa châu Âu và là các nước nghèo, liên tiếp được đầu tư chuyển đổi thành các thị trấn Y khoa nhỏ xíu nói tiếng Anh với hàng ngàn sinh viên Y khoa ngày đêm đèn sách, mơ ước trở về nước Mỹ trong một tương lai xán lạn.

Robert được ông bố là bác sĩ gia đình đưa đi học tại đại học Saba, một trường Y tư nhân nhỏ nhưng có tiếng vùng Caribbean. Robert học được hai mùa tại đây và nhận ra cơ hội vào lại nội trú Mỹ của anh quá mong manh do điểm học trường Y tại trường Saba của anh quá thấp. Anh quyết định bỏ học, quay về Grand Rapids và đăng ký học Y sinh học tại GVSU để thử vận con đường Nha khoa.

Robert và tôi nhanh chóng trở thành bạn thân vì cả hai cùng vừa đổi nghề, cùng thất nghiệp và cùng khát khao học lại để có một tương lai tốt hơn. Tôi giúp Robert học Sinh hóa và Lý trong khi Robert dạy tôi các kỹ năng mua bán nhà (mà tôi quên hết sau này).

Để vào được chương trình Nha khoa *(DDS, Doctor of Dental Surgery,* hay *DMD, Doctor of Dental Medicine)* tại Mỹ, các ứng viên thường phải có bằng đại học 4 năm, điểm thi DAT *(Dental Admission Test)* cao, làm phỏng vấn giỏi và có một hồ sơ đẹp. Kỳ thi DAT gồm có bốn phần: Kiến thức khoa học tự nhiên Y sinh học *(natural science)*, Khả năng cảm nhận không gian *(perceptual ability)*, Đọc hiểu bài luận *(reading comprehension)* và Toán cơ bản *(quantitative reasoning)*.

Sau khi học xong 4 năm Nha khoa, sinh viên tốt nghiệp có thể ra làm nha sĩ (không cần đi học nội trú) hoặc đi học thêm chuyên khoa sâu như bên Y khoa. Về sau, nhiều nha sĩ chọn đi thêm nội trú để có kinh nghiệm hoặc trở thành nha sĩ chuyên khoa.

Một lần, Robert đang học thi DAT, phần cảm nhận không gian 3D qua các hình chiếu ngang dọc của một vật thể. Robert cứ cầm mấy hình chiếu 2D đưa lên, đưa xuống, đưa qua, đưa lại rồi vò đầu bứt tai. Anh cố gắng phỏng đoán hình 3D nào là hình chiếu của hai tấm hình 2D mà đoán mãi không ra.

Tôi liếc qua bài kiểm tra Robert đang làm và biết ngay đáp án. Thấy vậy, Robert đưa thêm các câu hỏi khó hơn với các hình phức tạp hơn, tôi cũng trả lời các câu hỏi này dễ dàng. Robert há hốc miệng kinh ngạc hỏi tôi:

- Sao mày giỏi vậy?

- Có gì đâu, hồi xưa tao học kiến trúc, làm mấy cái hình 3D còn khó hơn cái này nhiều. - Tôi vui vẻ trả lời.

Quả thật nếu kiến trúc sư nào muốn chuyển nghề làm nha sĩ, khi thi DAT chắc họ sẽ làm tốt vì có nhiều câu hỏi về hình không gian 3D dựng lên từ các hình 2D và ngược lại.

Về sau, tôi hiểu khi nha sĩ làm việc, họ hay dùng kính nhỏ cầm tay hình tròn để xem mặt sau của răng hay làm việc ở phía bên trong hàm răng. Vì vậy, một nha sĩ tương lai cần có khả năng cảm nhận không gian tốt. Bài kiểm tra về kỹ năng không gian của sinh viên là một bài kiểm tra quan trọng để vào trường Nha khoa. Nhiều sinh viên Nha khoa vất vả học đi học lại phần thi này, vì đây là một trong những phần khó nuốt nhất của kỳ thi DAT.

Tôi xếp giấy làm mô hình 3D và dạy Robert cảm nhận không gian bằng mô hình. Robert tiến bộ rất nhanh. Anh thích hẳn cách học này thay vì vẽ hình 2D trên giấy.

Từ đó, tôi trở thành thầy dạy DAT cho Robert. Tôi dạy gần như tất cả từ Sinh, Lý, Hóa đến môn cảm nhận không gian. Riêng phần tiếng Anh thì Robert đã giỏi không cần tôi dạy. Robert trả công tôi dạy học DAT bằng bánh mì Subway (món sau này trở thành món khoái khẩu của tôi) và cà phê Starbucks.

Robert gặp khó khăn về tài chính không kém tôi do anh cũng thất nghiệp. May mắn là Robert được gia đình cho một khoản tiền kha khá để học DAT. Anh lấy số tiền đó mua bánh mì và đồ ăn cho chúng tôi, nhờ vậy mà hai thằng sống sót được mấy mùa học.

Kỳ thi DAT có điểm cao nhất là 30. Điểm DAT 20 thường được xem là điểm khá tốt để vào trường Nha khoa. Trước khi gặp tôi, điểm DAT của Robert chỉ ở khoảng 15-16. Sau ba tháng miệt mài học kèm cùng tôi và tốn kha khá bánh mì Subway, Robert thi DAT được 20 điểm. Năm ấy, anh nộp đơn vào trường Nha khoa nhưng không được nhận ngay vì điểm trung bình (GPA - *Grade Point Average*) khi tốt nghiệp đại học của Robert khá thấp. Robert học thêm một khóa thạc sĩ *(Master)* để cải thiện điểm trung bình GPA. Một năm sau đó, Robert được nhận vào một trường Nha khoa tại Florida.

Robert mừng lắm vì anh không bao giờ nghĩ rằng mình có thể trở thành nha sĩ sau kinh nghiệm học Y khoa buồn tại vùng cướp biển Caribbean.

Gia đình của Robert thì xem tôi như người hùng vì cho rằng tôi là thầy dạy giỏi. Sau này, Robert được nhận vào nội trú Nha khoa tại bệnh viện đại học Yale. Anh lấy vợ cũng là nha sĩ giảng viên đại học Nha khoa Yale và cả hai mở phòng mạch tại Connecticut. Mỗi lần gặp lại Robert, chúng tôi đều nhắc chuyện xưa, những lúc gặm bánh mì Subway học thi hay uống cà phê Starbucks rót nhiều lần *(refill)* để tiết kiệm.

Phần tôi, lúc dạy DAT cho Robert, tôi thử thi DAT và ngạc nhiên vì điểm thi mình khá cao (22 điểm). Với điểm đó và điểm trung bình GPA khá cao, tôi có thể sẽ được nhận vào trường Nha khoa. Tôi hỏi thầy hướng dẫn về nghề nha sĩ thì thầy nói nghề này cũng rất hay và khuyên tôi nên cân nhắc nếu không vào được trường Y.

Lúc ấy, tôi nghĩ nếu mình cứ phải nhìn mãi hàm răng (xấu) của bệnh nhân mỗi ngày chắc sẽ không thú vị lắm. Thêm nữa, lúc còn bé, tôi có ác cảm với ông nha sĩ ở Bạc Liêu do ông nhổ răng tôi đau quá, chích thuốc tê đắng nghét làm tôi nhớ hoài.

Về sau, tôi mới biết là nha sĩ có thể học tiếp thành bác sĩ (chương trình DDS/MD) và thành phẫu thuật viên vùng họng (oral surgeon). Nha sĩ cũng có thể làm được rất nhiều thứ ngoài nhổ răng như làm chuyên khoa tiêm chích giảm đau, làm thẩm mỹ, đi chuyên khoa sâu, hoặc trở thành nha sĩ tư vấn. Các nha sĩ thường mở phòng khám tư và thường giỏi hơn bác sĩ về khoản kinh doanh phòng khám.

Trong lúc Robert học DAT ngày càng cải thiện thì tôi vẫn vất vả với kỳ thi MCAT. Tôi thi mãi điểm vẫn không cao nên nghĩ thôi thì ráng thi thêm một lần nữa. Nếu không được điểm cao thì tôi đành từ bỏ ngành Y khoa và thử nộp đơn bên Nha khoa.

May mắn là lần thi MCAT cuối cùng tôi có điểm khá cao và được nhận vào sáu trường Y khoa của Mỹ.

Vậy là số phận tôi sẽ trở thành bác sĩ chứ không phải nha sĩ.

13

Chọn học chương trình MD hay DO?

Tính ra tôi phải thi MCAT ba lần mới đủ điểm vào trường Y. Cũng nhờ kỳ thi này mà tôi phân biệt rõ ràng hai chương trình Y khoa DO *(Doctorate of Osteopathic Medicine)* và MD *(Doctorate of Medicine)*.[1]

Khi quyết định thử sức với ngành Y, tôi biết mình sẽ phải cải thiện phần tiếng Anh thật nhiều vì đây là phần tôi yếu nhất. Lúc học tại đại học bang Grand Valley, tôi lấy thêm các lớp nâng cao về viết luận và đọc hiểu Anh văn. Tôi cũng học về văn thơ và lịch sử Hoa Kỳ để cải thiện kiến thức xã hội.

Vậy mà kết quả thi MCAT hai lần của tôi đều không như ý.

MCAT là một trong những kỳ thi khó khăn nhất, kéo dài 8 giờ đồng hồ, được chia làm bốn phần chính: Khoa học về Sinh hóa, khoa học về Vật lý,

---

[1] Xin tìm hiểu kỹ hơn ở phần Phụ lục, mục Đào tạo Y khoa ở Mỹ.

đọc hiểu và viết luận văn. MCAT là kỳ thi quốc gia, điểm thi được áp dụng trên cả nước, thậm chí ngoài nước Mỹ (như nước Do Thái và một số nước khác dùng điểm thi này để xét tuyển vào trường Y). Điểm thi MCAT có liên hệ chặt chẽ với điểm thi USMLE (kỳ thi bằng hành nghề bác sĩ tại Mỹ) trong tương lai nên trường Y rất xem trọng kỳ thi này.

Trước kia, thí sinh thi MCAT bằng giấy, sau này kỳ thi tổ chức hoàn toàn trên máy vi tính tại các trung tâm thi trắc nghiệm khắp nước Mỹ.

Kỳ thi MCAT vào năm 2006 được tính điểm bằng cách cộng điểm ở ba môn đầu tiên và thêm điểm bằng chữ cái của môn viết văn (từ điểm J thấp nhất cho đến điểm T cao nhất). Điểm tối đa của mỗi môn là 15, tổng cộng là 45 cho ba môn. Kết quả thi MCAT sẽ là tổng điểm ba môn và một điểm chữ cái, ví dụ như 30S. Sau 2015, kỳ thi MCAT bỏ hẳn phần viết văn và điểm MCAT cũng chuyển qua bảng điểm mới.

Học MCAT có phần tương tự như học ôn thi đại học tại Việt Nam. Thí sinh sẽ phải làm rất nhiều bài thi thử để biết khả năng của mình đến đâu. Phần Sinh hóa là những phần cơ bản đã học ở bậc đại học gồm các kiến thức về Sinh lý học, Sinh học, Sinh học phân tử, Giải phẫu học cơ bản, các kiến thức Hóa hữu cơ và vô cơ. Phần Vật lý và Toán thì không quá chuyên sâu do đề thi chủ yếu nhắm vào mục ứng dụng tính toán.

Phần đọc hiểu tiếng Anh là phần khó nhất, kể cả với sinh viên bản địa, do cách ra bài và chấm điểm. Thường có từ 8-9 đoạn văn nhỏ trong bài thi này. Mỗi đoạn văn nhỏ sẽ có 3-4 câu hỏi. Thường các câu hỏi rất khó do sinh viên phải nắm rõ ý chính của đoạn văn và các câu hỏi nhìn sơ qua sẽ thấy giống nhau.

Ví dụ như ở đoạn văn mô tả trận đánh Waterloo vào tháng 6 năm 1815, trận đánh lịch sử kết thúc cuộc chiến do vua Pháp, Napoleon làm chủ. Trong đoạn văn này, tác giả mô tả cao trào của cuộc chiến liên minh Anh-Đức đánh bại quân Pháp trong những ngày cuối cùng. Câu hỏi cho đoạn văn này không đề cập gì đến việc ai thắng thua mà hỏi về tài lãnh đạo của công tước Wellington (chỉ nhắc một lần trong bài). Người thi phải đọc hiểu rất rõ mới trả lời chính xác câu này.

Vấn đề của phần thi này là thời gian cho đọc hiểu và trả lời quá hạn hẹp, trung bình khoảng 100 giây cho một câu. Thí sinh vừa đọc và trả lời xong chủ đề này thì sẽ phải chuyển nhanh qua chủ đề tiếp theo.

Người đọc phải liên tục chuyển ý và tập trung mới làm tốt phần đọc hiểu. Kỹ năng quản lý thời gian, tóm lược ý chính và phân tích là hai kỹ năng được kiểm tra nhiều trong kỳ thi MCAT do mỗi câu hỏi đều có giới hạn về thời gian.

Thực tế, công việc của một bác sĩ đòi hỏi sự tập trung cao độ, khả năng đọc hiểu nhanh và tóm lược ý. Kỳ thi MCAT như một phép thử xem các ứng viên có thể làm quen và thích ứng với môi trường đầy áp lực sau này hay không.

Lúc làm kiến trúc, tôi cũng học về quản lý thời gian, nhưng khi chuyển qua Y khoa, học MCAT, tôi mới biết cách phân bố ưu tiên và thứ tự đối với công việc cực kỳ quan trọng. Có những tình huống trong Y khoa đòi hỏi người bác sĩ phải hành động ngay lập tức, trong khi có những việc khác có thể chờ một vài giờ hay vài ngày. Thực tế, việc phân bổ và tối ưu hóa công việc là một phần quan trọng giúp bạn thành công trong cuộc sống hiện nay.

Lần thi MCAT đầu tiên, điểm tôi là 20/45 (điểm trung bình vào được trường Y khoa MD là 30/45). Tôi cố học ngày đêm thi lần hai thì được 24 điểm. Điểm này không giúp tôi vào được trường MD nhưng có một trường DO nhận tôi. Có hai hệ thống bằng cấp Y khoa tại Mỹ. Bằng cấp lâu đời nhất là MD và bằng cấp mới ra đời gần hơn là DO.

Vào năm 1874, một bác sĩ Mỹ tên là Andrew Taylor Still thất vọng với cách đào tạo bác sĩ lúc bấy giờ. Ông cho rằng nguyên nhân của mọi bệnh tật xuất xứ từ xương *(osteo)* và lý luận trị liệu nắn chỉnh xương *(osteopathic manipulation)* sẽ giúp chữa trị bệnh tật.

Ông lập ra trường Y khoa (về sau đổi tên là trường A.T Still Health University) dạy về xương và chỉnh xương tại Kirksville, Missouri, cấp bằng DO *(Diplomate of Osteopath)*. Về sau, ngành DO phát triển hơn, được cấp phép chữa bệnh nhiều hơn nhưng vẫn chưa được xem tương đương với MD.

Những năm 1960, Hội Y khoa Hoa Kỳ *(American Medical Association)* có chương trình đổi văn bằng từ DO qua MD khiến phần lớn bác sĩ DO đổi qua bằng MD chỉ với 1 đô-la lệ phí. Chương trình này khiến cho văn bằng DO suýt nữa biến mất. Nhưng một số bác sĩ DO không chịu đổi văn bằng và kiến nghị thay đổi chương trình học bác sĩ DO giống chương trình bác sĩ MD, nhờ vậy mà chương trình bác sĩ DO tồn tại cho đến ngày nay.

Từ những năm 1980, các trường DO mọc lên liên tục do ít có tiêu chuẩn kiểm soát như trường MD. Đa số trường DO là trường tư nên học phí rất đắt. Nhiều người xem học DO như cánh cửa khác để chính thức trở thành bác sĩ tại Mỹ. Ngày nay, chương trình học DO gần như giống hệt MD, ngoại trừ có thêm 400-500 giờ học về nắn chỉnh xương. Chương trình MD thường khó vào hơn DO nên nhiều sinh viên Mỹ chọn học DO nếu không vào được chương trình MD.

Tôi cũng vậy, với điểm MCAT thấp, năm 2006 không có trường MD nào nhận tôi. Chỉ có một trường DO bên West Virginia nhận. Lúc đó tôi mừng như người sắp chết vớ được phao. Tôi định sẽ đi học bác sĩ DO (vì dù sao cũng được gọi là bác sĩ) nhưng nghĩ đến học phí đắt (thường đắt hơn MD) và phần lớn sinh viên tốt nghiệp đi vào chương trình nội trú bác sĩ gia đình hay bác sĩ đa khoa. Thêm nữa, trường DO thường không có hệ thống bệnh viện và chương trình đầu tư nghiên cứu khoa học bài bản như trường MD. Tôi thì lại thích làm nghiên cứu và việc học tại trường MD sẽ hỗ trợ tôi làm nghiên cứu.

Trong khi đó, sinh viên tốt nghiệp từ trường MD có thể đi chuyên khoa nào mình muốn. Trường DO tôi được nhận có học phí khoảng 70.000 đô-la một năm hay 280.000 đô-la tổng cộng 4 năm sau khi ra trường. Với số nợ khổng lồ này, nếu tôi đi làm bác sĩ gia đình thì không biết đến khi nào mới trả hết nợ.

Thêm nữa, chữ DO rất khó giải thích với bệnh nhân, nhất là khi ra nước ngoài hay bị lầm với chữ *osteopath* (là chuyên viên trị liệu) nên tôi không có cảm tình với văn bằng này. Mãi về sau, văn bằng Y khoa DO của Mỹ mới được công nhận ở nhiều nước trên thế giới và bác sĩ với bằng DO được phép hành nghề Y khoa tại nhiều nước trên thế giới. Việt Nam công nhận bằng bác sĩ DO của Mỹ từ năm 1995.

Ngày nay, lằn ranh giữa MD và DO rất mờ nhạt. Nhiều bác sĩ tốt nghiệp từ chương trình bác sĩ DO đi làm chuyên khoa nội trú hoặc chuyên khoa sâu như bác sĩ MD. Chương trình DO là một ví dụ tuyệt vời về cải cách Y khoa và tạo ra sân chơi bình đẳng giữa văn bằng MD và DO. Do sợ bị DO cạnh tranh, các chương trình MD cũng cải tiến và nâng cấp liên tục. Kết quả là ngày nay sinh viên Y khoa (cả MD/DO) được học nhiều hơn và hiệu quả hơn.

Sau một tuần suy nghĩ, tôi quyết định không học DO tại trường Y khoa West Virginia *(West Virginia College of Osteopathic Medicine)* mà quyết tâm ôn thi MCAT lại lần nữa để vào trường MD.

May mắn ở lần thi MCAT cuối cùng, tôi được 29 điểm. Tôi mừng quá, nộp đơn vào các trường MD lần nữa và hồi hộp chờ đợi.

14

“Vì sao em muốn trở thành bác sĩ?”

Sau khi cải thiện điểm MCAT lần ba, tôi được mời đi phỏng vấn tại 9 trường Y trong số 40 trường tôi nộp đơn.

Nước Mỹ có khoảng 125 trường MD lúc tôi nộp đơn, trải rộng khắp 50 tiểu bang. Có những bang không hề có trường Y khoa như Montana hay Wyoming nhưng có những bang có rất nhiều trường Y như New York hay California.

Các trường Y công lập, do vận hành bằng tiền thuế của tiểu bang và liên bang, thường dành ưu ái cho chính công dân của bang đó. Vì tôi ở Michigan nên các trường Y trong bang Michigan sẽ ưu ái cho tôi một chút khi thấy hồ sơ của tôi. Thêm nữa, trường Y nào cũng muốn bác sĩ khi ra trường ở lại tiểu bang đó để phục vụ cho cộng đồng xung quanh. Sinh viên ngoài tiểu bang *(out-of-state)* thường phải đóng học phí đắt hơn gấp hai, ba lần sinh viên trong tiểu bang.

Trường Y khoa đầu tiên gọi tôi phỏng vấn là đại học Y khoa bang Michigan *(Michigan State*

University College of Human Medicine - MSU), là một trường công lập lớn tại bang Michigan. Theo thống kê của trường, có khoảng 3.000 sinh viên nộp đơn cho 180 vị trí trong lớp. Đặc biệt, trường MSU mới xây thêm một chi nhánh tại thành phố Grand Rapids gần nhà tôi nên rất tiện cho việc đi học.

Có hai mô hình phổ biến của trường Y khoa tại Mỹ. Mô hình đầu tiên là một bệnh viện giảng dạy và trường Y khoa kết hợp với một bệnh viện đại học *(university hospital)*, nơi sinh viên Y khoa và bác sĩ nội trú cùng học và thực tập. Trường có mô hình này là trường Y khoa John Hopkins hay trường Y khoa Michigan *(University of Michigan Medical School)*.

Mô hình thứ hai là sinh viên học trường Y tại một khu riêng, sau đó đi thực tập tại các bệnh viện rải rác khắp nơi. Trường có mô hình này là trường Y khoa Harvard, nơi không có bệnh viện đại học riêng. Thay vào đó, sinh viên của trường Y Harvard thực tập tại các bệnh viện liên kết giảng dạy như bệnh viện *Massachusett General Hospital* (MGH) hay *Brigham Women's Hospital* (BWH).

Mỗi mô hình đều có điểm mạnh và yếu. Mô hình đầu tiên yêu cầu tiền vốn cao, đầu tư mạnh và có quỹ đất để phát triển xây rộng. Mô hình thứ hai đòi hỏi kỹ năng quản lý phức tạp do trường Y khoa không làm chủ bệnh viện mà chỉ liên kết với các trung tâm Y khoa để giảng dạy sinh viên và bác sĩ nội trú.

Trường Y khoa bang Michigan *(Michigan State University College of Human Medicine)* thuộc mô hình thứ hai, nơi có một khu học Y khoa riêng biệt và sinh viên sẽ thực tập tại các bệnh viện và phòng khám liên kết trong phần thực hành lâm sàng.

Thông thường, để được gọi phỏng vấn trường Y chương trình MD, các sinh viên phải đạt một số tiêu chuẩn nhất định như điểm trung bình đại học trên 3.6/4.0, điểm MCAT trên 27 (lúc đó), có làm thiện nguyện, tham gia nghiên cứu, viết bài luận hay và có thư giới thiệu tốt. Tôi may mắn vượt qua các tiêu chuẩn vòng ngoài nên được vào sâu hơn. Một số trường Y có thêm một vòng khác là yêu cầu bổ sung *(supplementary application)* sinh viên viết thêm một bài luận nêu lý do tại sao chọn trường này (thay vì trường khác).

Sau khi qua được vòng đầu, phỏng vấn thành công là yếu tố then chốt để sinh viên được nhận vào trường Y.

Về sau, tôi nhận ra kỹ năng đối đáp khi phỏng vấn là một trong những kỹ năng quan trọng nhất của nghề bác sĩ. Kỹ năng phỏng vấn trường Y giúp tôi chuẩn bị các buổi phỏng vấn cho chương trình bác sĩ thực tập, bác sĩ nội trú, bác sĩ nghiên cứu chuyên khoa sâu và cả khi kiếm việc của tôi sau này.

Phỏng vấn trường Y chương trình MD thường kéo dài cả ngày, bắt đầu bằng buổi sáng nghe giới thiệu về trường, điểm mạnh và các đặc thù của trường, bệnh viện thực tập, kết quả nội trú, kết quả thi hành nghề bác sĩ ở Hoa Kỳ USMLE, học phí trong 4 năm, chương trình học chi tiết, đi một vòng thư viện hay giảng đường. Buổi chiều là phỏng vấn ứng viên do từng giảng viên, sinh viên Y khoa, hay nhiều giảng viên cùng phỏng vấn một lúc.

Buổi sáng tôi phỏng vấn tại MSU cũng là lúc bang Michigan đang vào mùa đông. Tuyết bắt đầu rơi nặng hạt. Từ nhà tôi lên trường MSU khoảng hai tiếng lái xe.

Từ 4 giờ 30 sáng, tôi thức dậy, đánh răng, rửa mặt, cạo râu, và chuẩn bị trang phục đi phỏng vấn. Trang phục cho nam sinh viên lúc nào cũng giống nhau với áo sơ mi trắng, vest đậm, quần đen hay xanh, cà vạt ít màu. Trang phục cho nữ thì váy và áo sơ mi trắng. Tôi chỉ có một bộ vest mua từ năm ngoái, mặc hơi rộng do mua đồ giảm giá. Tôi dùng chỉ một bộ vest đi phỏng vấn cho tất cả chín trường Y.

7 giờ sáng, tôi dã đến nơi phỏng vấn. Tôi thường đến sớm giờ để thư thả và đề phòng kẹt xe. Cứ tưởng mình dến sớm, ai dè trong bãi đỗ xe lúc đó có một chiếc xe khác đã đến. Tôi tò mò bước ra nhìn vào trong. Cửa xe mở, một cô gái tóc bạch kim, cũng ngơ ngác bước ra nhìn tôi.

- Xin chào, có phải bạn đến đây để phỏng vấn?

- Đúng rồi, bạn cũng vậy à?

- Vâng, tên tôi là Wynn, bạn tên gì? - Tôi cố tình nói chậm.

- Allyssa. - Cô nàng nói nhanh.

Allyssa sống ở phía Bắc bang Michigan. Cô lái xe ba tiếng xuống đây để phỏng vấn. Đây là buổi phỏng vấn đầu tiên của nàng và cũng như của tôi.

Sau lời chào hỏi ngắn ban đầu, chúng tôi ai nấy chui vội vào xe của mình do tuyết rơi dày hơn.

7 giờ 30, cửa văn phòng mở, có thêm nhiều sinh viên đến tham dự phỏng vấn.

- Vì sao em muốn làm bác sĩ? - Vị phó giáo sư nghiêm mặt hỏi tôi khi ông đọc hồ sơ.

Đây là câu hỏi hóc búa nhất với tôi.

- Em muốn làm bác sĩ vì em muốn ảnh hưởng đến cuộc sống của một ai đó theo hướng tốt đẹp hơn. - Tôi chậm rãi trả lời.

- Thưa thầy, khi ba em qua Mỹ, ba em đã vào bệnh viện trong buổi tối đầu tiên ở Mỹ. Các bác sĩ đã cứu ba em, nhưng quan trọng hơn, các bác sĩ đã thay đổi cách nhìn của em về cuộc sống. Em đã từng không thích các bác sĩ. Sau chuyện của ba, em đã thay đổi cách suy nghĩ.

Tôi dừng lại vài giây cho bớt xúc động vì vẫn còn nhớ cảm giác ở đêm đầu tiên đó.

- Chính các bác sĩ cấp cứu ở bệnh viện Holland đã ảnh hưởng đến em. Và giờ đây, em muốn tạo ra sự ảnh hưởng tích cực như vậy đến người khác. Đó là lý do em muốn trở thành bác sĩ. - Tôi kết thúc trong xúc động.

Sau khi tôi kết thúc vài giây, vị phó giáo sư nói:

- Tôi thích câu trả lời của em.

Ông lại hỏi tiếp một câu khó cho tôi:

- Sao em lại đổi nghề, tôi nghĩ kiến trúc sư vẫn có thể ảnh hưởng tích cực đến người khác mà?

- Vâng, kiến trúc sư vẫn có thể ảnh hưởng tích cực đến người khác. Nhưng em muốn ảnh hưởng về sức khỏe, là thứ quý nhất của con người. Em cũng muốn có một công việc tốt hơn thưa thầy.

Thầy tôi về sau đánh giá tốt câu trả lời của tôi.

Sau này, tôi khuyên sinh viên của tôi khi phỏng vấn trường Y nên trả lời thực lòng, tránh các câu sáo rỗng như *"em muốn giúp người hay em muốn cứu người"*. Thay vào đó, các em nên trả lời dựa trên kinh nghiệm bản thân và những gì đã ảnh hưởng đến quyết định muốn học Y của mình.

Allyssa cũng trả lời rất hay. Cô cho tôi biết ba cô bị ung thư, phát hiện muộn nên mất sớm khi cô 9 tuổi. Cú sốc quá lớn khiến má cô suy sụp và bị trầm cảm. Cô là con một, phải đi làm đủ thứ nghề để kiếm sống giống tôi. Nhìn Allyssa, tôi nghĩ về hàng trăm sinh viên ở vùng quê Việt Nam, chắc cũng rất vất vả, rất cực và có thể đã có người thân mất vì bệnh. Những câu chuyện rất thực này luôn là câu trả lời tốt nhất khi phỏng vấn vào trường Y.

Allyssa chỉ muốn trở thành bác sĩ gia đình để phòng ngừa bệnh tốt hơn cho mọi người. Sau này, tôi biết Allyssa chọn học MSU và trở thành bác sĩ gia đình như cô mong ước.

Những buổi phỏng vấn tiếp theo, tôi rong ruổi khắp bang Michigan, Illinois, rồi xuống Ohio, hay qua đến tận Pennsylvania. Tôi cũng đến trường Y khoa Penn State University ở Hershey, nơi sản xuất Chocolate và kẹo M&M ngọt ngào nổi tiếng mà mùi thơm phả ra lừng khắp khi tôi lái xe trên đường vào khuôn viên trường.

*

Tháng 1 năm 2007, tôi đến Buffalo, New York để phỏng vấn và cuộc phỏng vấn này đã quyết định sự nghiệp Y khoa của tôi.

Ấn tượng của tôi về Buffalo, thành phố lớn thứ hai ở New York là lạnh, buồn và hầu như chỉ có tuyết. Tôi đến phỏng vấn ngay giữa tâm một cơn bão tuyết. Buổi tối hôm trước ngày phỏng vấn, tôi lái chiếc Honda Civic nhỏ bé đến Buffalo để ngủ lại.

Sáng hôm sau, tôi loay hoay tìm bãi đậu xe trên bản đồ trường vì xung quanh tôi chỉ toàn một màu trắng của tuyết. Tìm được chỗ đậu xe xong là 7 giờ 50, thật mừng vì vẫn còn kịp giờ hẹn phỏng vấn lúc 8 giờ. Tôi vội đóng cửa xe, kéo chiếc mũ của áo khoác che đầu tránh tuyết và bước vội vào tòa nhà. Đột nhiên, tôi dừng lại vì thấy dường như có một ai đó đang cố gắng đẩy xe ra khỏi bãi đậu xe trong cơn gió tuyết mịt mù. Tôi bước gần hơn về phía dáng người đang đẩy xe để nhìn cho rõ. Chiếc xe của anh ta mắc kẹt trong đống tuyết to đùng, phần thân trước và hai bên hông của xe bị che lấp, có lẽ do anh ta đậu xe qua đêm.

- Chào anh, anh có cần giúp không? - Tôi hướng về phía anh chàng đang hì hục đẩy xe và la lớn.

- Có, có! - Anh kia cũng la to trả lời.

Tôi bước đến sau xe đẩy phụ anh ta nhưng chiếc xe vẫn cứng đầu chưa chịu ra khỏi lớp tuyết dày đặc. Tuyết bắt đầu rơi nhiều hơn, thành từng đợt theo gió thổi. Tôi và anh kia đứng rất gần nhau nhưng không thấy mặt nhau do bụi tuyết mịt mù. Tôi chợt nảy ra ý định dùng xe tôi kéo xe anh ta ra khỏi bãi tuyết.

- Đợi chút, tôi có ý này. - Tôi nói trong khi anh ta lấy điện thoại gọi bạn tới giúp.

Tôi quay về xe lấy sợi dây đai đen Taekwondo trong thùng sau ra. Tôi hy vọng sợi dây vải đủ mạnh để kéo. Tôi đậu xe thật gần chiếc xe bị kẹt và cẩn thận cột chiếc đai đen nối giữa hai xe. Tuyết vẫn thổi từng cơn vù vù xào xạc bên tai. Hai bàn tay tôi bắt đầu trắng và đau rát. Da mặt tôi bắt đầu cảm nhận sức rát của cơn lạnh.

Tôi nhanh chóng chui vào xe, gạt cần số, chầm chậm lùi xe ra. Chiếc dây đai đen căng cứng như muốn đứt, từ từ kéo chiếc xe Camry ra khỏi vũng tuyết.

- Hay quá, sao anh có sợi dây này? - Anh chàng trầm trồ.

- À, vì tôi học võ. Thôi, tôi phải đi đây vì trễ giờ. - Tôi nhìn đồng hồ thì đã 8 giờ 10 phút.

- Đợi tí, anh là sinh viên ở đây à? - Anh chàng hỏi.

- Không phải, tôi đi phỏng vấn trường Y. - Tôi la to.

- Anh đi sai chỗ rồi, đây không phải là chỗ phỏng vấn trường Y. - Anh chàng đáp lại.

- Hả? Cái gì? - Tôi há hốc mồm trong khi tuyết đang rơi.

- Thôi chết, đã trễ giờ rồi. - Tôi nói.

- Không sao, tôi là sinh viên Y ở đây, để tôi dẫn anh đi. - Anh la to trong cơn gió.

Philip, là tên anh chàng sinh viên năm nhất, dẫn tôi qua bên kia đường vào nơi phỏng vấn. Philip không dừng ở đó, anh đi thẳng vào văn phòng thầy phỏng vấn và kể cho ông thầy nghe câu chuyện tôi đã dừng lại bãi đậu xe hơn 20 phút giữa bão tuyết để giúp anh ấy.

Ông thầy bước ra nhìn tôi đang thở khò khè và người thì ướt át vì tuyết. Thầy chìa tay ra nói:

- Chào mừng em đến Buffalo.

Các câu hỏi phỏng vấn trường Y trở nên dễ dàng khi cả thầy và người phỏng vấn (sinh viên Y khoa năm hai, là bạn của Phillip) đều rất thích tôi.

Hai tuần sau, tôi được nhận vào trường Y này. Mặc dù điểm trung bình của tôi chưa phải là cao nhất. Sau này gặp lại thầy trên trường, ông khen tôi đã giúp người khác hết mình mặc dù biết mình có thể sẽ tới phỏng vấn trễ. Ông nhận tôi vào trường ngay sau buổi phỏng vấn vì cảm thấy tôi sẽ là một bác sĩ tốt. Tôi cũng cảm thấy ấm lòng khi nơi đây dù là bên ngoài tuyết lạnh nhưng ai cũng quan tâm và giúp đỡ cho nhau.

Càng tìm hiểu thêm về trường Y này, tôi càng thêm ấn tượng. Trường Y khoa bang New York có giảng viên đã từng đoạt giải Nobel và nhiều giải thưởng danh giá khác trong và ngoài nước. Trường Y Buffalo cũng có các phát minh Y khoa nổi tiếng về *gene* và sàng lọc bệnh bên khoa nhi. Giảng viên trường là người phát minh ra *camera* nội soi hình viên thuốc để bệnh nhân có thể nuốt vào bụng. Đặc biệt, trường tôi có chương trình lâm sàng ngay từ năm nhất cho sinh viên làm quen với bệnh nhân, cơ hội nghiên cứu dồi dào do đây là trường công lớn nhất New York với tiềm lực tài chính mạnh mẽ.

Tôi đã yêu Buffalo từ ngày đầu tiên như vậy.

Về sau, tôi tự hào đây là trường Y tốt nhất của nước Mỹ, nơi đã xây đắp những nền tảng Y khoa đầu tiên của tôi. Trường Buffalo cũng giúp tôi làm nghiên cứu tại Harvard, gửi tôi đi phỏng vấn nội trú tại những trường Y và bệnh viện hàng đầu nước Mỹ sau này.

15

Người thầy và bệnh nhân đầu tiên ở trường Y

Tin tôi được nhận vào chương trình Tiến sĩ Y khoa *(Doctorate of Medicine)* tại trường Y đại học bang New York làm cả gia đình tôi cực kỳ phấn chấn. Ba má tôi không bao giờ nghĩ rằng con trai mình sau 7 năm qua Mỹ giờ đã có thể bước chân vào ngành được xem là khó nhất và tốt nhất tại Mỹ.

Trường tôi nằm trong hệ thống đại học bang New York, là một trường lớn nằm phía Bắc New York, nơi nổi tiếng có tuyết dày đặc vào mùa đông và món cánh gà Buffalo (Buffalo Wings) thơm lừng. Đây là trường đại học đa ngành, có 13 trường đại học thành viên, trên 35.000 sinh viên, là đại học công lập lớn nhất ở New York. Trường Y tôi học là một trong những trường Y cổ xưa nhất nước Mỹ, thành lập năm 1846.

Từ chỗ tôi ở bang Michigan lên thành phố Buffalo phải lái xe hơn 10 tiếng nếu đi trong nước Mỹ. Tuy nhiên, nếu tôi lái xe đến biên giới Michigan và Canada, băng qua Canada một đoạn, sau đó vào lại Mỹ tại bang New York thì thời gian lái xe chỉ còn 8 tiếng. Tuy phải ra vào biên giới Mỹ hai lần nhưng tôi thích cách đi này hơn vì đường vắng lại còn được ngắm cảnh Canada và Mỹ vào mùa thu đẹp tuyệt vời.

Tôi bắt đầu nhập học vào tháng 8 năm 2007. Chương trình Tiến sĩ Y khoa của trường tôi dạy theo mô-đun *(module)*, trường Y Việt Nam ngày nay hay gọi là đây là "chương trình Harvard."[1] Trong chương trình này, sinh viên học theo hệ cơ quan, kết hợp thực hành lâm sàng sớm. Năm đầu tiên, chúng tôi học các lớp cơ bản, bắt đầu tập đi thăm khám bệnh và làm quen với nghiên cứu. Trường cũng có chương trình MD/PhD (Tiến sĩ Y khoa/Tiến sĩ Khoa học) song song mà sau này tôi xin vào.

Mỗi ngày học của tôi bắt từ 8 giờ sáng trên giảng đường, nghe giảng bài đến trưa. Sau đó tách ra thành từng nhóm nhỏ để học, thảo luận và làm bài tổng kết hay viết báo cáo. Sau một vài tuần, chúng tôi thi và chuyển qua các mô-đun *(module)* kế tiếp. Tốc độ học nhanh và kiến thức cập nhật rất nhiều khiến ai trong lớp cũng phải tập trung cao độ.

Chiều nào học xong về, tôi cũng mệt đến nỗi chỉ muốn lăn ra ngủ nhưng vẫn phải thức căng mắt xem lại bài vở vì cứ vài tuần là có bài kiểm tra. Tôi học liên tục ngày đêm, ăn uống thất thường. Tiếng Anh của

---

[1] Vì trường Y Harvard là trường đi tiên phong trong việc cải cách chương trình Y khoa, đề nghị rút ngắn thời gian học lý thuyết, tăng thời gian gặp bệnh nhân, làm nghiên cứu. Khi học lý thuyết sẽ theo hình thức module, thay vì học từng môn học. Cách học này cho phép liên thông và gắn kết giữa các hệ cơ quan trong cơ thể, tăng tính hiểu biết cho sinh viên.

tôi lại chậm nên học lâu hơn các bạn cùng lớp. Những tháng đầu tiên, tôi sụt gần 5 ký do thức khuya dậy sớm để học. Tôi từng nghe nói học Y rất cực, nhưng giờ nhìn lại phải công nhận đúng là... quá cực.

Kỹ năng tập trung ở GVSU giúp tôi sống sót trong năm đầu tiên ở đây. Tôi không đặt mục tiêu học theo giờ mà chỉ đặt mục tiêu học cho xong hết, y như hồi học ở GVSU. Có những hôm học xong sớm, tôi tự thưởng cho mình ly trà sữa béo ngậy rất đắt (4 đô-la) so với túi tiền sinh viên.

Giải phẫu là một trong những lớp học tôi nhớ mãi trong trường Y. Ở buổi học giải phẫu đầu tiên, nhóm sáu người chúng tôi được giao một xác người còn nguyên vẹn để học. Trước khi bắt đầu mổ, chúng tôi cảm ơn và cầu nguyện trước người hiến xác. Tôi nhắm mắt, tưởng tượng ra người đàn bà này lúc còn trẻ, cô đã từng rất đẹp và có trái tim nhân hậu. Giờ đây, cô chỉ còn là một cái xác lạnh tanh, bộ ngực chảy xuống hai bên nách, da bụng nhăn nhúm sau vài lần sinh nở, tay và chân cô sưng phù đỏ lên do được tiêm hóa chất xử lý. Tôi đặt tay lên vầng trán lạnh tanh của cô cầu nguyện, thầm cảm phục và biết ơn người thầy đầu tiên của mình.

Chúng tôi tìm hiểu cơ thể người bằng cách mổ xác dần dần từ bên ngoài vào trong các hệ và cơ quan theo lịch học. Trong nhóm tôi có ba bạn nữ. Hôm đầu tiên mổ xác, một bạn nữ đã ngất xỉu vì không chịu được mùi và cảnh tử thi bị dốc ngược lên để được xử lý bơm hóa chất. Vậy mà sau này bạn nữ ấy trở thành bác sĩ ngoại khoa ung thư.

Vài tuần sau, chúng tôi đã quen làm bạn với xác người. Nửa đêm các bạn lên phòng xác đông như lễ hội. Có bạn mang loa vào, vừa mở nhạc thính phòng vừa cầm máy cưa hộp sọ ồm ồm, sau đó lại tỉ mỉ mổ tách thùy não trong lúc nghe nhạc rock. Có bạn mím môi, say sưa cắt mỏng từng lát tim đưa vào kính hiển vi xem tổn thương cơ tim trong lúc nghe nhạc qua tai nghe. Càng về gần cuối khóa học, sinh viên ở lại phòng xác học đêm càng nhiều. Mỗi bàn là một nhóm sinh viên vây quanh cái xác đã mổ lấy ra gần hết nội tạng và não, chỉ còn xương, mạch máu và da.

Đến giữa năm nhất, chúng tôi đã mổ xong toàn bộ xác người. Buổi cuối học giải phẫu, chúng tôi làm lễ tri ân, thắp nến và cầu nguyện cho tất cả bệnh nhân hiến xác tại đại giảng đường.

Mùa đông ở Buffalo tuyết trắng xóa lạnh lẽo, gió thổi ào ạt bên ngoài, tôi nhìn hàng trăm ngọn nến li ti như hàng trăm linh hồn của người hiến xác, cảm nhận được sự ấm áp và tình yêu đồng loại cao thượng mà họ đã dành cho nền Y khoa. Sau buổi lễ, tất cả các xác đã giải phẫu xong được hỏa táng, tro được chôn dưới các gốc cây trong khu vườn kỷ niệm của trường Y.

Ngoài mổ xẻ trên xác người thật, nhóm của tôi còn được giao một bộ xương thật để đem về nhà học thêm lúc rảnh rỗi. Cơ thể người có khoảng 206 xương, bao gồm nhiều xương rất nhỏ và ở những vị trí rất khó nhớ. Học xương trên bộ xương khô dễ nhớ hơn trên xác người nên nhiều sinh viên cứ suốt ngày ôm bộ xương lẩm bẩm tên Latin cho dễ thuộc.

Lúc bấy giờ, các trường Y khoa tại New York đều thiếu xác để học giải phẫu, ngoại trừ trường tôi. Chúng tôi may mắn được nhiều người hiến tặng hơn các trường khác, nên có nhiều bộ xương thật để học hơn.

Đến lượt tôi được giao bộ xương đem về nhà. Tôi để nguyên bộ xương bên cạnh giường để học các tên Latin cho dễ nhớ. Cứ vài tuần, tôi lái xe từ Buffalo, New York về Michigan thăm nhà. Một lần khi lái qua Canada, sau đó vào lại biên giới Mỹ, tôi lập tức bị hải quan biên giới hỏi thăm. Lý do là khi quét qua hình ảnh xe tôi, họ phát hiện ra hình dáng bộ xương người phía sau cốp xe. Cũng may là hộp đựng xương có ghi tên trường Y tôi học và tôi cũng có mang theo giấy tờ sinh viên nên được phép về nhà. Lần đó, tôi hiểu ra là chở theo một bộ xương qua biên giới vào nước Mỹ có thể khiến tôi gặp rắc rối to và bị cấm vào nước Mỹ.

Sau môn giải phẫu thú vị, các môn khác lần lượt làm tôi sụt cân và mất ngủ do kiến thức Y khoa bao la như biển cả, tôi học chưa thuộc cái này đã có cái khác đến. Thầy dạy Sinh Hóa nói trung bình 10 năm thì có khoảng phân nửa kiến thức Y khoa mới được cập nhật và thay đổi. Nghĩa là những gì chúng tôi học 10 năm sau chỉ còn đúng một nửa.

Vì vậy, làm bác sĩ là phải học cả đời. Vì lo học quá nhiều và thi liên tục nên sự căng thẳng (stress) và áp lực đè nặng lên mỗi sinh viên. Mụn nổi lên như hoa, mắt thâm quầng như cú và bao tử đau liên miên. Ngoài nỗi lo thi rớt, chúng tôi còn lo hai kỳ thi quan trọng nhất của đời sinh viên là kỳ thi hành nghề bác sĩ Hoa Kỳ (USMLE) bước một vào năm hai và bước hai vào cuối năm ba. Đây là những kỳ thi quan trọng, góp phần quyết định khả năng vào chuyên khoa tương lai của mỗi sinh viên.

Trường Y tại Mỹ cũng rất quan tâm đến sức khỏe của sinh viên, do đây là yêu cầu bắt buộc để các trường được cấp chứng nhận đào tạo. Trường tôi có chương trình hỗ trợ sinh viên về dinh dưỡng, thể chất, tư vấn nghề nghiệp hay cuộc sống, thậm chí có bác sĩ tâm lý hỗ trợ nếu sinh viên học cực quá hay xì trét quá. Trường có đường dây nóng để sinh viên gọi điện than phiền nếu cần.

Có lần một bệnh nhân nữ 18 tuổi bị tâm thần thắt cổ tự tử trong ngày xuất viện, cả nhóm đi trực và lớp tôi bị sốc. Ngay lập tức, trường lập một nhóm hỗ trợ tâm lý cho các sinh viên có liên quan trực tiếp đến bệnh nhân tự tử. Các sinh viên này được theo dõi kỹ để xem có bị chấn thương tâm lý hay không và được nghỉ nếu cần thiết.

*

Nửa năm đầu tiên, chúng tôi được phân công đến các phòng khám gia đình, cứ nửa buổi trong một tuần để làm quen với khám lâm sàng. Cứ thế, đến năm hai lịch đi lâm sàng tăng dần, năm ba và năm tư thì hoàn toàn thực hành lâm sàng. Tiếp xúc lâm sàng ngay từ những ngày đầu học Y cho tôi lợi thế lớn về kỹ năng quan sát và giao tiếp với bệnh nhân. Đây là những kỹ năng cực kỳ quan trọng đối với bất kỳ bác sĩ nào.

Trường Y của chúng tôi có một phòng khám miễn phí, do sinh viên của trường vận hành hoàn toàn. Buffalo là một thành phố có lượng lớn người nhập cư và da màu. Thành phố có nhiều người nghèo không có bảo hiểm sức khỏe. Phòng khám miễn phí Lighthouse của trường Y nơi tôi học chuyên cung cấp các dịch vụ sức khỏe cơ bản như khám tổng quát, tư vấn dinh dưỡng, phát thuốc và tư vấn bệnh tình dục kèm phát bao cao su miễn phí.

Phòng khám do sinh viên năm nhất và năm hai lo những công việc giấy tờ, trong khi sinh viên năm ba và năm tư chịu trách nhiệm khám bệnh. Bác sĩ chính *(attending)* của phòng khám là bác sĩ gia đình, giáo sư chuyên ngành về Lão học. Ngoài ra, phòng khám còn có các bác sĩ nội trú *(resident physician)* và bác sĩ chuyên khoa sâu *(fellowship)* của trường Y giúp sức.

Mỗi ngày thứ tư, tôi hăng hái lái xe đến phòng khám lúc 6 giờ chiều và ở lại đây cho đến tối mịt. Nơi đây, tôi học được nhiều thứ không thể tìm thấy tại các bệnh viện sang trọng, đầy đủ máy móc. Tôi sớm nhận ra rằng người nghèo khi bệnh thường sẽ bệnh nặng và khó chữa hơn bệnh nhân có điều kiện.

Có một bệnh nhân da màu dân nhập cư từ Venezuela, tầm 20 tuổi, khi đến gặp tôi đã có trên 10 loại bệnh mạn tính gồm cao huyết áp, *gout*, mỡ trong máu cao, thiếu máu, suy thận, suy tim, viêm da, tắc phổi mạn tính và viêm gan siêu vi B. Tôi chỉ gặp anh thêm hai lần rồi anh mất do đột quỵ. Tôi chợt nhớ ra mình cũng là dân nhập cư như anh nhưng có phần may mắn hơn khi được đi học.

Cứ thế, tôi làm tại phòng khám Lighthouse thường xuyên hơn, đến năm hai tôi trở thành một trong những quản lý phòng khám. Năm ba và năm cuối, tôi tiếp tục trở lại khám bệnh giúp các đàn em sinh viên. Về sau, tôi phát triển phòng khám miễn phí VietMD tại Detroit, Michigan dựa trên mô hình phòng khám Lighthouse của trường Y khoa Buffalo. Cũng trong giữa năm nhất, tôi lập ra tổ chức phi lợi nhuận VietMD một cách rất tình cờ. Lúc ấy, bác sĩ hướng dẫn lâm sàng của tôi là người Ấn Độ. Tôi hỏi anh học Y khoa ở đâu.

- Tôi học ở Ấn Độ.

- Ấn Độ? - Tôi ngạc nhiên.

- Dúng vậy, tôi học Y ở Ấn Độ nhưng đã nhắm vào nội trú Mỹ từ những năm đầu tiên.

Anh hào hứng kể tiếp:

- Sinh viên Y khoa nào ở Ấn Độ cũng ước mơ đi Mỹ làm nội trú vì làm xong có thể được cấp thẻ xanh ở lại Mỹ, lương cao mấy trăm ngàn. Nói chung, vào được nội trú Mỹ là cơ hội đổi đời cho bất kỳ bác sĩ nào trên thế giới. - Anh kết luận.

"Nếu bác sĩ Ấn Độ làm được thì tại sao bác sĩ Việt Nam không làm được?" - Tôi tự hỏi.

Về nhà, tôi tìm hiểu chương trình nội trú Mỹ, cách học cho kỳ thi hành nghề bác sĩ Hoa Kỳ (USMLE), cách nộp đơn xin vào nội trú chuyên khoa và cách phỏng vấn vào nội trú. Tôi lập ra tổ chức VietMD (lúc đó có tên là *VMGUS - Vietnamese Medical Graduates to US*) nhằm hỗ trợ các bác sĩ và sinh viên Y khoa Việt Nam tìm hiểu về việc trở thành bác sĩ nội trú ở Mỹ.

Về sau, VietMD phát triển thành một tổ chức phi lợi nhuận của tiểu bang và liên bang, có phòng khám miễn phí, chuyên dạy sinh viên và bác sĩ tiếng Anh chuyên ngành, kỹ năng mềm và hướng dẫn vào nội trú Mỹ với trên 3.000 thành viên khắp thế giới.

16

Từ căn phòng lab chật chội và ngã rẽ Harvard: Học MD hay MD/PhD?

Giữa năm nhất trường Y, tôi bắt đầu suy nghĩ về chuyên khoa tương lai của mình. Tôi đã làm nghiên cứu về ung thư một năm trước khi học Y khoa nên cũng biết chút ít về chuyên khoa này.

Tôi vừa thích vừa ghét ung thư. Thích vì bệnh lý ung thư rất thú vị, vừa có suy luận logic, vừa cần kiến thức khoa học cơ bản, vừa cần kiến thức lâm sàng, một chút tâm lý và cả tâm linh. Cách chữa bệnh ung thư thì phong phú, có thể dùng thuốc hóa trị, xạ trị, can thiệp và phẫu thuật. Thêm nữa, các nghiên cứu ung thư luôn cập nhật. Quan trọng nhất là bệnh nhân ung thư cực kỳ dễ thương. Họ luôn tôn trọng bác sĩ. Bù lại, tôi ghét khoa này vì nhiều bệnh nhân ung thư tôi gặp chỉ một thời gian ngắn là mất.

Tôi chưa biết những chuyên khoa khác như thế nào, chỉ nghe nói từ bạn bè và đàn anh đi trước nên chọn các chuyên khoa dẫn đến "con đường" hạnh phúc - "ROAD", là tập hợp những chữ cái đầu của *Radiology* (Chẩn đoán hình ảnh), *Ophthalmology* (Nhãn khoa), *Anesthesia* (Gây mê) và *Dermatology* (Da liễu). Các chuyên khoa này dễ kiếm được việc, công việc nhàn hạ, lương cao. Nhìn chung, sinh viên Y khoa tại Mỹ khá thực dụng. Họ chọn chuyên khoa dựa vào những yếu tố rất thực tế như chất lượng cuộc sống và tiền lương.

Tôi nghĩ, trên đời này không có việc gì là nhàn hạ, lương cao mà không kèm theo những điều kiện khác. Có câu *"There is no free lunch"* (không có bữa trưa nào là miễn phí), tôi lại càng thấy câu đó đúng trong Y khoa. Một chuyên khoa cho dù mang tiếng là *"nhàn hạ"* nhưng cũng có thể rất khổ cực và áp lực bên trong mà người ngoài ngành thường không thấy được. Về sau, khi đi làm tôi càng thấy câu *"nhàn hạ đi đôi với nhiều tiền"* trong Y khoa là không có.

Tôi muốn mình phải tìm hiểu thật kỹ các chuyên khoa trước khi quyết định chọn chuyên khoa nào.

Như các bạn cùng lớp, tôi thay đổi ý định đi chuyên khoa tương lai của mình theo cảm giác mỗi ngày. Buổi sáng thích khoa phẫu thuật tạo hình, buổi chiều lại muốn đi khoa ung thư, đêm suy ngẫm lại muốn chọn khoa phẫu thuật ung bướu (là chuyên khoa của sếp nghiên cứu hồi xưa).

Tôi cũng thích khoa nhi, vì nhìn bệnh nhân nhi thật dễ thương và hồn nhiên, mang đến cho tôi cảm giác nhẹ nhàng, trái ngược hoàn toàn với ung thư. Tôi chỉ sợ hãi khoa nhi vào những năm cuối trường Y khi một mình đối diện với các bà mẹ cọp *(tiger mother)* chăm sóc con quá kỹ đến nỗi gay gắt cãi lời bác sĩ.

Tôi dành ba tháng hè giữa năm nhất và năm hai để làm nghiên cứu hoặc đi học ở những bệnh viện khác. Vào tháng một, chúng tôi bắt đầu nộp đơn xin học bổng cho kỳ hè. Trường cung cấp cho chúng tôi một danh sách dài những học bổng và chương trình sinh viên có thể xin tài trợ.

Tôi viết một bài luận khá dài đại ý là tôi đang khó khăn về tài chính, cần học bổng để nghiên cứu và phát triển chuyên khoa (tùy theo chỗ tôi nộp đơn) và một lá thư giới thiệu từ người hướng dẫn *(advisor)*. Tôi cũng nộp đơn xin các học bổng cho nhiều tiền nhất để có thể đi học tại những thành phố đắt đỏ và các bệnh viện lớn.

May mắn mỉm cười khi tôi được Quỹ học bổng của Viện Nhi khoa Hoa Kỳ *(American Academy of Pediatrics)* cho tiền để làm nghiên cứu và đi học. Trong bài luận nộp cho tổ chức này, tôi viết về ung thư và thể hiện mong muốn tìm hiểu kỹ hơn về ung thư trong khoa nhi. Tôi càng may mắn hơn khi được nhận vào bệnh viện nhi khoa Boston, trường Y khoa Harvard.

Mùa hè năm đó, tôi khăn gói từ Buffalo xuống Boston, bắt đầu một chuyến đi làm thay đổi hoàn toàn cách nhìn của tôi về khoa nhi và hướng nghiên cứu của tôi sau này.

***

Cuộc sống ở Boston rất đắt đỏ. Giá thuê căn hộ một phòng ngủ lúc đó gần 1.400 đô-la một tháng. Tôi may mắn chia phòng với bạn cùng lớp cũng được nhận học bổng ở Boston nên chỉ phải trả khoảng 700 đô-la một tháng. Chỗ tôi ở trọ là phía nam thành phố Boston, phải đi tổng cộng ba chuyến xe buýt với xe điện ngầm, mất gần một tiếng mới đến bệnh viện nhi khoa Boston và trường Y Harvard tại khu Longwood để làm việc.

Tôi chọn đi xe buýt vì Boston có rất ít chỗ đậu xe và kẹt đường là chuyện thường xuyên mỗi ngày. Đi xe ô tô tại đây còn chậm hơn đi xe buýt và xe điện ngầm nên đa số sinh viên đều chọn đi phương tiện công cộng. Tuy nhiên, sau này dọn qua Los Angeles tôi mới thấy Boston còn phải bái Los Angeles làm "sư phụ" về mức độ kẹt xe.

Ngày đầu tiên lên phòng lab của bà sếp người Hoa (Phó giáo sư 1 - *Assistant Professor* của trường Harvard), tôi choáng ngợp vì có nhiều sinh viên và nghiên cứu sinh sau tiến sĩ (postdoc) đang chen chúc trong một khu vực lab nhỏ xíu. Tôi đã lên nhiều phòng lab của trường Y khoa tại Buffalo nhưng chưa bao giờ thấy lab nào chật chội như thế này. Tôi nhẩm tính phải trên 12 người ngồi chen chúc trong các hộp vuông *(cubical)*, phòng thí nghiệm *(laboratory)*, khu vực nhuộm, khu tiểu phẫu chuột, đan xen giữa đủ thứ máy móc, máy tính và một núi tài liệu.

Đa số nghiên cứu sinh sau tiến sĩ *(postdoc)* là bác sĩ hoặc tiến sĩ đến từ Trung Quốc. Họ đến đây thông qua quen biết với bà sếp. Dù không có nhiều thiện cảm với người Trung Quốc, nhưng tôi rất khâm phục tinh thần đoàn kết và tính tương trợ của nhóm người Trung Quốc tại lab. Tính ra, tôi là người châu Á duy nhất không biết nói tiếng Hoa vì cả lab ai cũng nói được tiếng Hoa.

Tôi được giao một đống tài liệu để đọc và được anh trưởng nhóm tên Chen (là tiến sĩ, bác sĩ bên Trung Quốc) dạy các kỹ thuật lab cơ bản như làm DNA-PCR, RNA-rt-PCR, Western Blot. Anh cũng dạy tôi cách cắt não chuột đông đá để làm sinh thiết. Trước kia Chen là bác sĩ phẫu thuật não bên Trung Quốc, giờ anh bỏ hết qua đây, ban ngày làm lab, ban đêm học lấy bằng hành nghề bác sĩ Hoa Kỳ (USMLE) để xin vào lại nội trú chuyên khoa.

Nhóm nghiên cứu của bà sếp tôi chuyên về phân tích chức năng của một loại protein trong não tên là GPR56, đóng vai trò quan trọng trong việc phát triển tế bào thần kinh. Lab của bà nuôi rất nhiều chuột. Bà tạo ra các đột biến gen liên quan đến GPR56 và sau đó lấy não chuột ra phân tích xem các tế bào thần kinh phát triển như thế nào nếu các gen này bị đột biến.

Do hướng nghiên cứu của bà đang hợp thời nên có nhiều nhà tài trợ quan tâm. Vì vậy, công việc lấy dữ liệu và phân tích luôn phải chạy theo thời gian để kịp tiến độ. Mỗi tuần, chúng tôi đều phải cố làm cho kịp hạn nộp (lấy mẫu bao nhiêu con chuột, nhuộm phẩm huỳnh quang - *immunofluorescence* bao nhiêu miếng, tạo ra bao nhiêu hình) để kịp cập nhật báo cáo cho bà sếp đi xin tiền tài trợ *(grant)*.

Tôi ngồi hàng giờ trên máy cắt mô não chuột, tỉ mỉ lấy từng mẫu não chuột đã đóng băng ra và cắt các lớp cực kỳ mỏng để ép lên slide kính. Nếu cắt lát quá mỏng, khi băng vừa tan thì mẫu mô não cũng teo và mất đi. Nếu cắt lát quá dày sẽ không thể ép mô não lên miếng kính để nhuộm phẩm màu. Nếu cắt quá nhanh, mẫu sẽ bị xoắn vào nhau. Nếu cắt quá chậm, mẫu sẽ bị dính vào lưỡi dao. Nói tóm lại, tôi phải cắt não chuột đông lạnh ở một tốc độ vừa phải với độ dày vừa đủ.

Những lần cắt đầu tiên, tôi làm sai gần chục cái. Tôi phải bỏ hẳn vài bộ não khiến nhóm trưởng Chen hơi bực mình. Anh rất lo vì nuôi một con chuột đã khó, lấy não ra càng khó hơn, vậy mà đến lúc tôi cắt não thì mẫu bị hư.

Tôi nghĩ ra cách lấy các mô khác của chuột để tập cắt. Tôi luyện tập để hai tay mình có sự nhịp nhàng và tốc độ vừa phải. Có những hôm, tôi ngồi lại lab làm đến tối mịt mới về nhà. Sau một tháng, tôi đã bắt đầu cắt thành công các mô não. Các slide do tôi cắt nhuộm phẩm màu xanh đỏ lên hình rất đẹp. Đến cuối tháng thứ hai, tôi cắt còn nhanh hơn cả nhóm trưởng Chen.

Công việc tưởng chừng như rất chán này dạy tôi nhiều điều về nghiên cứu cơ bản, nhất là làm trong phòng lab. Tôi học được tầm nhìn của trưởng lab (PI - *Principal Investigator*) cực kỳ quan trọng, trưởng lab phải đón được xu hướng nghiên cứu để chọn hướng đi mang lại nhiều tiền và bài viết công bố nhất.

Trong nghiên cứu, bài viết được công bố là yếu tố quyết định sống còn của một nhà khoa học, nhất là công bố trên các tạp chí có chỉ số ảnh hưởng *(Impact Factor)* cao như *Science* hay *Nature*. Sau này, tôi còn biết thêm là tại Harvard, áp lực từ Phó giáo sư 1 *(Assistant Professor)* lên Phó giáo sư 2 *(Associate Professor)* hay Giáo sư *(Full Professor)* cực kỳ cao. Bà sếp của tôi phải mất 11 năm rưỡi cùng hơn chục bài khoa học công bố trên những tạp chí hàng đầu mới từ Phó giáo sư 1 lên được Phó giáo sư 2. Lúc mới hoàn thành chuyên khoa sâu *(Fellowship)* về sơ sinh, bà sếp phải làm 3 năm ở bậc giảng viên đại học *(Instructor)*. Sau đó, bà công bố gần chục bài nghiên cứu mới lên được Phó giáo sư 1 - bậc ngạch giáo sư đầu tiên trong giảng dạy Y khoa tại Hoa Kỳ.

Bà sếp người Hoa của tôi làm việc rất cực. Buổi sáng vào đã thấy bà ở lab và buổi tối tôi về muộn vẫn thấy phòng bà sáng đèn. Bà dành hơn phân nửa thời gian viết báo và làm lab. Bà chỉ lên bệnh viện khám khoảng một phần ba thời gian. Bà có hai con nhỏ và chồng cũng làm nghiên cứu. Tôi tự hỏi với thời gian làm việc như vậy thì bà có thời gian cho con cái không? Tôi nghe Chen nói chồng bà cũng là nghiên cứu sinh nên không có thời gian cho con.

Tại phòng lab này, tôi thấy rõ công việc nghiên cứu không phải màu hồng như thường nghe hay đọc trên báo. Thay vào đó là vòng tròn làm việc và áp lực liên tục để chạy kịp hạn nộp *(deadline)*, tạo và phân tích dữ liệu, xuất bản và xin tiền tài trợ *(grant)*.

Điểm thứ hai tôi học được rất nhanh là làm nghiên cứu không có tiền và rất khó xin tiền thiên hạ. Bà sếp của tôi, tuy là một nhà nghiên cứu rất giỏi, nhưng rất vất vả để xin tài trợ. Có lần họp lab, bà bị căng thẳng (stress) đến nỗi la mắng người trưởng nhóm vì dữ liệu không thu thập kịp để đưa vào đơn xin tiền.

Việc xin được tiền tùy thuộc rất nhiều vào chất lượng bài viết công bố nhưng cũng dựa vào mối quan hệ và nhiều yếu tố khác như độ nóng (hot) và thời sự của đề tài nghiên cứu. Thêm nữa, nhi khoa là một chuyên khoa ít tiền hơn so với các chuyên khoa khác nên việc xin tài trợ càng khó khăn. Các khoa khác như ung thư, tim mạch, phẫu thuật thường dễ xin tài trợ hơn do có nhiều tiền và nhận được nhiều sự quan tâm của xã hội hơn.

Cuối mùa hè năm ấy, anh trưởng nhóm Chen xin nghỉ việc vì công việc quá nhiều mà tiền lương nghiên cứu sinh của anh không đủ trang trải cuộc sống. Vợ anh vừa sinh con thứ hai, anh không thể lo đầy đủ cho gia đình bốn người vì cuộc sống ở Boston quá đắt đỏ. Anh sẽ dọn qua bang North Carolina với mức lương khá hơn và vật giá rẻ hơn nhiều so với nơi đây.

Anh tâm sự với tôi về những ngày huy hoàng ở Trung Quốc khi anh đứng mổ chính trong những ca khó nhất, kiếm được kha khá tiền ở chuyên khoa phẫu thuật thần kinh. Tuy vậy, anh không hề hối tiếc khi qua đây vì anh biết các con anh sau này sẽ có cơ hội học tập tốt. Nhìn một tiến sĩ, bác sĩ mái tóc hoa râm phải dọn đi bang khác kiếm sống, tôi thấy chạnh lòng cho cuộc sống cạnh tranh tại Harvard.

Điểm thứ ba, quan trọng nhất, mà tôi học được là tôi rất thích nghiên cứu. Lần đầu tiên sau nhiều năm, tôi ngồi hàng giờ trong phòng lab vẽ các biểu đồ, các tính toán và giả thuyết. Càng về sau, tôi nhận ra làm bác sĩ giỏi phải thích nghiên cứu vì đây là cách tốt nhất giúp mình có đầu óc phản biện và tư duy logic.

Điểm khác tôi học thêm tại Harvard là văn hóa và tư duy của thế giới rộng và sâu không giới hạn. Vào cuối tuần, sinh viên lab chúng tôi thường đi chơi với sinh viên MIT *(Massachusetts Institute of Technology)* và Harvard. Do Boston là nam châm học thức của thế giới nên tất cả những học giả giỏi nhất đều tụ về đây để trao đổi học thuật. Tôi có cảm giác như mình đang ở trong đại hội quần hùng võ lâm, nơi các đại cao thủ liên tục xuất hiện với các chiêu thức biến hóa khôn lường.

Tôi có quen vài nghiên cứu sinh người Đức nên học thêm được cách pha chế và nếm bia của họ. Tôi có nói chuyện với vài sinh viên người Hàn Quốc làm nghiên cứu sinh sau tiến sĩ *(postdoc)* tại MIT, họ thể hiện rõ nhiệt huyết muốn quay về Hàn Quốc để xây dựng Samsung thành tập đoàn số một thế giới. Lúc ấy Apple mới cho ra iPhone đầu tiên và Samsung vẫn chưa cho ra lò Galaxy hoặc dòng S

Galaxy. Một lần nữa, tôi nhận ra nếu mình ở chung với những người giỏi thì mình cũng sẽ giỏi hơn.

Ai đó nói với tôi là: *"Hãy kể tôi nghe năm người bạn thường xuyên nói chuyện nhất tôi sẽ nói bạn biết bạn là ai."* Tôi ngồi kể ra năm người bạn lúc ấy tôi nói chuyện thường xuyên nhất là Chen và đám sinh viên MIT/Harvard. Nhìn vào danh sách này, tôi tưởng mình giỏi thật.

Tháng thứ ba làm tại lab, tôi tâm sự với bà sếp người Trung Quốc về mong muốn đi sâu hơn trong nghiên cứu. Bà ủng hộ tôi ngay lập tức. Bà khen tôi học các kỹ thuật lab nhanh và cắt não chuyên nghiệp như cắt bánh sinh nhật, chắc bà nhớ chuyện tôi làm ở nhà hàng Trung Quốc. Bà nói nếu tôi muốn đi nội trú nhi khoa tại Harvard sau này thì nói cho bà biết.

Sinh viên Y khoa ai đi làm nghiên cứu cũng chỉ mong có một lá thư giới thiệu tuyệt vời để xin vào nội trú hoặc làm nghiên cứu sau này. Bà sếp người Trung Quốc hiểu ý tôi nên trước khi tôi đề cập, bà nói sẽ viết cho tôi một lá thư giới thiệu tốt.

- Nếu em thích nghiên cứu vậy, sao em không học MD/PhD (Tiến sĩ Y khoa/Tiến sĩ Khoa học) luôn? Tôi sẽ gọi điện giới thiệu cho em nếu cần.

Tôi mừng quá, vậy là chuyến đi Boston thành công. Tôi quay về trường Y, gặp lại người hướng dẫn, cũng là nghiên cứu viên chính (PI - *Principal Investigator*) bên thần kinh nhi khoa. Tôi nói ý định học MD/PhD cho ông nghe. Thầy tôi tuy là bác sĩ nhưng có trên 200 bài báo quốc tế. Ông hẹn gặp tôi một tuần sau và yêu cầu tôi gửi các bảng điểm, điểm thi MCAT, điểm đại học, các bài nghiên cứu của tôi và thư giới thiệu của bà sếp Trung Quốc.

Tuần sau đó gặp thầy, ông nói có thể nhận tôi vào chỗ lab của ông để học PhD thêm 3-4 năm nữa. Thời gian để tôi suy nghĩ là 2 tuần, vì giờ đây tôi đã vào năm thứ hai của chương trình MD, tôi phải quyết định sớm để năm sau (năm thứ ba) tôi sẽ chuyển qua học PhD trong 3-4 năm rồi quay lại hoàn thành MD trong 2 năm cuối (tổng cộng 7-8 năm).

Nói chuyện với thầy hướng dẫn xong, tôi ra về với cảm xúc lẫn lộn. Tôi xin gặp một bác sĩ nội trú xạ trị ung thư cũng là dân từng học MD/PhD để hỏi ý kiến.

- Nếu em đi MD/PhD thì khả năng vào được nội trú những chuyên khoa khó vào của em có tăng thêm hay không?

Tôi hỏi, dù lúc đó chưa biết chắc sẽ đi chuyên khoa nào nhưng tôi muốn biết khả năng cao nhất vào nội trú của mình là gì.

- Có, nhưng không nhiều. - Anh bác sĩ nội trú chuyên khoa xạ trị điềm tĩnh trả lời.

Anh nói, MD/PhD chỉ dành cho những ai thật sự chuyên tâm về khoa bảng vì 3-4 năm là một khoảng thời gian dài. Giờ đây, anh hơi tiếc vì mất 4 năm để làm PhD, nghĩa là mất hơn 2 triệu USD (4 năm thu nhập của một bác sĩ ung thư xạ trị). Anh nói nếu được làm lại, anh sẽ không chọn MD/PhD. Nếu tôi thích làm nghiên cứu thì tấm bằng MD đã mang đến cho tôi đủ cơ hội.

Nghe anh nói mất hơn 2 triệu USD vì học PhD, tôi tỉnh người vì nhận ra mỗi năm làm bác sĩ là một năm có thu nhập cao. Tôi ước tính nếu chỉ làm bác sĩ gia đình thì 4 năm PhD cũng khiến tôi mất gần 1 triệu USD. Nghĩ đến khoản nợ học Y, rồi nghĩ đến gia đình vẫn còn khó khăn, nghĩ đến má tôi và chị tôi đang làm việc cực khổ và ba tôi thì đang bị bệnh, tôi quyết định không học MD/PhD nữa và chỉ mong sớm xong chương trình MD.

Nhiều năm sau, tôi vẫn hay nghĩ đến quyết định này và không biết mình có làm đúng hay không. Nhưng tôi biết chắc rằng đam mê nghiên cứu của tôi không hề thay đổi.

17

Chọn chuyên khoa sau 16 tiếng mổ

Tôi bắt đầu muốn trở thành phẫu thuật viên (bác sĩ chuyên khoa ngoại) khi học xong năm nhất trường Y, nhất là sau khi tôi đạt kết quả tốt ở môn giải phẫu học. Sau chuyến đi Harvard và chọn học MD thay vì MD/PhD, tôi bắt đầu tìm hiểu kỹ hơn về phẫu thuật và các chuyên khoa sâu trong phẫu thuật.

Phẫu thuật là một ngành đòi hỏi nhiều kỹ năng, từ đôi bàn tay khéo léo, sự tỉ mỉ kiên nhẫn, tính kỷ luật, cho đến sức khỏe tuyệt vời để mổ. Đặc biệt, nghề phẫu thuật đòi hỏi phải có nền tảng kiến thức nội khoa vững chắc để trở thành một bác sĩ giỏi. Vì vậy, thời gian đào tạo bác sĩ phẫu thuật bao giờ cũng lâu nhất.

Chương trình nội trú phẫu thuật tại Mỹ kéo dài ít nhất 5 năm đối với chương trình phẫu thuật tổng quát *(general surgery)*, 7 năm đối với phẫu thuật thần kinh *(neurosurgery)*. Các bác sĩ sau khi xong nội trú ngoại tổng quát thường làm thêm 1-3 năm chuyên khoa sâu như phẫu thuật ung thư (2 năm), vú (1 năm), phẫu thuật chỉnh hình (2-3 năm). Vì vậy, nếu chọn đi phẫu thuật, tôi biết mình sẽ mất ít nhất tổng cộng 6-8 năm nội trú và làm chuyên khoa sâu *(fellowship)*. Đây cũng là một lý do khác tôi không chọn MD/PhD vì thời gian làm nội trú chuyên khoa ngoại quá lâu.

Trường tôi có các nhóm chuyên khoa cho sinh viên tham gia tìm hiểu như nhóm phẫu thuật, nhi khoa, da liễu, sản phụ khoa, hay chẩn đoán hình ảnh. Với mong muốn trở thành bác sĩ ngoại khoa, việc đầu tiên tôi làm là lấy cuộc hẹn với thầy trưởng khoa phẫu thuật. Ông nhìn tôi hỏi:

- Tại sao em quan tâm đến phẫu thuật?

- Em thích sửa chữa mọi thứ. Em từng làm nhiều mô hình kiến trúc nhỏ xíu và muốn tìm hiểu xem phẫu thuật có hợp với mình không?

- Okay.

Thầy trưởng khoa phẫu thuật giới thiệu tôi với bác sĩ nội trú trưởng *(chief surgical resident)* và cho tôi vào nhóm sinh viên yêu thích khoa ngoại *(surgical interested group)*.

Năm hai trường Y, tôi bắt đầu theo bác sĩ nội trú ngoại khoa thăm khám sau mổ. Tôi nhanh chóng nhận ra bác sĩ nội trú ngoại khoa có cuộc sống khổ nhất trong tất cả các chuyên khoa. Thường các anh chị bác sĩ nội trú phải dậy từ sáng sớm thăm khám bệnh nhân trước khi mổ, sau đó vào phòng mổ làm việc liên tục đến chiều. Giờ nghỉ trưa hoặc giờ trống giữa các ca mổ thì các anh chị tranh thủ ăn, thảo luận các ca khó, tư vấn cho các chuyên khoa khác và học bài.

Đến tối họ còn thăm khám bệnh nhân sau khi mổ, về nhà vẫn phải trực mổ hay trực điện thoại. Sau này, khi học năm cuối trường Y, tôi có dịp thử làm bác sĩ thực tập khoa ngoại, qua đó càng thấm sức chịu đựng dẻo dai của các anh chị nội trú ngoại khoa.

*

Giữa năm hai chương trình MD, tôi bắt đầu được vào phòng mổ, tiếp xúc với các điều dưỡng và bác sĩ gây mê. Đây thường là hai cơn ác mộng với sinh viên Y khoa khi mới vừa vào phòng mổ.

Ngày đầu tiên vào phòng mổ, tôi được bác sĩ nội trú gốc Ấn Độ Ajay chỉ cho cách rửa tay cặn kẽ đúng giờ. Anh bắt tôi hát hết bài *Happy Birthday* thì mới rửa xong hai bàn tay, hướng dẫn tôi cách kỳ cọ từng ngõ ngách móng tay, và thực tập cách mặc áo mổ trước khi vào phụ mổ. Anh dặn kỹ khi tôi khoác áo mổ rồi thì nên giữ hai bàn tay ở bên trong ống tay áo, đợi điều dưỡng đưa găng tay mới đưa tay ra và xỏ găng theo hướng từ trên xuống dưới.

Hôm đó, vừa bước vào phòng mổ, tôi gặp một bà điều dưỡng có thân hình bệ vệ như ông thần hộ pháp trên chùa, khoác bộ áo mổ thùng thình. Bà nhìn tôi bằng đôi mắt hình viên đạn qua mặt nạ và cặp kính mổ dày cộp. Tôi chưa kịp chào thì bà lạnh lùng nói:

- Đưa tay ra.

Vừa nói hai tay bà cầm chiếc găng tay vô trùng lạnh lùng đưa về phía tôi. Tôi lóng ngóng xỏ tay từ trên xuống dưới mạnh quá khiến chiếc găng tay tuột khỏi tay bà điều dưỡng, rớt xuống đất như lá thu rời cành.

Tôi có cảm giác trong phút chốc không gian như lắng đọng lại và ánh mắt hình viên đạn của bà điều dưỡng bệ vệ đã chuyển thành đạn lên nòng.

- Em xin lỗi!

Tôi lí nhí nói, co người chuẩn bị nhận "viên đạn" từ bà điều dưỡng có thân hình hộ pháp.

May mắn thay, bác sĩ nội trú ngoại khoa Ajay xuất hiện đúng lúc như thiên thần.

- Để anh phụ em.

Vừa nói anh vừa lấy bao tay khác và chìa ra để tôi xỏ bàn tay vào. Như một con chim non được cứu khỏi đại bàng tôi mừng quá, nhanh chóng đưa tay vào đôi găng, không quên nhìn Ajay cảm ơn rối rít.

Về sau, tôi hiểu phòng mổ là nơi phải vô trùng tuyệt đối, tất cả mọi thứ phải theo quy trình rõ ràng, từ những việc cực kỳ đơn giản như xỏ găng tay hay mặc áo mổ. Thế giới phòng mổ là một thế giới xa lạ với những tương tác qua ánh mắt, giọng nói và cử chỉ. Ai ai cũng đeo mặt nạ, bận đồ mổ dày cộp và đều lạnh lùng tập trung làm việc.

Sau chuyện xỏ găng tay rớt đất, tôi tìm gặp bà điều dưỡng bệ vệ bên ngoài phòng mổ để xin lỗi. Ngoài đời, bà nhìn dễ mến hơn với cặp mắt to có nhiều đường chân chim xung quanh.

- Em mới vào phòng mổ hả? - Bà hỏi.

- Dạ vâng, đây là lần đầu tiên.

- Không sao, để tôi chỉ em các bước cơ bản mang găng tay vô trùng.

Vừa nói bà vừa lấy một đôi bao tay và từng bước chỉ tôi cách xỏ vào. Tôi cảm ơn rối rít, không quên hỏi tên và vài thông tin về bà điều dưỡng bệ vệ Maria.

Những lần mổ sau đó, ca nào có bà Maria thì tôi càng thích vì được nói chuyện thoải mái. Tôi học cách làm quen với các điều dưỡng và bác sĩ gây mê khác trong khu vực mổ. Con người ai cũng thích được đối xử tôn trọng và được làm quen.

Thường khi sinh viên đi thực tập, nhất là khoa ngoại, chỉ chú ý vào bác sĩ và bệnh nhân mà quên thăm hỏi làm quen với điều dưỡng hay các bác sĩ phụ giúp khác. Tôi hay nhắc các em sinh viên là nghề Y sẽ làm việc nhóm gồm nhiều người như điều dưỡng, kỹ thuật viên phụ mổ, chứ không chỉ riêng bác sĩ và bệnh nhân.

Nhờ kỹ năng giao tiếp với điều dưỡng và bác sĩ gây mê, khi vào năm ba làm thực tập ngoại khoa chính thức, tôi có cảm giác thoải mái với mọi thứ trong phòng mổ. Đến năm tư, tôi đã có thể tự mình làm các thao tác của một bác sĩ thực tập khoa ngoại. Phòng mổ trở nên thân thuộc với tôi như phòng riêng của mình. Có lúc tôi lãng mạn nghĩ sau này sẽ mang nhạc thính phòng hay nhạc thể dục vào phòng mổ để thư giãn trong những ca mổ lâu.

Thường sinh viên MD tại Mỹ phải thực tập ít nhất 3 tháng trong phòng mổ ở năm ba và thêm 2-3 tháng ở năm cuối. Các sinh viên muốn đi chuyên khoa ngoại như nhóm chúng tôi thường được ưu ái lấy thêm các khóa mổ khác, nên thời gian tôi thực tập mổ trong năm ba lên đến gần nửa năm. Lúc này, lịch thực tập của tôi dày đặc. Tôi di chuyển liên tục qua các bệnh viện giảng dạy của trường. Dù vậy, tôi vẫn tranh thủ dành 1-2 buổi tối hằng tháng để khám bệnh miễn phí tại phòng khám Lighthouse của trường Y.

Đầu năm tư, tôi vẫn còn rất yêu thích ngoại khoa. Tôi bắt đầu đi chuyên khoa ngoại ung thư và lên kế hoạch cho luận văn nghiên cứu của mình về ngoại khoa.

Nhưng một ca mổ đã thay đổi ý định của tôi. Đó là ca mổ Whipple, chỉ định cho các bệnh nhân ung thư tuyến tụy.

Ung thư tụy là loại ung thư phát triển cực kỳ nhanh với tỷ lệ tử vong cao. CEO của Apple - Steve Jobs mất vì căn bệnh này. Trung bình từ lúc bệnh nhân được chẩn đoán xác định cho đến lúc bệnh nhân mất chỉ từ 6 tháng đến 1 năm. Với kỹ thuật mổ cắt Whipple, bệnh nhân có thể sống trên 2 năm, tăng gấp đôi thời gian sống.

Bệnh viện tại trường Y của tôi, Viện Ung thư Roswell Park (Roswell Park Cancer Institute) là một trong những bệnh viện thuộc mạng lưới Bệnh viện Ung thư Quốc gia Hoa Kỳ. Nơi đây, các thầy cô là những chuyên viên mổ Whipple cho ung thư tụy.

Tên kỹ thuật mổ Whipple được đặt theo tên nhà phẫu thuật, bác sĩ Whipple vì đã sáng tạo ra kiểu mổ này. Kỹ thuật mổ này sẽ cắt bỏ một phần đầu của tuyến tụy nơi có khối u ung thư, cắt bỏ một phần bao tử, ruột non, ống dẫn mật và nối chúng lại với nhau. Bệnh nhân ung thư thường được chọn lọc kỹ càng cho ca mổ, do biến chứng cao và tính phức tạp của nó.

Với tôi, một sinh viên Y MD năm cuối, được tham gia mổ Whipple là một vinh hạnh vì không có nhiều nơi trên nước Mỹ mổ những ca loại này. Thêm một vinh hạnh khác là tôi được mổ chung với thầy của tôi, GS. BS Hector, người gốc Mexico, một trong những giáo sư đầu ngành về mổ Whipple.

Cộng đồng Mexico là một trong những cộng đồng mạnh nhất tại Mỹ với rất nhiều nhân tài trong ngành Y như bác sĩ Hector. Ông sinh ra và lớn lên tại Mexico, tốt nghiệp Y khoa tại Mexico, suýt chút thì đi buôn súng lậu. Có người bạn rủ ông vào nội trú ngoại khoa tại Mỹ, lúc đó khá mở rộng cho bác sĩ nước ngoài do đào tạo theo loại hình nội trú bậc thang, mở rộng đầu vào, thắt lại đầu ra.

Bác sĩ Hector nghe lời rủ rê, nộp đơn và được nhận vào nội trú Mỹ. Từ đó, con đường Y khoa của ông rộng mở. Ông làm xong nội trú ngoại tổng quát, tiếp tục đi chuyên khoa sâu về ngoại ung thư, làm nghiên cứu và trở thành giảng viên của trường Y tôi đang học.

Thầy tôi là hình mẫu điển hình của một bác sĩ ngoại ung thư mà tôi thích: Yêu âm nhạc, thích nghệ thuật, thông thạo sáu ngoại ngữ, thích viết văn, và dĩ nhiên là một bác sĩ giảng dạy tuyệt vời.

Ông hay chỉ dạy tôi những bài học căn bản về đạo đức, về cuộc sống Mỹ, về những điểm khác biệt trong đào tạo bác sĩ tại Mexico và Mỹ.

- Này "bác sĩ Trần", em có biết bác sĩ mổ giỏi là bác sĩ thế nào không? - Thầy hay gọi tôi là "bác sĩ" mặc dù tôi chưa ra trường.

- Dạ không ạ.

- Một bác sĩ mổ giỏi nên là bác sĩ nội khoa giỏi.

Tôi nhíu mày chưa hiểu thì ông nói tiếp:

- Bác sĩ mổ giỏi là bác sĩ biết khi nào không nên mổ và nên dùng các biện pháp nội khoa để chữa bệnh thay vì dùng ngoại khoa.

Những lần khám bệnh với thầy, tôi khâm phục kiến thức nội khoa uyên bác, từ điều chỉnh *insulin* đến sử dụng các loại thuốc cao huyết áp. Có lần, khi chúng tôi mổ cho bệnh nhân ung thư dạ dày bị tiểu đường không kiểm soát phải dùng *insulin*. Chúng tôi có nhờ bác sĩ nội tiết đến tư vấn nhưng lúc đó vẫn chưa tới mặc dù ca mổ đã thành công.

Giáo sư Hector thấy vậy liền tự chỉnh một loạt thuốc huyết áp, *insulin* và thuốc tiểu đường của bệnh nhân đó. Hôm sau, nhóm bác sĩ nội khoa tưởng là đã có bác sĩ chuyên khoa nội tiết chỉnh lại *insulin* vì lượng đường của bệnh nhân sau khi mổ quá tốt. Họ không ngờ là bác sĩ chuyên khoa ngoại như Hector lại có thể giỏi nội khoa đến vậy.

Thầy Hector chuyên mổ các loại ung thư đường ruột từ miệng cho đến hậu môn, trong đó mổ Whipple là ca ông yêu thích. Trước mỗi ca mổ

Whipple, ông thường ngủ một giấc sâu, ăn sáng thật no và chuẩn bị sẵn sàng như bước vào một trận chiến lớn.

- Làm bác sĩ mổ, cái khó nhất là chuẩn bị và lên kế hoạch. Em phải khám bệnh nhân thật kỹ trước khi mổ, như một đặc nhiệm tìm hiểu thật kỹ quân địch trước khi ra trận.

Về sau, các câu nói đơn giản nhưng súc tích của thầy thấm vào cách dạy cho sinh viên Y khoa của tôi, khi tôi luôn nhấn mạnh việc chuẩn bị kỹ trước khi làm tiểu phẫu da liễu.

Sáng hôm đó, từ 5 giờ, tôi đã thức dậy, ăn sáng thật no và chuẩn bị tham dự ca Whipple đầu tiên mà tôi theo từ lúc chẩn đoán cho đến khi bệnh nhân được đẩy vào phòng mổ. Bệnh nhân là Joe, 52 tuổi, giám đốc của một doanh nghiệp tầm cỡ vùng này. Ông may mắn được chẩn đoán sớm ung thư tụy do đau bụng tiêu chảy. Các xét nghiệm cho thấy ung thư vẫn chưa di căn xa, chỉ nằm trong phần dầu của tuyến tụy.

Sáng hôm đó, tôi gặp bệnh nhân Joe tại phòng tiền phẫu. Tôi xem các xét nghiệm lab thêm lần nữa, đọc các chẩn đoán hình ảnh và nghe cuộc thảo luận giữa bác sĩ nội trú, bác sĩ chuyên khoa sâu và thầy Hector. Sau khi hội chẩn lần cuối với bác sĩ hình ảnh, nhóm chúng tôi lần lượt vào phòng mổ, mặt mũi ai nấy đều nghiêm trọng, bớt nói cười hẳn.

Thầy Hector đi đầu, chúng tôi theo sau như một bầy vịt con, dĩ nhiên tôi là vịt con nhỏ nhất nên đi sau cùng.

Ca mổ bắt đầu khá trôi chảy. Các chỉ số sinh tồn của bệnh nhân trong những giờ đầu ổn định. Chúng tôi nhanh chóng tìm ra khối u trong tuyến tụy và đang tìm cách cắt ra. Tôi đứng ở vị trí phụ mổ sau cùng, chủ yếu cầm ống hút máu và dịch, thỉnh thoảng được đặc cách cho khâu mấy mũi đơn giản.

Đến giờ thứ năm, chúng tôi gặp vấn đề. Bác sĩ phụ mổ chính bóc tách khối u ra, nhưng bên trong khối u có một động mạch khá lớn mà chúng tôi không thấy được trên chẩn đoán hình ảnh. Bác sĩ phụ mổ cắt trúng vào, máu xịt ra thành vòi nhanh chóng ngập lênh láng trong một phần ổ bụng. Bệnh nhân liền bị tụt huyết áp.

Bác sĩ gây mê lập tức truyền nước biển và máu trong khi thầy Hector nhảy vào tìm cách buộc lại động mạch bị đứt. Sau hơn 10 phút mò tìm kiếm động mạch trong vũng máu và buộc ngầm, thầy Hector đã kìm được máu.

Nhưng lại có thêm vấn đề. Điện tâm đồ của bệnh nhân bắt đầu có sự thay đổi, cho thấy tim dường như không ổn. Bệnh nhân khi nãy mất nhiều máu, nên thiếu máu bơm vào các động mạch tim, khiến cho tim thiếu máu cấp tính dẫn đến xảy ra một cơn nhồi máu cơ tim nhỏ. Bác sĩ gây mê ngước nhìn thầy Hector chờ đợi quyết định ngưng hay tiếp tục ca mổ.

Thầy Hector, trán đổ mồ hôi lốm đốm, lông mày hơi nhíu lại. Ông nhìn xuống ổ bụng bệnh nhân, xong ngước lên theo dõi từng nhịp điện tâm đồ đang nhảy múa trong vài giây. Cả căn phòng im lặng như tờ. Sau một lúc, thầy Hector gật đầu ra hiệu tiếp tục mổ. May mắn là huyết áp bệnh nhân dần dần đỡ hơn sau khi có thuốc vận mạch.

Đến giờ thứ sáu của ca mổ, tình trạng bệnh nhân đã ổn định, chúng tôi bắt đầu nối kết ruột non với bao tử. Trong thủ thuật Whipple, một trong những bước quan trọng không kém khi bóc tách khối u là kết nối ruột non thẳng với bao tử sau khi đã cắt đi một phần ruột, ống mật, bao tử xung quanh khối u.

Thầy Hector tỉ mỉ khâu từng mũi để chắc rằng sau này khi bệnh nhân ăn sẽ không bị xì dịch thức ăn. Ông khom người, lưng hơi còng, trán ướt đẫm mồ hôi.

Chúng tôi lại gặp thêm vấn đề. Một trong những động mạch đã được xử lý đột nhiên chảy máu lại. Bác sĩ nội trú cố gắng dò tìm nguồn để cột và đốt nhưng không thành công. Thầy Hector lại ra tay lần nữa. Bàn tay ông hơi run, có lẽ do đứng quá lâu, nhưng ông cũng lần tìm ra chỗ chảy máu, cột lại chỉ phẫu thuật một cách gọn gàng, đẹp đẽ chỉ với một cái lắc cổ tay.

Tôi bắt đầu cảm thấy đói bụng vì đã đứng quá lâu. Ước lượng thầy tôi và bác sĩ nội trú chắc cũng đã đói lắm. Đúng như tôi dự đoán, vài phút sau cô điều dưỡng thiên thần xuất hiện đem nước cam và ống hút cho mỗi người.

Chúng tôi bước sang góc phòng mổ, tạm thời đẩy mặt nạ và khẩu trang qua một bên, đưa miệng tìm ống hút từ tay cô điều dưỡng như đứa con tìm sữa mẹ. Tôi hút một cái ực hết cả chai nước cam, lòng tôi lâng lâng như thể đây là loại nước ngon nhất trên đời, mặc dù ngày thường tôi thấy chúng ê hề trong căn tin bệnh viện.

Giờ thứ tám, chúng tôi cũng đã xong và bắt đầu đóng thành ổ bụng bệnh nhân. Sau gần chín tiếng, tôi đã phụ xong ca mổ Whipple. Lúc đó trời đã vào chiều. Tôi mừng thầm chuẩn bị về nhà ngủ thì thầy Hector nói:

- Em nghỉ vài phút rồi qua phòng mổ số hai phụ thầy tiếp.

Tôi lí nhí "dạ" và tranh thủ lấy thêm hai chai nước cam cùng cái bánh ngọt ăn cho kịp có năng lượng.

Ca thứ hai là ca mổ ung thư thực quản chưa di căn. Chúng tôi mổ cắt bỏ phần dưới thực quản, sau đó nối bao tử lên với phần trên của thực quản. Ca mổ đòi hỏi hai phẫu thuật viên nhiều kinh nghiệm cùng thực hiện một lúc từ hai hướng khác nhau.

Một người là phẫu thuật viên lồng ngực mổ can thiệp từ bên sườn phải bệnh nhân để xì phổi, tìm đường vào thực quản, sau đó bóc tách phần thực quản bị ung thư và cắt bỏ. Thầy Hector và nhóm chúng tôi mổ từ ổ bụng dưới lên trên, tách bao tử ra, làm nhỏ bao tử lại, sau đó kéo lên cao và kết nối vào phần trên của thực quản.

Ca này kéo dài hơn bảy giờ đồng hồ. Tôi được tiếp thêm một chai nước cam. Tối hôm đó, tôi về nhà lúc gần 12 giờ khuya. Tôi nằm ngủ như chết.

Đến 5 giờ sáng, tôi lồm cồm bò dậy để vào bệnh viện phụ mổ tiếp. Những ngày đó, nhu cầu vệ sinh của tôi chỉ ở mức tối thiểu, thậm chí tôi còn không đánh răng và dĩ nhiên là không cạo râu. Lúc đó, tôi mới hiểu vì sao có vài bác sĩ nội trú ngoại khoa người bốc mùi vì chưa kịp tắm mấy ngày.

Vài hôm sau, tôi theo thầy Hector xuống khoa hình ảnh để kiểm tra vết mổ của bệnh nhân mổ Whipple có bị xì không bằng cách cho bệnh nhân uống chất cản quang. Khi bệnh nhân uống vào, chúng tôi chụp hình bệnh nhân đang uống và nhìn chất cản quang đi từ từ trên thực quản xuống bao tử. Kỳ diệu thay, chất cản quang không lọt ra ngoài bao tử và ruột, cho thấy vết khâu và nối rất khít. Thầy Hector mỉm cười hài lòng.

Riêng tôi, hình ảnh bệnh nhân uống nước chất cản quang sống động quá. Lưỡi và các cơ miệng hoạt động phối hợp nhịp nhàng đưa chất lỏng vào thực quản. Các cơ quan nội tạng, các mao ruột với các vết gấp to nhỏ hiện rõ lên mồn một sau khi chụp chất cản quang. Tôi thấy chẩn đoán hình ảnh thật diệu kỳ, giúp chúng ta thấy được tạo hóa tuyệt vời thế nào khi khi ban tặng cơ thể người.

Sau 4 tuần mổ ung thư, tôi nhận được lời khen từ thầy Hector và bác sĩ nội trú vì đã làm việc rất tốt. Nhưng hỡi ôi, tôi sụt đi 2 ký và không nhận ra mình trong gương. Trông tôi như thể một anh chàng trung niên râu ria tua tủa, hai mắt thâm quầng như con gấu Panda, tóc dài lòa xòa và hàm răng vàng khè vì chưa kịp đánh.

Tôi đánh răng, tắm rửa và ngủ liên tục hai ngày mà vẫn chưa hồi phục sức khỏe. Sáng thứ hai, tôi qua thực tập tại khoa da liễu. Tôi đến văn phòng bác sĩ da liễu lúc 7 giờ rưỡi nhưng chưa có ai ở đó. Tôi qua bên kia đường làm một ly cà phê rồi băn khoăn suy nghĩ về lựa chọn ngoại khoa của mình.

Tôi ngồi viết ra những suy nghĩ của mình và tự đặt câu hỏi, liệu mình có thật sự thích ngoại khoa. Tôi biết mình sẽ chịu được cực nếu như làm nội trú ngoại khoa. Sau 6-7 năm nội trú ngoại khoa và chuyên khoa sâu, có lẽ tôi sẽ bớt cực hơn nhưng khi nhớ lại thầy Hector, nhớ lại những thầy khác, nhớ về Daniel lúc ở Michigan, nhớ những thứ mình muốn làm trong 10 năm nữa, bao gồm mở một phòng khám riêng, đi du lịch, đầu tư làm ăn và lập gia đình, tôi nhận ra mình không yêu ngoại khoa đến mức sẽ sống cả đời với chuyên khoa này. Tôi còn muốn làm nhiều thứ khác. Nếu làm bác sĩ chuyên khoa ngoại, đặc biệt là khoa ngoại ung thư, không chắc tôi sẽ có cơ hội làm được những điều mình mong muốn.

*

8 giờ rưỡi sáng. Văn phòng da liễu của bác sĩ Patel mở cửa. Tôi bước vào giới thiệu mình là sinh viên thực tập. Bác sĩ Patel vui vẻ dẫn tôi tham quan một vòng phòng khám, sau đó để tôi lại với một bác sĩ nội trú da liễu vì ông quá bận rộn. Tôi chỉ gặp ông vài lần trong tuần do ông đi họp liên tục, phòng khám da chủ yếu do trợ lý bác sĩ và bác

sĩ nội trú da liễu phụ trách. Theo chân bác sĩ nội trú da liễu trong hai tuần, tôi học được một câu quan trọng trị liệu da liễu: *"Chỗ nào khô thì em làm cho nó ướt, chỗ nào ướt thì em làm cho nó khô."*

Tôi bắt đầu thích chuyên khoa da liễu nhưng không nghĩ gì xa hơn. Tôi về nhà suy nghĩ thêm 2 tuần nữa và quyết định không đi chuyên khoa ngoại. Sau hơn 3 năm học chương trình MD với mục đích đi chuyên khoa ngoại, tôi quyết định không theo đuổi nữa. Thay vào đó, tôi nghĩ về chẩn đoán hình ảnh và một vài chuyên khoa khác.

Tôi lên gặp thầy trưởng khoa ngoại và nói ý định của mình. Thầy vẫn ủng hộ tôi và nói: *"Em nên làm những gì mình thích."*

Tôi nói muốn tìm hiểu kỹ hơn khoa chẩn đoán hình ảnh. Thầy gợi ý tôi nên làm thử 4 tuần bên khoa hình ảnh để xem thế nào.

Vài tuần sau, tôi có mặt tại khoa hình ảnh của bệnh viện VA Buffalo *(Veteran Affair)*, bệnh viện quân đội của Mỹ. Sau 4 tuần làm tại đây, tôi phát hiện mình mê chuyên khoa này hơn cả ngoại khoa. Tôi cũng chọn đề tài nghiên cứu năm cuối làm về chụp cắt lớp CT trong đột quỵ.

18

Phỏng vấn làm bác sĩ nội trú

Làm nội trú là điều kiện bắt buộc để các bác sĩ có bằng hành nghề, là bước cuối cùng trong quá trình đào tạo bác sĩ tại Mỹ. Đây là một công việc vừa làm vừa học. Lương trung bình của một bác sĩ nội trú năm nhất khoảng 50.000 đô-la và tăng dần theo thời gian làm nội trú.

Đào tạo bác sĩ nội trú kéo dài từ 3-7 năm tùy chuyên khoa. Không có kỳ thi bác sĩ nội trú Hoa Kỳ (như kỳ thi bác sĩ nội trú bên Việt Nam). Thay vào đó, bệnh viện và sinh viên Y khoa sẽ chọn chương trình nội trú thông qua một chương trình quốc gia gọi là *the NRMP (the National Resident Matching Program)*, đôi khi cũng gọi tắt là *The Match*.

Để nộp đơn vào bác sĩ nội trú, sinh viên Y khoa cần phải có điểm thi hành nghề bác sĩ Hoa Kỳ (USMLE) cao, tốt nghiệp trường Y, có thư giới thiệu tốt, có kinh nghiệm nghiên cứu và làm thiện nguyện. Nói tóm lại, quá trình và yêu cầu để vào nội trú cũng giống như quá trình sinh viên đại học nộp đơn vào trường Y. Sau khi nộp đơn, nếu bệnh viện xét thấy phù hợp sẽ gọi sinh viên đi phỏng vấn. Sau khi phỏng vấn, cả bệnh viện lẫn sinh viên sẽ xếp hạng *(ranking)* lẫn nhau.

Nếu cả hai cùng thích nhau thì sẽ xếp hạng nhau cao nhất *(rank No. 1)* và sinh viên đó sẽ được nhận *(match)* vào chuyên khoa của bệnh viện đó. Nếu không, máy tính sẽ tự tính các xếp hạng của hai bên để tìm ra bệnh viện và sinh viên nào phù hợp nhất. Thông thường, để chắc vào được bác sĩ nội trú, một sinh viên nên phỏng vấn ít nhất 8-10 bệnh viện. Các bác sĩ tốt nghiệp từ Việt Nam (và các nước khác) đều xin vào chương trình nội trú Mỹ thông qua chương trình *the NRMP*, tương tự như sinh viên Y khoa Mỹ.

Đầu năm tư chương trình MD của trường Y khoa New York, sau một thời gian suy nghĩ, tôi quyết định nộp đơn vào bác sĩ nội trú chuyên khoa hình ảnh (chẩn đoán và can thiệp, 5 năm) và chuyên khoa cấp cứu (3 năm).

Tôi thích cả hai chuyên khoa này và mỗi chuyên khoa đều có điểm mạnh và yếu khác nhau. Chuyên khoa cấp cứu tuy là đa khoa nhưng chỉ tập trung vào những bệnh có tính khẩn cấp cho tất cả các loại bệnh lý. Chuyên khoa hình ảnh là chuyên khoa nhưng cũng rất rộng, chẩn đoán tất cả các loại bệnh bằng tất cả các loại hình ảnh cho tất cả các loại bệnh nhân.

Bệnh nhân vào khoa cấp cứu chỉ có ba hướng: Nhập viện để chữa tiếp, trả về nhà do hết bệnh và vào nhà xác. Bác sĩ cấp cứu làm việc nhanh, gọn và theo ca trực, chỉ cần chữa và ổn định bệnh nhân xong là chuyển qua khoa khác nên ít trách nhiệm. Lương bác sĩ cấp cứu cao (trung bình 320.000 đô-la một năm) chỉ với 3 năm nội trú và làm 16-20 ca trực trong 12 tiếng một tháng. Tính ra đây là chuyên khoa có lương cao nhất tính theo giờ và ngày nghỉ. Vì vậy, nhiều sinh viên Y khoa Mỹ chọn chuyên khoa này.

*

Tháng 12 năm 2010, một cơn bão tuyết hoành hành tại vùng Đông Bắc thành phố New York. Cùng lúc, tôi có cuộc hẹn phỏng vấn bác sĩ nội trú chẩn đoán hình ảnh tại bệnh viện Bridgeport, thuộc hệ thống bệnh viện đại học Yale tại Connecticut.

Tôi lái xe đi từ lúc 2 giờ chiều và hy vọng sẽ đến khách sạn vùng Bridgeport lúc 9 giờ tối. Trời càng tối, tuyết càng rơi nặng hạt và dần chuyển thành mưa tuyết. Trên xa lộ đầy bùn tuyết, chiếc Honda Civic bé nhỏ của tôi chạy ở làn giữa, lọt thỏm giữa hai hàng xe tải và xe chở container. Mùa đông khắc nghiệt ở Buffalo đã rèn giũa kỹ năng lái xe trong tuyết của tôi, trong đó có kỹ năng nương theo dòng xe lớn để tránh gió và tuyết hai bên đường.

Xe tôi chạy là dòng Honda Civic bốn cửa loại nhỏ, bốn máy, số tay, dẫn động cầu trước, nên sẽ dễ lạc tay lái và lún vào đám tuyết dày cui nếu chạy quá sát hai bên đường. Nhưng chạy xe trên xa lộ giữa dòng xe lớn cũng rất nguy hiểm vì tôi luôn phải ước lượng khoảng cách để kịp tăng hay giảm tốc độ. Cũng may, dòng xe tải chạy với tốc độ vừa phải nên tôi có thể chạy núp bóng các xe lớn.

Càng về khuya, dòng xe di chuyển càng chậm do tuyết rơi quá dày. Đi được một đoạn trên xa lộ I-95, tôi phát hiện các xe tải và xe chở container từ từ thoát ra ngoài xa lộ, lúc đó tôi không hiểu vì sao. Một lát sau nhìn lại, tôi chợt nhận ra chỉ còn mình tôi trên xa lộ I-95. Sau này, tôi mới biết do tuyết rơi quá nhiều, xa lộ đã bị đóng và trên radio, phát thanh viên kêu gọi các tài xế ra khỏi xa lộ. Tôi không nghe radio nên vẫn điềm nhiên chạy một mình.

Tôi bắt đầu sợ và tìm cách thoát ra khỏi xa lộ I-95 nhưng khổ nỗi các lối ra đều có lớp tuyết dày mà xe tôi lại nhẹ quá, khó mà vượt qua với trọng lực nhỏ. Trên xa lộ vẫn còn các vệt của bánh xe tải. Tôi cố chạy theo các vệt này do ít bị tuyết đóng. Tôi biết nếu dừng lại, xe tôi sẽ mất quán tính và bị kẹt. Nhìn vào điện thoại xem chỉ đường GPS, tôi ước lượng chắc cũng gần đến Bridgeport rồi.

Lúc đó đã gần 3 giờ sáng và tôi đã ngồi trên xe gần 12 giờ đồng hồ.

Chạy thêm một đoạn, chợt tôi thấy có một chiếc xe van, loại bảy chỗ ngồi, dừng ở ven đường do kẹt vào một đống tuyết. Hai vợ chồng và đứa con xuống xe ráng đẩy xe ra khỏi lề trở lại đường chính để có thể chạy tiếp. Họ vẫy tôi khi thấy xe tôi từ từ chạy qua. Tôi muốn dừng lại đẩy giúp họ, nhưng nếu làm vậy, xe tôi sẽ bị kẹt trong tuyết do mất quán tính.

Suy nghĩ một lát, tôi quyết định dừng lại giữa đường xa lộ I-95. Lúc đó, quang cảnh thật đẹp. Chỉ có hai chiếc xe màu đen đứng yên giữa xa lộ rộng lớn đầy tuyết trắng. Gió và mưa tuyết đã ngừng rơi. Chân tôi lún sâu vào tuyết khi cố bước vội về phía gia đình kia để đẩy xe giúp họ. Sau một hồi vất vả, chúng tôi cũng đẩy chiếc xe van ra được giữa đường vào các vệt bánh xe của xe tải. Cả gia đình cảm ơn tôi rối rít.

Tôi bước về xe mình và đề máy. May mắn là xe tôi chạy tiếp được.

Hơn 4 giờ sáng, tôi đến bệnh viện Bridgeport. Sau khi lái vào bãi đậu xe, tôi nằm chợp mắt một chút, vẫn chưa hoàn hồn vì trận bão tuyết kinh khủng vừa qua, rồi chợt nhận ra mình vẫn còn may mắn lắm khi đã sống sót.

*

6 giờ sáng, tôi thức dậy, kéo vali vào bệnh viện tìm phòng vệ sinh. Tôi đánh răng, thay đồ, mặc vest, cạo râu, mỉm cười tự tin bước ra với diện mạo hoàn toàn khác.

Tôi đến căn tin ăn sáng và nhận ra sau một đêm bão tuyết, bệnh viện bình yên đến lạ thường.

7 giờ 30, tôi có mặt tại phòng họp khoa chẩn đoán hình ảnh. Đón tôi là bác sĩ trưởng khoa Jimmy:

- Chào bác sĩ Trần, hôm nay anh là người duy nhất đến đây.

- Hả, thầy nói sao ạ?

- Tối qua xảy ra cơn bão tuyết lịch sử. Xa lộ I-95 đóng nên mọi thứ bị gián đoạn. Tôi không nghĩ là anh có thể đến đây được từ Buffalo. - Ông thầy từ tốn nói.

- Wow, cơn bão lớn vậy à? - Tôi ngạc nhiên.

- Tôi rất ấn tượng về anh cũng như tính chuyên nghiệp của anh.

Sau phần mở màn, thầy Jimmy vào thẳng vấn đề:

- Tại sao anh chọn khoa chẩn đoán hình ảnh?

Đây là câu hỏi quan trọng nhất khi phỏng vấn bác sĩ nội trú, vì sinh viên phải thuyết phục người nghe vì sao mình chọn chuyên khoa này. Đối với tôi, công việc này càng khó hơn vì hồ sơ của tôi thiên về chuyên khoa ngoại và chuyên khoa tự chọn của tôi cũng nghiêng về phẫu thuật.

- Thưa thầy, em chọn chẩn đoán hình ảnh vì đây là công việc tốt nhất em có thể làm.

Tôi bắt đầu nói chậm rãi, rõ ràng:

- Thưa thầy, em từng làm nghề kiến trúc nên với em, hình ảnh đã là một phần trong cuộc sống. Em thích sự tưởng tượng dựa trên yếu tố khoa học, kèm với trí tò mò để tìm ra nguyên nhân bệnh.

Đó là buổi phỏng vấn lâu nhất và dễ chịu nhất trong mùa phỏng vấn bác sĩ nội trú của tôi. Thầy Jimmy nói nhiều về tuổi thơ của thầy, vì sao thầy chọn chẩn đoán hình ảnh, vì sao thầy làm việc nơi đây. Thầy kể tôi nghe về bệnh viện Yale và cho tôi ngồi kế bên xem thầy đọc các ca khó từ bệnh viện chính.

Cuối buổi phỏng vấn, thầy siết chặt tay tôi nói:

- Em đến đây làm nhé!

Tôi ngầm hiểu sau câu nói đó thầy sẽ xếp hạng tôi rất cao để tôi được vào nội trú tại đây. Tôi nhận ra phỏng vấn bác sĩ nội trú quan trọng nhất là bạn cho bệnh viện thấy được sự thật lòng, cam kết và tính chuyên nghiệp thông qua từng hành động cũng như từng câu trả lời.

Các buổi phỏng vấn nội trú kế tiếp của tôi diễn ra suôn sẻ. Tôi di chu du khắp nước Mỹ, từ miền Đông tuyết trắng New York đến Minnesota băng đen mặt hồ, xuống Florida nắng ấm, qua vùng Chicago gió lạnh.

Tôi đặc biệt thích chương trình nội trú chẩn đoán hình ảnh tại đại học Florida *(University of Florida)* vì nơi đây có chương trình kết hợp chẩn đoán và can thiệp hình ảnh chung với nhau. Vốn yêu thích ngành ngoại khoa và thích làm thủ thuật, tôi muốn đi về can thiệp hình ảnh nhiều hơn là chỉ làm chẩn đoán hình ảnh.

Khoa can thiệp hình ảnh tại đại học Florida là một khoa khá mạnh trong cộng đồng can thiệp hình ảnh với các giáo sư và phó giáo sư chuyên khoa đầu ngành.

- Tại sao em chọn Florida? - Bác sĩ Cox, trưởng khoa hình ảnh của bệnh viện hỏi tôi.

- Em thích nắng ấm. Em sợ lạnh. - Tôi cười tươi trả lời.

Lúc đó tôi nói thật vì tôi vừa từ Minnesota xuống. Nhìn cơn bão tuyết mù mịt tiễn chân tôi tại sân bay Minneapolis-St. Paul, tôi thầm mong sẽ không phải quay lại xứ tuyết này trong những năm sắp tới.

- Mấy em khác chắc cũng sẽ thích Florida như em. Như vậy, làm sao em khác biệt với những bạn khác cũng muốn vào chương trình nội trú của chúng tôi? - Thầy Cox từ tốn hỏi.

Đây là một câu hỏi quan trọng thường gặp trong phỏng vấn bác sĩ nội trú.

Nhìn chung, tất cả các câu hỏi khi phỏng vấn nội trú đều cần ứng viên làm rõ ba ý chính. Một là tại sao chúng tôi nên chọn bạn? *(Why you?)* Hai là tại sao là chương trình nội trú này? *(Why this program?)* Ba là tại sao là chuyên khoa này? *(Why this specialty?)* Trả lời ba câu này trôi chảy đòi hỏi ứng viên phải tập luyện và có kỹ năng phản ứng tốt.

- Thưa thầy. Vì em là lựa chọn tốt nhất trong các ứng viên cho chương trình nội trú này. - Tôi nhìn thẳng vào mắt thầy tự tin trả lời.

- Trước kia, em có ý đi ngoại khoa nhưng em không thích cuộc sống của bác sĩ phẫu thuật. Em muốn kết hợp kỹ năng 3D, nghệ thuật, kiến thức Y khoa trong đầu em vào bàn tay để làm những thủ thuật can thiệp.

Tôi ngừng một vài giây. Thầy Cox đã hơi ngửa người về sau ghế. Ông dựa lưng vào thành ghế thoải mái, gác hai tay sau ót và chuẩn bị nghe tôi nói tiếp.

- Từ lúc học kiến trúc, em đã làm các mô hình 3D rất khéo. Khi học Y khoa, em yêu thích giải phẫu và từng trợ giảng giải phẫu học. Khi vừa biết đến chẩn đoán hình ảnh, em đã bị hớp hồn do sự kết hợp tuyệt vời giữa kỹ thuật và Y khoa. Lúc làm khoa hình ảnh thần kinh, em tự học và tái tạo hình ảnh các mạch máu 3D chỉ trong vòng một tuần. Em biết chỉ có đam mê mới giúp em học nhanh như vậy.

Tôi dừng lại vài giây dò xét.

- Tuyệt vời! Tôi hiểu rồi. Thư giới thiệu của em có nói đến việc này. - Thầy cười tươi.

Tôi có thêm tự tin để nói hết:

- Em muốn đi xa hơn, kết hợp giữa chẩn đoán hình ảnh và can thiệp hình ảnh. Với em, bệnh nhân rất quan trọng. Em muốn tiếp xúc gần gũi với bệnh nhân. Chương trình tại bệnh viện đại học Florida (UF) là hình mẫu cho em vươn tới với cách chăm sóc tiếp xúc bệnh nhân, những ca can thiệp phức tạp với quy trình thăm khám bệnh kỹ càng từ lúc tiền phẫu đến hậu phẫu. - Tôi kết thúc bài diễn văn của mình.

- Chào mừng đến Florida. - Thầy đứng lên, siết chặt tay tôi nói.

Sau khi tham quan bệnh viện UF và quan sát một ca can thiệp động mạch chủ AAA (phình động mạch chủ thành bụng) do các thầy can thiệp hình ảnh làm chung với bác sĩ phẫu thuật mạch máu, tôi biết UF là nơi tôi ao ước. Về nhà, tôi xếp hạng

UF số 1. Tôi cũng viết một lá thư dài cảm ơn thầy Cox và tất cả những người phỏng vấn tôi hôm đó.

Cuối năm tư chương trình MD, tôi mừng rỡ khi biết mình vào được chương trình nội trú hình ảnh (tổng cộng 5 năm) tại bệnh viện đại học Florida Jacksonville từ năm hai và tôi sẽ làm thực tập năm nhất tại bệnh viện giảng dạy của trường đại học Columbia.

19

Làm bác sĩ thực tập ở Columbia và cái ôm đầu tiên

Bệnh viện Bassett trường Y khoa Columbia tại thành phố Cooperstown nằm trên một ngọn đồi trong khu vực nghỉ dưỡng ở trung tâm bang New York.

Lần đầu tiên đến đây phỏng vấn, tôi ngỡ mình đi lạc vào thành phố Đà Lạt ở Việt Nam. Những con đường dốc thoai thoải uốn mình quanh rừng thông ôm lấy bệnh viện đại học. Xa xa là dãy đồi núi trập trùng, ở giữa thành phố có hồ nước trong vắt mà mùa hè có thể thấy đàn cá bơi lội nhởn nhơ. Đặc biệt, cả thành phố Cooperstown chỉ có một giao lộ có đèn giao thông.

Trường Y khoa Columbia, một trong những trường Y nổi tiếng nhất nước Mỹ nằm trong nhóm các trường Ivy League,[1] có một chương trình đào tạo Y khoa đặc biệt tại đây. Vào những năm 2000, nhu cầu bác sĩ ở ngoại ô thành phố New York và bác sĩ gia đình tại thành phố và bang New York tăng mạnh. Các trường Y và bệnh viện nơi đây

---

[1] Tức là nhóm 8 trường đại học và viện đại học lâu đời và danh tiếng nhất nước Mỹ.

không tuyển đủ bác sĩ gia đình vì nhiều lý do như lương bác sĩ gia đình thấp, lịch làm việc căng thẳng và quá nhiều giấy tờ hành chính.

Trong khi đó, học phí Y khoa tại trường Columbia hằng năm đã trên 55.000 đô-la, cộng thêm chi phí sinh hoạt tại New York con số có thể lên đến 80.000 đô-la một năm. Một sinh viên Y khoa sau khi ra trường Columbia có thể nợ gần 320.000 đô-la, chưa kể các khoản nợ khác từ những năm học đại học trước khi vào trường Y.

Thấy được điểm khó khăn này, trường Columbia tạo ra một phân nhánh tại thành phố Cooperstown và bệnh viện Bassett. Trường lập ra một chương trình Y khoa hoàn toàn mới, cũng 4 năm Tiến sĩ Y khoa *(Doctorate of Medicine)*. Trường cấp học bổng và miễn học phí hoàn toàn cho một nhóm sinh viên giỏi xuất sắc với điều kiện các sinh viên này sẽ đồng ý sẽ làm nội trú đa khoa (để trở thành bác sĩ gia đình) sau khi tốt nghiệp.

Lúc tôi làm thực tập *(internship)* tại đây cũng là năm thứ tư trường Columbia tổ chức khóa học đặc biệt này. Về sau, kể từ năm 2020, tất cả các sinh viên của trường Y Columbia đều được cấp học bổng và miễn học phí thông qua các chương trình tài trợ của trường.

Buổi sáng, lịch làm bác sĩ thực tập của tôi bắt đầu lúc 5 giờ. Tôi thức dậy, vệ sinh, ăn sáng và bước vội vào bệnh viện từ ký túc xá đối diện bên kia bệnh viện. Buổi họp giao ban thường bắt đầu lúc 6 giờ nhưng trưởng nhóm muốn chúng tôi đến khoa lúc 5 giờ 30 để anh phân chia bệnh nhân.

Có hai dạng bác sĩ thực tập trong bệnh viện này (cũng như đa số bệnh viện giảng dạy tại Mỹ). Bác sĩ thực tập một năm *(transitional intern/ preliminary intern)* như chúng tôi sẽ làm thực tập đa khoa, sau đó làm nội trú từ 3-4 năm nữa ở các chuyên khoa khác (như chẩn đoán hình ảnh là trường hợp của tôi trong 4 năm sau năm này). Bác sĩ thực tập chuyên khoa *(categorical intern)* thường là thực tập khoa nội tổng quát, nhi, sản, tâm thần hay ngoại tổng quát. Các thực tập sinh chuyên khoa cũng thực tập đa khoa như chúng tôi, nhưng sau khi xong 1 năm thì được lên làm bác sĩ nội trú *(resident physician)* những năm tiếp theo. Bác sĩ nội trú cũng là bác sĩ giảng dạy chính cho các bác sĩ thực tập mới vào.

Tôi được ưu ái phân công 5 bệnh nhân trong tuần đầu tiên làm bác sĩ thực tập. Theo luật thì mỗi bác sĩ thực tập chỉ được phân công tối đa 10 bệnh nhân một ngày (tính luôn hai bệnh nhân mới). Nhưng do tôi là lính mới nên được phân công 5 bệnh nhân. Nhóm tôi có bốn người: hai bác sĩ thực tập như tôi, một sinh viên Y khoa năm ba của trường Columbia và trưởng nhóm là bác sĩ nội trú năm hai người Thái Lan tên Tommy.

Một ngày làm việc của bác sĩ thực tập bắt đầu bằng việc xem hồ sơ bệnh nhân, kết quả hình ảnh, xét nghiệm lab trên máy, sau đó đánh thức bệnh nhân dậy để hỏi bệnh. Vì là bác sĩ thực tập mới nên chúng tôi thường hỏi bệnh rất lâu, đôi khi hỏi những câu rất ngờ nghệch (mà sau này tôi không nhịn được cười mỗi khi thấy bác sĩ thực tập mới của mình hỏi bệnh).

Nghề Y là một nghề đặc thù, trong đó hỏi bệnh - giao tiếp là một trong những kỹ năng quan trọng nhất mà sinh viên và bác sĩ thực tập cần phải học. Đây cũng là một trong những kỹ năng khó dạy nhất.

Một bệnh nhân nhập viện có rất nhiều lý do, nhưng không phải tất cả lý do đó đều khiến bệnh nhân phải nằm lại bệnh viện để các bác sĩ theo dõi. Vì vậy, chúng tôi phải rất cẩn thận tìm ra lý do chính khiến bệnh nhân nhập viện để chữa và ngăn ngừa những lần nhập viện kế tiếp. Có bệnh nhân nhập viện vì té ngã, gãy xương, nhưng lý do chính là loãng xương hay đột quỵ. Ngoài việc phẫu thuật chỉnh hình, bệnh nhân này cần có phác đồ điều trị loãng xương hay uống thuốc ngăn ngừa đột quỵ khi xuất viện.

Khi hỏi bệnh, chúng tôi có một mẫu để hỏi theo là OLDCART. Đây là từ viết tắt của những câu hỏi về bệnh lý như bệnh nhân bị đau từ khi nào *(Onset)*, bị đau ở đâu *(Location)* hay đau trong bao lâu *(Duration)*, đặc điểm cơn đau là gì *(Character)*, các yếu tố đi chung *(Associated Factors)* với cơn đau như ói mửa, điều gì làm cho bệnh nhân đỡ hơn *(Relieving factor)*, và thời gian *(Time)* đau thêm hay bớt vào ban đêm hay ban ngày, lúc đó bệnh nhân đang làm gì. Ngoài OLDCART, chúng tôi còn có khoảng vài chục các mẫu bệnh hay tiếng lóng khác để nhớ khi hỏi bệnh lúc bệnh nhân bị đột quỵ, cấp cứu hay lâm bồn.

Tuy nhiên, không phải ai cũng có kỹ năng giao tiếp, nhất là cách hỏi bệnh sử trong những tình huống khó khăn như đánh thức bệnh nhân lúc 5 giờ 30 sáng hay bệnh nhân đang trong trường hợp cấp cứu. Nhiều sinh viên Y khoa khi đi gặp bệnh nhân cứ đứng như trời trồng, không biết hỏi gì, cứ lấy tờ giấy OLDCART ra đọc y như máy.

Sau này làm bác sĩ giảng dạy, tôi hay khuyên bác sĩ thực tập và bác sĩ nội trú hạn chế đánh thức bệnh nhân dậy để khám bệnh nếu không thật sự cần thiết. Bệnh nhân nhập viện đã phải chịu quá nhiều nỗi khổ từ lấy máu, tiếng ồn, *stress*, lo lắng, sợ hãi, đừng để họ phải chịu thêm màn tra tấn hỏi bệnh từ sinh viên hay bác sĩ thực tập lúc sáng sớm.

Bệnh nhân đầu tiên của tôi là một bác 66 tuổi tên Luke, đến từ New York. Bác nhập viện tối qua do đau tim cấp, tăng men tim *troponin*,[1] và có kết quả điện tâm đồ âm tính. Bác đang chờ làm thêm xét nghiệm *stress test*[2] để biết mình có cần can

---

[1] Troponin là một protein ở trong tế bào tim và cơ bắp, chỉ tràn ra ngoài khi tế bào tim bị tổn thương trong trường hợp lên cơn đau tim. Khi tìm thấy Troponin trong máu cộng thêm triệu chứng đau thắt ngực lâm sàng và các chỉ số khác, bác sĩ có thể chẩn đoán bệnh nhân đang lên cơn đau tim.

[2] Stress test là test khiến tim bệnh nhân phải hoạt động nhiều hơn, thường là cho bệnh nhân chạy bộ trên máy hay tiêm thuốc kích thích hoạt động của tim. Khi tim hoạt động nhiều hơn, các mạch máu bị nghẽn một phần hoặc nghẽn toàn bộ sẽ không cung cấp đủ máu cho tim, khiến bệnh nhân cảm giác bị đau ngực. Stress test có thể giúp các bác sĩ chẩn đoán bệnh nhân bị bệnh tim chưa có triệu chứng hoặc sắp lên cơn đau tim.

thiệp tim hay đưa về nhà. Phòng của bác Luke nằm ở tầng bốn của bệnh viện.

Gần 6 giờ sáng, tôi gõ cửa phòng:

- Mr. Luke?

- Mr. Luke? - Tôi hỏi to hơn.

- Yes. - Bác Luke ngái ngủ trả lời.

Tôi hồi hộp bước vào phòng bệnh nhân. Tôi đã gặp nhiều bệnh nhân nhưng đây là lần đầu tiên tôi giới thiệu mình là *"Doctor Tran"* thay vì *"Student Dr. Tran"*.

- Xin chào ông Luke, tôi là bác sĩ Trần - bác sĩ thực tập. Tôi đến đây để hỏi bệnh bác. Hôm nay bác có khỏe không ạ? - Tôi hỏi như một cái máy.

- Hả, anh nói cái gì?

Ông Luke bắt đầu bực bội vì đang ngái ngủ.

- Thưa bác Luke, con là bác sĩ Trần.

- À, lại thêm một bác sĩ. Tối qua đến giờ đã có hơn năm bác sĩ hỏi bệnh tôi rồi mà vẫn chưa có câu trả lời là khi nào tôi sẽ về nhà. Tôi mệt quá. Anh muốn hỏi gì?

Tôi ngớ người ra vì chưa kịp hỏi theo OLDCART.

- Dạ, con chỉ muốn hỏi... bác có khỏe không?

- Tôi ổn, thôi tôi ngủ tiếp đây, chào bác sĩ.

Ông Luke lầm bầm thêm mấy tiếng trả lời cho có rồi chìm vào giấc ngủ.

Tôi bước vội ra ngoài.

Tôi đứng lại nhìn hình ảnh của mình phản chiếu qua cửa sổ phòng bệnh. Trên đó tôi khoác áo blouse mới tinh của bệnh viện, đeo thẻ ID còn thẳng cứng chụp gương mặt cười tươi rói, bên dưới là chữ "Doctor" to đùng màu xanh lá cây. Và tôi vừa thất bại trong lần hỏi bệnh đầu tiên.

Tôi hít một hơi thật sâu, tự nhủ *"keep move on"* (cứ tiếp tục) và bước qua phòng bệnh kế tiếp.

Khoảng 6 giờ chúng tôi tụ tập tại phòng họp để họp giao ban. Mỗi nhóm sẽ nhận giao ban từ nhóm trực ban đêm và thông tin các sự kiện nổi bật trong đêm. Nhóm tôi nhận thêm ba bệnh nhân mới nhập viện trong đêm và có hai bệnh nhân của nhóm tôi được chuyển vào ICU (khoa hồi sức cấp cứu) do khó thở và đau tim cấp. Tôi được giao thêm một bệnh nhân ICU để theo dõi "cho biết" vì bệnh nhân ICU thường do bác sĩ bên khoa ICU phụ trách.

Đến 7 giờ, chúng tôi tụ tập tại giảng đường chính để nghe bài giảng chính *(Grand Round)* vào thứ hai đầu tuần. Những ngày khác, lúc 7 giờ chúng tôi tham gia các hội thảo ngắn *(Morning Report)*.

Thường khoảng 8 giờ sáng thì bác sĩ chính *(attending physician)* xuất hiện và thăm khám buồng bệnh nhân cùng cả nhóm.

Ngày đầu tiên làm việc, bác sĩ chính của nhóm tôi là bác sĩ Jack, phó giáo sư của trường Y khoa Columbia. Theo thông lệ tại bệnh viện, tất cả các bác sĩ giảng dạy tại bệnh viện Bassett đều là giảng viên của trường Y Columbia. Chúng tôi theo bác sĩ chính đi một hàng dài vào phòng bệnh nhân y như đàn vịt con ngoan ngoãn theo vịt mẹ.

Theo thứ tự, các bác sĩ thực tập và sinh viên sẽ thuyết trình báo cáo bệnh sử bệnh nhân trước cả nhóm. Trước khi vào phòng bệnh nhân, chúng tôi gặp thêm nhóm dược sĩ lâm sàng (gồm một dược sĩ và một sinh viên dược). Và cứ thế, cả nhóm gần chục người lỉnh kỉnh kéo vào phòng thăm bệnh nhân.

Trình bệnh án ở giường bệnh là một kỹ năng khó vì sinh viên hay bác sĩ phải nhớ rất nhiều về bệnh nhân. Đầu tiên là lý do nhập viện, sau đó là diễn biến bệnh, các bệnh sử, các loại thuốc bệnh nhân đang dùng hay đã dùng, khám bệnh, lab, chẩn đoán hình ảnh, phác đồ điều trị và kế hoạch chữa trị như thế nào.

Cái khó nhất của thuyết trình bệnh án là sinh viên phải giữ được bình tĩnh khi nói chuyện trước bệnh nhân và hàng chục người. Dôi lúc, sinh viên có cảm giác mình đang bị hành quyết trước sự soi kỹ đến từng chi tiết nhỏ trong bài thuyết trình của mọi người trong nhóm. Kể cả khi ở trình độ bác sĩ nội trú, một số bác sĩ khi thuyết trình vẫn còn nói lắp do áp lực dò xét của mọi người. Bác sĩ nào không giỏi tiếng Anh thì càng dễ run khi thuyết trình vì chất giọng khác nên đôi khi người nghe không hiểu.

Quan trọng nhất khi thuyết trình là phải luôn có chứng cứ và dữ liệu phía sau những câu nói của mình. Ví dụ như sinh viên nói bệnh nhân có tiền sử suy tim, bác sĩ chính sẽ hỏi chỉ số co bóp tim *(Ejection Factor)* là bao nhiêu hay lần cuối siêu âm tim khi nào thì sinh viên phải nhớ để trả lời.

Lúc còn là sinh viên, tôi thường thuyết trình bệnh ở giường bệnh nhân trước mặt nhiều người nên cũng không quá sợ. Giờ làm bác sĩ thực tập, tôi nhận ra mình phải làm tốt hơn trong vai trò trình bệnh án vì sinh viên sẽ nhìn mình để làm theo. Hơn nữa, đây là trường Y khoa Columbia, nơi nổi tiếng về mức độ khó khăn trong công việc.

Buổi thuyết trình đầu tiên của tôi diễn ra suôn sẻ hơn tôi nghĩ. Tôi đọc kỹ bệnh án và có một mẫu bệnh án sẵn trong đầu nên chỉ việc nói theo thứ tự.

Bác sĩ giảng dạy Jack chăm chú lắng nghe tôi nói. Ông ghi chép các thông số quan trọng. Đến cuối buổi nói chuyện, ông hỏi bác bệnh nhân Luke:

- Ông Luke, ông nghĩ sao về những gì bác sĩ Trần vừa nói?

Lúc đó Mr. Luke đã tỉnh ngủ, ngồi chăm chú nghe tôi nói và phán một câu:

- Tôi không hiểu hết những gì bác sĩ Trần nói, nhưng tôi nghĩ anh ấy đã làm tốt.

Tôi thở phào nhẹ nhõm nhìn bác sĩ Jack. Ông mỉm cười nhìn tôi:

- Làm tốt lắm, bác sĩ Trần.

Tôi thấy vui trong lòng. Thì ra trường Y Columbia không đáng sợ lắm. Lúc tôi đang bước dọc hành lang, bác sĩ Jack bước vội theo tôi nói:

- Lần sau anh nói ngắn lại sẽ tốt hơn.

- Cảm ơn thầy!

- Không có gì. Tôi sẽ chỉ anh vài chiêu để nói tốt hơn lần sau.

Cái khó của trình bệnh là vậy. Khi trình bệnh đầy đủ sẽ rất dài và chán. Nhưng nói ngắn quá thì thiếu những chi tiết quan trọng. Càng về sau, khi càng lên cao trong bậc thang học vấn, tôi nhận ra cách dùng từ với câu cú rất quan trọng. Chúng ta vẫn có thể nói một trường hợp có nhiều chi tiết bằng những từ đơn giản nhưng chính xác.

6 giờ chiều, chúng tôi giao ca cho nhóm trực đêm. Tommy, bác sĩ nội trú cũng là trưởng nhóm, gọi tôi lại và góp ý về ngày đầu tiên làm việc. Tommy mời tôi vào phòng riêng và đánh giá ngày đầu tiên của tôi:

- Tôi nghĩ anh làm tốt ngày đầu tiên nhưng có một số điểm tôi nghĩ anh nên làm tốt hơn.

Y như một sư huynh dạy võ công cho các sư đệ bằng cách tập lại các chiêu thức trong phim kiếm hiệp, Tommy đọc lại phần thuyết trình bệnh của tôi ngắn gọn và súc tích. Tôi quả rất khâm phục. Tôi ngồi ghi toàn bộ những gì Tommy vừa nói, cách anh dùng các tính từ mô tả, cách ngắt câu, và cách ngừng nghỉ cho người nghe thời gian suy ngẫm.

Tommy đưa tôi một danh sách những việc cần cải thiện trong tuần đầu tiên. Tôi ngồi đọc lại một lần nữa bệnh án, xem danh sách, viết tiếp bệnh án, đặt y lệnh, và về nhà lúc gần 9 giờ tối. Tôi mệt mỏi ngủ thiếp đi chuẩn bị cho ngày hôm sau lúc 5 giờ sáng.

*

Tuần đầu tiên làm bác sĩ thực tập, tôi đối diện với một trong những công việc khó khăn nhất: Thông báo tin xấu cho gia đình bệnh nhân.

2 giờ sáng trong ca trực đầu tiên, chúng tôi nghe mã *"Code Blue"* báo động. Code Blue là mã bệnh nhân ngưng tim phổi. Đây là mã nguy hiểm nhất trong bệnh viện. Tôi đã học cách xoa bóp tim ngoài lồng ngực (CPR - *CardioPulmonary Resuscitation*) từ lúc vào trường Y và đã tham gia nhiều ca Code Blue. Nhưng hôm nay với tư cách là bác sĩ, tôi sẽ trực tiếp tham gia vào cấp cứu bệnh nhân ngưng tim phổi.

Từ phòng trực, tôi khoác vội áo choàng trắng, bước nhanh theo hành lang hun hút tưởng chừng như dài vô tận. Gần đến phòng bệnh nhân thì có thêm các nhóm khác của khoa gây mê, hồi sức cấp cứu, dược và điều dưỡng quản lý bệnh viện cũng đã tụ hội, nhanh chóng xua đi cơn lạnh đêm khuya.

Căn phòng bệnh nhân trở nên chật chội với nhóm bốn người của chúng tôi và gần chục người từ các nhóm khác. Do là nhóm trực nên chúng tôi chịu trách nhiệm kết nối các nhóm. Mỗi nhóm được phân công một nhiệm vụ rõ ràng nên khi đến hiện trường ai nấy đều tự lo công việc của mình.

Trực tiếp phụ trách phần hồi sức cấp cứu "Code Blue" là nhóm bác sĩ khoa hồi sức cấp cứu (ICU), thường do bác sĩ nội trú nội khoa năm trên và bác sĩ hồi sức cấp cứu phụ trách. Đây là nhóm chính trực tiếp làm xoa bóp tim ngoài lồng ngực (CPR), can thiệp mạch, đặt ống nội khí quản và gây mê nếu cần.

Nhóm trực như chúng tôi sẽ làm nhiệm vụ "nặng nề" hơn là phụ giúp nhóm chính làm CPR, xem hồ sơ bệnh nhân, liên lạc gia đình và đặt y lệnh nếu cần. Thường nhóm trực sẽ làm việc dưới sự chỉ định của nhóm ICU do công việc trong Code Blue rất nhiều.

Xoa bóp tim ngoài lồng ngực (CPR) khi bệnh nhân ngưng tim ngưng thở là việc đầu tiên và quan trọng nhất có thể cứu bệnh nhân. Khi bệnh nhân ngưng thở hơn 5 phút, sẽ không có tuần hoàn máu chứa oxy lên não và bệnh nhân sẽ chết não. Làm CPR bắt đầu bằng việc để hai bàn tay ép thẳng lên tim đẩy xuống ít nhất là 2 inches (khoảng 6 cm) để lực đẩy ép sâu vào tâm thất trái đẩy máu lưu thông lên não.

CPR phải làm nhanh, ít nhất 100 lần một phút, và mỗi 2-3 phút thì chúng tôi thay phiên. Làm CPR là một trong những công việc cơ bắp nhất mà một bác sĩ có thể làm. Vài phút CPR có thể đốt lượng calorie bằng cả buổi tập gym.

Tôi bước vào phòng, nhập vào nhóm chờ lệnh từ trưởng nhóm. Y như thói quen, Tommy, trưởng nhóm của tôi ra lệnh dứt khoát:

- Wynn Trần và Linda - bác sĩ thực tập khác trong nhóm tôi -, CPR, thay phiên nhau.

Tôi thẳng tiến đến cạnh giường, bệnh nhân giờ đây đã nằm bất động. Bệnh nhân nam, người béo phì, khoảng 70-80 tuổi, đầu hói, mắt nhắm nghiền, trần truồng trên giường, da trắng bệch điểm đồi mồi, bụng to đùng hơi trướng. Tôi đứng thẳng lưng, khom xuống dùng sức nặng của phần trên cơ thể mình chuyển xuống hai bàn tay ép thẳng lên ngực bệnh nhân.

Làm CPR không đúng tư thế sẽ mỏi lưng và không đủ lực ép xuống ngực. Tôi làm nhanh và chính xác như một cái máy. Lúc học ở trường Y, chúng tôi học cách làm đúng CPR trên bệnh nhân giả (manikin) vì mỗi lần ép tim đúng vị trí sẽ có một điểm màu xanh sáng lên. Ngược lại, nếu ép không đủ lực và chưa đủ sâu, đèn màu đỏ sẽ hiện lên bắt sinh viên ép sâu hơn.

Tôi liếc nhìn đồng hồ trên tường, cây kim giây chầm chậm quay vừa đủ một vòng đánh dấu 1 phút vừa trôi qua. Thời gian tưởng như dài vô tận vì tôi đã thấy mệt. Nhóm ICU bắt đầu dò siêu âm lấy máu từ tĩnh mạch bẹn do không lấy máu được từ tay bệnh nhân. Nhóm ICU cũng đang đặt ống nội khí quản. Nhóm dược đang lấy các thuốc vận mạch trợ lực và gây mê. Tất cả mọi việc diễn ra nhịp nhàng trong lúc tôi làm CPR như một đội sửa xe đua thể thức F1 khi xe vừa cập vào thay bánh.

Chiếc kim giây đồng hồ trên tường vẫn chầm chậm nhìn tôi quay đều ba vòng. Tôi thấm mệt, người nóng ran, hai bàn tay và khớp vai mỏi sau khi xoa ép cật lực hơn 300 cái trên người bệnh nhân. Tôi la to lên "Need sub" (Cần thay) để bác sĩ thực tập khác nhảy vào thay thế. Chúng tôi làm CPR liên tục không ngưng, ngoại trừ những lúc hiếm hoi dừng lại để kiểm tra mạch hay làm các thủ thuật cần sự chính xác.

Chúng tôi đặt nội khí quản, đặt đường tĩnh mạch truyền thuốc, làm CPR gần một giờ đồng hồ nhưng tim và mạch của bệnh nhân không trở lại. Sau cuộc hội chẩn nhanh giữa bác sĩ hồi sức cấp cứu và bác sĩ trực, nhóm ICU quyết định ngưng làm hồi sức cấp cứu CPR.

Không ai biết là nên làm CPR bao lâu nếu một bệnh nhân ngưng tim ngưng thở, điều này còn tùy vào bệnh sử mỗi người và lý do bệnh nhân nhập viện. Cách đây vài năm có một người đàn ông ở miền quê bang Minnesota bị ngã quỵ bên đường, được người qua đường làm CPR chỉ bằng xoa ép tim ngoài lồng ngực hơn 2 giờ đồng hồ trước khi được trực thăng đưa đến bệnh viện. Ông may mắn được cứu sống và được chẩn đoán ngã quỵ do quá lạnh. Nói cách khác, tim và phổi ông không có quá nhiều bệnh.

Bệnh nhân của tôi bị suy tim và tắc nghẽn phổi mạn tính (COPD). Bệnh nhân đã nhập viện nhiều lần do khó thở. Lần nhập viện gần đây nhất là 3 tuần trước khi ông bị suy tim cấp.

Quyết định ngừng CPR nghĩa là chấp nhận để bệnh nhân chết. Nhưng tiếp tục CPR không có nghĩa là bệnh nhân sẽ tỉnh dậy, vì các nỗ lực của chúng tôi kích thích và hồi phục tim phổi không có tác dụng, đặc biệt trong trường hợp này, khi bệnh nhân có quá nhiều bệnh lý về tim phổi.

Cả nhóm dừng lại. Như một cỗ máy phức tạp vận hành ngừng lại đột ngột. Mọi người nhanh chóng rút đi, trả lại sự vắng lặng cho căn phòng. Tôi kéo tấm chăn trắng phủ lên mặt bệnh nhân trước khi bước ra ngoài. Tôi và Tommy sẽ đi nói chuyện với người nhà bệnh nhân. Chúng tôi cùng bước về phòng chờ dành cho gia đình bệnh nhân.

- Anh có bao giờ thông báo tin bệnh nhân chết cho người nhà chưa? - Tom hỏi tôi.

- Chưa. - Tôi trả lời.

- Nhưng anh nhớ cách thông báo bằng kỹ thuật SPIKES, đúng không?

- Tôi nhớ.

- Tốt, cứ làm theo. Tôi sẽ hỗ trợ nếu cần.

SPIKES là viết tắt của một nhóm các chữ cái viết tắt của các bước khi thông báo tin xấu cho bệnh nhân hay người nhà bệnh nhân gồm "S = *Setting up*" - sắp đặt không gian và cách nói chuyện, "P = *Perception*" - đánh giá cảm nhận của người nhà về tình huống, "I = *Invitation*" - gợi mở chủ đề cho người nhà bệnh nhân, "K = *Knowledge*" - thông báo tình hình bệnh và dò xét khả năng hiểu biết của bệnh nhân, "E = *Empathy*" - chia sẻ và thông cảm bệnh nhân, và "S = *Summary*" - tổng kết lại tình huống.

Tôi bước vào căn phòng nhỏ cuối hành lang, nơi ba người thân của bệnh nhân chúng tôi vừa làm Code Blue đang ngồi. Vợ bệnh nhân, một bà lão tóc trắng, người hơi ốm, ngồi giữa ghế, kế bên là cô con gái và chồng. Bà lão mắt đỏ hoe, một tay nắm lấy tay cô con gái, tay kia cầm khăn giấy chấm chấm lên hai khóe mắt nhiều vết chân chim.

- Xin chào, tôi là bác sĩ Trần và đây là bác sĩ Parasit (họ của Tom), chúng tôi là bác sĩ trực của đêm nay. - Tôi mở đầu.

- Xin chào bác sĩ. - Bà lão rưng rưng.

- Bà có phải là vợ của ông Michael? - Tôi hỏi.

- Tại sao chồng tôi chết, thưa bác sĩ? - Bà nhìn vào mắt tôi.

Tôi hơi giật mình vì trước khi vào đây, tôi có xem kỹ bệnh án bệnh nhân trong đó có ghi rõ tiên lượng và tình trạng bệnh khá nặng, gia đình có lẽ cũng biết bệnh nhân mắc bệnh mạn tính đã lâu và ông nhập viện nhiều lần. Tôi chưa biết phải trả lời sao thì Tom nhanh chóng nhảy vào.

- Thưa bà, có nhiều lý do có thể khiến chồng bà chết. Bà hiểu thế nào về tình trạng của ông, thưa bà? - Tom từ từ nói.

- Tôi thấy chồng tôi khỏe mà, tối qua ổng còn nói chuyện với tôi. Ổng nói là bác sĩ có nói tim và phổi ổng hơi yếu. - Bà góa phụ khóc trả lời.

- Chúng tôi biết ba tôi yếu và có thể mất bất kỳ lúc nào. Có lẽ má tôi chưa hiểu rõ bệnh của ông ấy. - Cô con gái bên cạnh tiếp lời.

Tôi nhận ra dù có chuẩn bị tinh thần thế nào, việc mất đi người thân luôn là một cú sốc với gia đình. Chúng tôi chậm rãi nói về tình huống bệnh và buổi cấp cứu Code Blue vừa rồi.

Khi đứng dậy chào tôi ra về, bà lão đứng lên hơi loạng choạng. Tôi bước tới gần dìu bà và choàng hai tay ôm bà. Tom cũng vậy, cũng ôm bà lão trước khi chào tạm biệt.

Một tuần sau, tôi nhận được một tấm thiệp cảm ơn của gia đình, trong đó có lời cảm ơn chúng tôi đã ôm bà góa phụ.

Về sau, mỗi khi có bệnh nhân mất, tôi thường ôm người thân bệnh nhân trước khi rời phòng. Là bác sĩ, tôi biết chúng tôi không làm được nhiều khi một bệnh nhân đã mất, nhưng ít ra một cái ôm chặt với người thân có thể làm vơi đi chút nỗi đau.

*

Và cứ thế, những ngày dậy sớm về khuya trở thành thói quen của tôi. Mùa đông New York, tuyết trắng xóa một vùng trời. Sáng 5 giờ, tôi vội bước đi trên đường, để lại vết giày đen trên lớp tuyết mỏng vừa đọng sau khi cào tuyết. Bông tuyết đẹp nhè nhẹ dính vào áo khoác của tôi, nhanh chóng tan biến khi tôi chạy vội vào trong bệnh viện.

Những tháng kế tiếp, tôi được chuyển qua các khoa khác. Thời gian trôi đi rất nhanh, trừ những lúc có Code Blue hay trực đêm.

Mùa xuân Cooperstown, hoa đào nở trắng một góc ký túc xá bệnh viện. Tôi ngẩn ngơ chưa kịp chụp hình thì mùa hè đã đến. Thời tiết nóng lên. Mặt nước hồ trong vắt, từng đàn cá chép tung tăng bơi lội. Vậy là tôi đã xong chương trình bác sĩ thực tập, chưa kịp nói câu chào tạm biệt thành phố "Đà Lạt" mộng mơ thì đã phải vội vã lên đường xuống phía Nam để làm nội trú chuyên khoa chẩn đoán hình ảnh tại bệnh viện đại học Florida.

20

Làm nội trú chẩn đoán hình ảnh ở Florida

Rời bệnh viện Bassett, tôi lái xe xuyên bang để đến thành phố Jacksonville bệnh viện đại học Florida, nơi tôi sẽ làm bác sĩ nội trú chẩn đoán hình ảnh. Florida là một bang nắng ấm và có độ ẩm cao ở miền Nam nước Mỹ. Nơi đây có nhiều điểm du lịch nổi tiếng với bờ cát trắng trải dài, hàng dừa cao chót vót. Florida cũng là nơi có bão quanh năm, đặc biệt công dân ở tiểu bang này không phải đóng thuế cá nhân. Thành phố tôi sắp đến là Jacksonville, thành phố đông dân thứ tư của bang Florida. Do vị trí thành phố ở phía Bắc Florida nên mùa đông khá lạnh. Biển Jacksonville cát hơi vàng, không trắng đẹp như Miami hay Honolulu, nhưng bù lại cá biển và tôm nơi đây rất nhiều.

Florida chào đón tôi bằng một trận bão lớn. Dù đã nghe mưa bão vốn là đặc sản của Florida, nhưng được nếm đặc sản này ngay trong ngày đầu tiên thì... hơi khổ. Chưa kịp thuê nhà, tôi ở tạm khách sạn trong tuần đầu tiên ở Florida. Mưa dầm dề như trút nước bên ngoài khách sạn, gió ào ạt làm nghiêng ngả hàng cọ. Dù mưa tầm tã cả một tuần, thành phố Jacksonville không bị ngập như Sài Gòn.

Cơn bão lớn khiến tôi vất vả vì rất nhiều đồ cá nhân để trong chiếc xe Honda Civic nhỏ xíu không thể lấy lên phòng khách sạn. Tôi chỉ có vài bộ đồ để mặc đi làm. Nhờ có bão mà bệnh viện cho tôi được về sớm hơn để đi tìm nhà. May mắn là tôi kiếm được nhà trọ trong tuần đầu tiên và cơn bão quái ác cũng qua mau.

Chương trình nội trú bác sĩ chẩn đoán hình ảnh tại Mỹ kéo dài 5 năm, bao gồm 1 năm thực tập có thể làm chung hoặc làm riêng với chuyên khoa chẩn đoán hình ảnh và 4 năm đi vào chuyên khoa chẩn đoán hình ảnh. Tôi đã làm 1 năm thực tập tại bệnh viện Bassett Columbia nên sẽ làm thêm 4 năm tại đây.

Ngành chẩn đoán hình ảnh là một trong những ngành quan trọng và hiện đại nhất của Y khoa, do ngành này tập trung nhiều kỹ thuật mới nhất như chụp CT, PET hay MRI.[1] Chẩn đoán hình ảnh

---

[1] CT là kiểu chẩn đoán hình ảnh chụp cắt lớp, dùng hàng trăm hình ảnh XR (tia phóng xạ) để tạo ra hình ảnh cắt lớp trên máy tính. PET là hình ảnh y khoa hạt nhân dùng một dạng chiết xuất của chất đường (glucose) để tiêm vào máu và đo các điểm hấp thụ đường (năng lượng), từ đó tính ra mức độ chuyển hóa của các vùng trên cơ thể. Thông thường, các tế bào ung thư sẽ hấp thụ nhiều năng lượng hơn nên sẽ sáng đỏ lên khi chụp PET. Bằng cách này, các bác sĩ sẽ đoán được hoạt động của khối u trong cơ thể. MRI là kỹ thuật chụp cắt lớp cộng hưởng từ, một dạng chẩn đoán hình ảnh dùng nguyên tử nước (H_2O) để mô tả các đặc điểm phần mềm trong cơ thể. Trái với CT, MRI không có tia phóng xạ.

cũng là một trong những chuyên khoa khó vào nhất tại Mỹ. Chuyên khoa này nằm trong nhóm con đường hạnh phúc "ROAD", là tập hợp những chữ cái đầu của *Radiology* (Chẩn đoán hình ảnh), *Ophthalmology* (Nhãn khoa), *Anesthesia* (Gây mê) và *Dermatology* (Da liễu).

Sau 4 năm làm chuyên khoa chẩn đoán hình ảnh, bác sĩ nội trú hình ảnh có thể làm thêm chuyên khoa sâu như can thiệp hình ảnh, nhũ ảnh, chẩn đoán hình ảnh thần kinh, nhi khoa và các chuyên khoa khác. Sau này, ngành can thiệp hình ảnh *(Interventional radiology)* phát triển mạnh nên tách riêng ra, có chương trình nội trú can thiệp hình ảnh *(Interventional radiology residency)* riêng, song song với chương trình chuyên khoa sâu can thiệp hình ảnh *(Fellowship interventional radiology).*

Tôi thích làm thủ thuật nên chọn theo hướng can thiệp hình ảnh ngay từ đầu. Tôi cũng thích chương trình nội trú hình ảnh tại đại học Florida vì nơi đây cũng đào tạo chuyên khoa sâu về can thiệp hình ảnh và có chương trình kết hợp chẩn đoán với can thiệp hình ảnh chung với nhau.

Tại các chương trình nội trú chẩn đoán trên toàn nước Mỹ, bác sĩ nội trú chẩn đoán hình ảnh thường đọc lời thoại *(dictation)* vào microphone để máy tính viết ra các mô tả và chẩn đoán. Sau đó, bác sĩ nội trú năm trên và bác sĩ chính *(attending)* sẽ dựa vào mô tả của bác sĩ nội trú năm dưới để chỉnh sửa trước khi ký tên vào bản chẩn đoán chính thức.

Lịch làm việc bác sĩ nội trú hình ảnh tại bệnh viện của tôi thật kinh khủng, làm từ 7 giờ sáng đến 7 giờ tối mà vẫn chưa hết việc. Có những ca chẩn đoán quá khó tôi phải ghi lại để tối về nhà xem sách rồi chỉnh sửa từ vựng mô tả bệnh trước khi ngủ.

Bác sĩ chuyên khoa khác thường nhìn vào ngành này cho rằng công việc nhàn hạ và lương cao. Đó là hồi xưa, những năm 2000. Giờ đây, bác sĩ chẩn đoán hình ảnh phải làm việc cật lực hơn nhiều, dù là bác sĩ nội trú hay bác sĩ chính. Trung bình một ngày mỗi bác sĩ chính phải đọc chẩn đoán từ 100-120 ca trong vòng 10-12 giờ. Lương bác sĩ chẩn đoán hình ảnh hiện nay khoảng 300.000-400.000 đô-la một năm, không quá cao như trước (gần 500.000 đô-la một năm). Trong lúc đó, lương của bác sĩ nội khoa và bác sĩ gia đình hiện nay khoảng 250.000 đô-la một năm.

Cái khó nhất của bác sĩ chẩn đoán hình ảnh hiện nay là kiếm được một công việc và môi trường làm việc ổn định. Do phụ thuộc vào kỹ thuật quá nhiều nên công việc của bác sĩ hình ảnh chủ yếu tập trung tại bệnh viện hoặc các nhóm bác sĩ chuyên khoa hình ảnh. Kỹ thuật cao cũng giúp bác sĩ hình ảnh không cần phải đến bệnh viện và có thể làm chẩn đoán từ bất kỳ nơi đâu. Cũng vì vậy, bác sĩ hình ảnh ngày càng xa rời bệnh nhân, điều mà tôi không thích.

Hiện nay, ngày càng có nhiều công ty lớn dùng vốn mạnh để mua các nhóm bác sĩ chẩn đoán hình ảnh và thay thế các nhóm bác sĩ hình ảnh khác tại các bệnh viện bằng các hợp đồng hạ giá. Có một dạo, toàn bộ nhóm bác sĩ hình ảnh tại một bệnh viện lớn ở Detroit bị đuổi việc chỉ sau một đêm, do toàn bộ hợp đồng chẩn đoán hình ảnh của bệnh viện được ký với một công ty chẩn đoán hình ảnh lớn hơn đến từ tiểu bang khác.

Để giữ công việc, bác sĩ chẩn đoán hình ảnh phải làm việc cật lực hơn, nếu không họ sẽ bị đào thải. Từ đọc 60-80 phim mỗi ngày lúc xưa, nay họ phải đọc tăng lên đến 140-150 phim. Dĩ nhiên, sức làm việc của con người có giới hạn nên bác sĩ hình ảnh ngày càng dễ bị stress và kiệt sức.

Một nghiên cứu tại Harvard cho thấy máy vi tính đọc sinh thiết não ung thư chính xác hơn cả những bác sĩ chuyên khoa não tốt nhất. Đến một ngày nào đó, máy cũng sẽ đọc và dịch hình ảnh chính xác hơn con người. Khi đó, việc bác sĩ hình ảnh mất việc là điều khó tránh khỏi.

Tuy nhiên, chuyên khoa can thiệp hình ảnh là chuyên khoa kéo gần khoảng cách giữa bác sĩ chẩn đoán hình ảnh và bệnh nhân. Đây cũng là chuyên khoa tôi theo đuổi khi quyết định theo ngành hình ảnh vì tôi thích được tương tác và nói chuyện với bệnh nhân.

Những năm 1960, bác sĩ can thiệp hình ảnh đã làm thay đổi cách chăm sóc tim mạch khi thực hiện các ca can thiệp tim và nong mạch vành. Về sau, bác sĩ chuyên khoa tim mạch nắm bệnh nhân, từ từ đẩy bác sĩ can thiệp hình ảnh ra khỏi vùng can thiệp tim mạch. Đến những năm 2000, bác sĩ chuyên khoa ngoại mạch máu cũng đẩy bác sĩ can thiệp hình ảnh ra khỏi can thiệp mạch máu ngoại vi khiến bác sĩ can thiệp hình ảnh không còn nhiều đất dụng võ.

Các bác sĩ ngoại mạch máu và bác sĩ tim mạch lý luận rằng bác sĩ can thiệp hình ảnh thiếu kỹ năng lâm sàng và không phục vụ bệnh nhân toàn bộ. Thay vào đó, bác sĩ can thiệp hình ảnh thường chỉ làm thủ thuật xong rồi về, không thăm khám tiền phẫu hay hậu phẫu như bác sĩ tim mạch hay bác sĩ ngoại mạch máu. Điều này đúng vì bác sĩ can thiệp hình ảnh chỉ có 1 năm làm lâm sàng tiếp xúc trực tiếp với bệnh nhân nên kỹ năng lâm sàng không tốt bằng bác sĩ tim mạch và ngoại mạch máu.

Do cứ dần bị đẩy ra, bác sĩ can thiệp hình ảnh tự tìm hướng đi mới cho mình, đó là can thiệp ung thư *(Interventional oncology)*. Đây là hướng đi mới và có tính đột phá khi bác sĩ can thiệp hình ảnh lập ra Hiệp hội can thiệp ung thư *(Society of Interventional Oncology)*.

Ngành hình ảnh cũng có hai loại bác sĩ tương phản. Đa số bác sĩ chẩn đoán hình ảnh thích cuộc sống an nhàn, ngại gặp bệnh nhân, hoặc ngại đi trực đêm các ca can thiệp. Trong khi đó, bác sĩ can thiệp hình ảnh có lối sống giống phẫu thuật viên hơn. Họ không ngại cực khổ, thích tiếp xúc bệnh nhân và chịu đi trực can thiệp khi nào bệnh nhân cần.

Do hướng theo chuyên khoa can thiệp hình ảnh nhiều hơn nên tôi thường được "ưu ái" phân công theo dõi các ca khó trong khi trực. Chính vì vậy, tôi hiểu hơn về ngành này và đã có một quyết định quan trọng vào cuối năm hai nội trú.

*

Tại bệnh viện đại học Florida, khoa hình ảnh (gồm chẩn đoán và can thiệp) của chúng tôi chịu trách nhiệm về can thiệp ung thư, nhất là làm thủ thuật TIPS[1] hay đốt nóng khối u *(Tumor Ablation)*. Đây là những thủ thuật khá phức tạp của bác sĩ can thiệp hình ảnh.

Một buổi tối khi đang ngồi trực và nhâm nhi cà phê, máy bipper của tôi kêu vang. Tôi chạy vội xuống khoa hồi sức cấp cứu (ICU) thì gặp một bệnh nhân trướng bụng to, bị tụt huyết áp và đang khó thở. Tôi nhận ra ngay bệnh nhân bị xơ gan nặng do tăng huyết áp mạch bụng.

---

[1] TIPS (Transjugular Intrahepatic Portosystemic Shunt) là thủ thuật can thiệp làm giảm áp lực trong gan của bệnh nhân xơ gan thời kỳ cuối. Khi bệnh nhân mắc bệnh này, các mô gan bị xơ hóa, dẫn đến tăng áp lực mạch máu, giảm lượng máu lưu thông qua gan, dẫn đến trương bụng nước và phù nề chân. TIPS như một ống thông nối trực tiếp máu từ ruột đi thẳng vào tim, không phải qua gan. Bằng cách này, nhằm giảm áp lực lên gan và giảm các triệu chứng của xơ gan thời kỳ cuối.

Khi bệnh nhân bị xơ gan, các mạch máu và tế bào gan dần dần bị xơ cứng dẫn đến huyết áp tại tĩnh mạch gan tăng. Albumin, một protein quan trọng, do gan sản xuất, cũng từ từ mất đi khiến nước tích tụ trong khoang bụng, dẫn đến trương phình. Sau khi ổn định bệnh nhân, chúng tôi lên lịch sáng hôm sau làm thủ thuật TIPS để giảm áp lực huyết áp bụng cho bệnh nhân.

Ca TIPS diễn ra suôn sẻ mặc dù kéo dài gần 4 giờ đồng hồ do bệnh nhân chảy máu và chúng tôi gặp chút vấn đề khi dò tìm tĩnh mạch gan bằng chất cản quang. Buổi chiều, tôi vào ICU gặp ông Joe, người chúng tôi vừa làm can thiệp kỹ thuật TIPS.

- Chào ông Joe, tôi là bác sĩ Trần. Ông khỏe không?

- Bác sĩ Trần, cảm ơn anh nhiều lắm. Tôi thấy bớt khó thở hơn rồi, bụng cũng bớt đau. - Ông thều thào nói.

- Tôi sống được lâu không bác sĩ Trần?

Joe nhìn tôi hy vọng. Tôi biết bệnh nhân một khi đã làm TIPS thường sẽ không sống lâu vì đây là giải pháp cuối cùng để chữa biến chứng của xơ gan.

- Tôi không biết ông sẽ sống bao lâu nhưng tôi biết là ca can thiệp TIPS của ông khá thành công, các kết quả xét nghiệm và hình ảnh đều cho thấy kết quả tốt. - Tôi nắm tay ông trả lời.

- Cảm ơn bác sĩ.

Joe kể tôi nghe về Cuba, về những ngày ông còn trẻ, cuộc sống khó khăn không có cơm ăn, hai vợ chồng phải chạy khắp nơi xin việc và xin cả đồ ăn thừa tại Havana. Vay mượn khắp nơi, Joe và vợ mua được chiếc ghe nhỏ, họ quyết định vượt biên bỏ xứ Cuba. Trời giông bão, chiếc xuồng câu bé xíu chở hai vợ chồng mau chóng chìm. Họ cột tay vào nhau, cùng ôm chiếc phao nhựa, thề sẽ cùng chết nếu chẳng may chìm.

Bão tan, hai vợ chồng không chìm mà lênh đênh trên biển gần một ngày. Khi Joe vừa lả đi thì nghe thấy tiếng trực thăng của tuần duyên Hoa Kỳ bay trên đầu. Thế là hai vợ chồng được cứu, đưa vào Miami. Từ đó, cả hai chí thú làm ăn, mở một tiệm ăn nhỏ bán đồ gốc Cuba. Họ mau chóng phát đạt, có nhà cửa đầy đủ, lần lượt sinh ra hai người con gái. Cả hai cô đều học hành đến nơi đến chốn và đã lập gia đình, có đầy đủ cháu trai cháu gái.

Một năm trước, hai vợ chồng mua được mảnh đất rộng gần Jacksonville để dọn về hưởng tuổi già. Joe chẳng may mắc viêm gan siêu vi C từ lúc còn ở Cuba, giờ phát triển thành xơ gan.

Nghe câu chuyện, tôi thoáng nhớ đến ba và gia cảnh tị nạn của nhà mình. Nhìn ánh mắt tràn trề hy vọng của Joe, tôi bóp nhẹ tay ông nói lời tạm biệt.

Sáng hôm sau, tôi quay lại ICU để thăm bệnh thì thấy giường Joe trống trơn. Tôi hỏi cô điều dưỡng là Joe đã chuyển ra ngoài rồi à.

- Joe mất tối qua. - Cô lạnh lùng trả lời và đi ra ngoài.

Tôi giật mình, liền mở hồ sơ xem thì thấy tối qua Joe bị xuất huyết quá nhanh và mất lúc gần sáng. Tôi lạnh người ngồi thẫn thờ nhìn vào chiếc giường ICU trống không, nghĩ đến bà Maria, vợ ông Joe, giờ này chắc đang đau đớn tột cùng.

Sau ca bệnh của Joe, tôi nhìn nhận chuyên khoa can thiệp hình ảnh chủ yếu chữa trị giảm nhẹ chứ không thể chữa dứt hoặc ngăn ngừa bệnh tật. Tôi tự hỏi, nếu chúng tôi không làm TIPS thì Joe có thể đã sống được ít nhất vài hôm nữa.

Một lần khác, tôi phụ một ca can thiệp mạch máu não. Bệnh nhân bị đột quỵ do tắc nghẽn mạch máu vùng não giữa và sau ót. Chúng tôi can thiệp thành công lấy được cục máu ra. Tuy nhiên, hai ngày sau bệnh nhân mất vì xuất huyết. Tôi mệt mỏi và chán nản. Tôi lại nhớ đến những ngày phụ mổ ung thư lúc còn năm cuối trường Y. Tôi nhớ những ca mổ dài đằng đẵng, những bệnh nhân tôi đã gặp và tôi cũng nhớ luôn lần tôi ngã quỵ vì tụt đường huyết.

Làm can thiệp hình ảnh cực không kém gì ngoại khoa. Nhưng bù lại, tôi thích được nói chuyện với bệnh nhân. Tôi nhớ lại khoảnh khắc ngồi cạnh Joe nghe ông nói. Tôi biết mình thích tương tác với bệnh nhân, chứ không chỉ đơn giản là làm xong thủ thuật rồi đi mất.

Tôi suy nghĩ trong hai tháng, cuối cùng quyết định rời bỏ chuyên khoa chẩn đoán và can thiệp hình ảnh. Tôi muốn đi một chuyên khoa mà tôi có thể ảnh hưởng đến bệnh nhân nhiều hơn. Tôi muốn có thể chữa dứt hẳn bệnh thay vì chỉ làm can thiệp giảm nhẹ. Tôi nghĩ về nội khoa và những chuyên khoa sâu sau nội khoa.

Một lần nữa, tôi quyết định thay đổi và tìm kiếm một chuyên khoa khác hợp hơn.

Bác sĩ trưởng khoa hình ảnh tại bệnh viện đại học Florida bị sốc sau khi nghe tôi nói quyết định bỏ nội trú chuyên khoa chẩn đoán và can thiệp hình ảnh. Ông nói:

- Em đã suy nghĩ kỹ chưa? Chẩn đoán hình ảnh là chuyên khoa khó, không phải ai cũng vào được? - Ông nhìn tôi nghiêm nghị.

- Dạ, em đã nghĩ kỹ rồi ạ. - Tôi nhỏ nhẹ trả lời.

Tôi nhớ lại lựa chọn bỏ nghề kiến trúc trước kia của mình và bao nhiêu khó khăn phải vượt qua để vào được trường Y. Lần này, tôi tiếp tục chọn lựa thay đổi chuyên khoa và tìm hướng đi mới cho mình. Quan trọng nhất, tôi tin mình sẽ thành công.

21

Hướng đi trở thành bác sĩ chuyên khoa sâu cơ xương khớp và tự miễn

Quyết định rời bỏ chuyên khoa chẩn đoán hình ảnh để chuyển sang chuyên khoa nội tổng quát và kinh doanh phòng mạch là một quyết định mạo hiểm của tôi. Bạn bè ngành Y khi biết đều lo lắng cho tôi. Họ không hiểu vì sao tôi bỏ một chuyên khoa tốt để đi một chuyên ngành khác cực hơn mà lương có thể thấp hơn.

Tôi đổi chuyên khoa vì muốn được giao tiếp, chăm sóc và theo dõi trực tiếp bệnh nhân. Xây dựng mối quan hệ lâu dài với bệnh nhân như trồng cây đợi ngày ra trái, điều mà ngành chẩn đoán và can thiệp hình ảnh không có.

Trở lại nội khoa, tôi biết mình sẽ không dừng lại ở khoa nội tổng quát. Tôi đã thấy những vất vả đa đoan của một bác sĩ chuyên khoa nội. Thực tế, hơn 70% bác sĩ chuyên khoa nội tổng quát chọn đi tiếp chuyên khoa sâu *(fellowship)*, điều này phần nào cho thấy chuyên khoa nội tổng quát không còn tốt như trước. Hơn nữa, tôi cũng không hợp với việc chỉ làm bác sĩ gia đình.

Tôi muốn trở thành chuyên gia và đi chuyên khoa sâu. Tôi nghĩ đến ung thư, tim mạch, cơ xương khớp và bệnh tự miễn.

Nhưng trước khi tôi đi vào được một trong những chuyên khoa sâu này, tôi phải làm xong chương trình nội trú nội khoa 3 năm.

Tại Mỹ, nội khoa là một chuyên khoa rất phổ biến do phần lớn bệnh người lớn là bệnh nội khoa. Hiệp hội Bác sĩ nội khoa Hoa Kỳ *(American College of Physicians)* cũng là hội chuyên khoa lớn nhất. Chương trình nội trú nội khoa thường kéo dài 3 năm, gọi là PGY1 đến PGY3 (PGY = *Postgraduate Year*).

Chương trình nội trú là chương trình quan trọng nhất trong đào tạo bác sĩ tại Hoa Kỳ. Tất cả các bác sĩ khắp nơi trên thế giới, không phân biệt nguồn gốc, kiến thức, trình độ, đều phải qua chương trình nội trú mới được hành nghề bác sĩ tại đây. Bác sĩ nội khoa (hay còn gọi là *internist*) là dạng bác sĩ chiếm số lượng nhiều nhất tại Mỹ. Bác sĩ nội khoa khám tổng quát còn gọi là bác sĩ gia đình.

Năm đầu tiên nội trú nội khoa, bác sĩ mới ra trường còn gọi là *intern* hay bác sĩ thực tập sẽ làm quen với chữa trị các bệnh nội khoa nặng như tim, ung thư, phổi, hay huyết học, thường làm việc tại các bệnh viện giảng dạy lớn chuyên điều trị bệnh nội trú. Các bác sĩ thực tập sẽ ghi bệnh án cho tất cả bệnh nhân, bác sĩ nội trú năm trên sẽ chỉnh sửa lại nếu cần và bác sĩ chính chỉ việc ký tên. Như vậy, mỗi bệnh nhân sẽ được khám bởi bác sĩ thực tập, bác sĩ nội trú nhóm trưởng và bác sĩ chính.

Các bác sĩ thực tập sẽ làm việc dưới sự quản lý trực tiếp của bác sĩ nhóm trưởng, thường là bác sĩ nội trú năm hai hay năm ba. Bác sĩ thực tập làm rất nhiều công việc, từ khám bệnh cho đến giấy tờ theo dõi bệnh. Thường bác sĩ thực tập làm việc 10-12 giờ mỗi ngày để bắt kịp với tiến độ công việc và học hỏi kiến thức.

Các bác sĩ nội trú nội khoa (gồm bác sĩ năm trên và bác sĩ thực tập) được tập họp thành một nhóm từ 3-4 bác sĩ (trong đó có một bác sĩ nhóm trưởng). Cả nhóm sẽ được quản lý bởi bác sĩ chính *(attending physician)*. Trong nhóm cũng có một vài sinh viên Y khoa hay Dược khoa đi thực tập. Một nhóm bác sĩ nội trú thường khám khoảng 15-20 bệnh nhân. Chia ra, mỗi bác sĩ thực tập sẽ khám khoảng 8-10 bệnh nhân mỗi ngày.

Song song với làm việc, các bác sĩ thực tập cũng sẽ học các khóa về Y khoa bằng chứng, thuyết trình, học làm trưởng nhóm để chuẩn bị cho vai trò lãnh đạo trong những năm sau. Các bác sĩ thực tập cũng bắt đầu giảng dạy sinh viên Y khoa, thường là năm ba hay năm tư.

Sau khi qua được năm nhất gian khó mất ăn mất ngủ, mặt nổi mụn, tăng hay giảm cân, các bác sĩ thực tập sẽ được đưa lên làm bác sĩ nội trú từ năm hai. Cũng từ đây, các bác sĩ nội trú sẽ dẫn dắt nhóm của mình, được học nhiều hơn các thủ thuật, làm tại ICU nhiều hơn, có quyền và trách nhiệm hơn so với bác sĩ thực tập.

Năm ba là năm cuối nội khoa, các bác sĩ nội trú gần như có quyền tương đương với bác sĩ chính. Các bác sĩ nội trú năm ba cũng thường có bằng hành nghề độc lập *(full-license physician)* chứ không bị giới hạn như bác sĩ thực tập hay bác sĩ năm hai *(limited license physician).* Năm ba cũng là năm bác sĩ nội trú nội có nhiều thời gian rảnh nhất để đi phỏng vấn kiếm việc (nếu như muốn làm bác sĩ chuyên khoa nội hay bác sĩ gia đình) hay đi phỏng vấn chuyên khoa sâu.

Tôi may mắn đã làm thực tập nội khoa tại bệnh viện Bassett của trường Columbia nên khi tôi làm lại chương trình nội trú nội khoa tại bệnh viện St Mary, hệ thống bệnh viện St Joseph tại Michigan, tôi được đưa vào thẳng vào năm hai bác sĩ nội trú, được cho làm nhóm trưởng. Công việc những tháng đầu rất vất vả do tôi chưa quen với hệ thống bệnh viện và các bác sĩ nội trú khác. Tuy nhiên, tôi may mắn được nhiều thầy cô giúp đỡ, trong đó có một giáo sư đã giúp tôi quyết định chuyên khoa sâu sau này.

Sau khi vào làm bác sĩ nội trú nội khoa năm hai, tôi bắt đầu nghĩ kỹ về tương lai và phân tích các chuyên khoa sâu tôi muốn đi.

Ung thư là chuyên khoa tôi đã bén duyên trước lúc học Y. Tại Mỹ, việc theo chuyên khoa sâu nội ung thư thường mất 3 năm, trong đó bao gồm nội ung thư *(oncology)* và huyết học *(hematology)*. Trước kia, đào tạo chỉ riêng nội ung thư là 2 năm, hay chỉ riêng huyết học là 2 năm. Do huyết học thường đi liền với ung thư máu nên sau này, đào tạo hai chuyên khoa sâu này kết hợp thành ung thư huyết học *(hematology/oncology fellowship)* còn 3 năm thay vì 4 năm. Vào được chuyên khoa sâu này khá cạnh tranh vì lương cao (lương bác sĩ ung thư trung bình 350.000 đô-la một năm) và được sự tôn trọng cao từ đồng nghiệp.

Nội tim mạch *(cardiology)* là một chuyên khoa khác tôi nhắm đến vì thích làm thủ thuật và can thiệp. Nội tim mạch cũng mất 3 năm. Sau đó, bác sĩ tim mạch có thể đi thêm 1-2 năm chuyên khoa hẹp *(micro subspeciality)* như can thiệp tim hoặc sinh lý điện tim. Đây là một trong những chuyên khoa học lâu nhất của ngành Y. Tính ra một bác sĩ chuyên khoa điện tim *(electrophysiology)* mất tổng cộng 8-9 năm (3 năm nội khoa + 3 năm tim mạch + 2-3 năm điện tim). Nếu tính luôn thời gian học Y khoa và đại học, một bác sĩ chuyên khoa điện tim phải học ít nhất 16 năm (4 năm đại học + 4 năm Y khoa + 8 năm chuyên khoa).

Cơ xương khớp và bệnh tự miễn là chuyên khoa cuối cùng tôi nghĩ đến vì tính nhàn hạ trong công việc nhưng cực kỳ hóc búa trong chẩn đoán. Thông thường, bác sĩ chuyên khoa cơ xương khớp và bệnh tự miễn thường được đồng nghiệp bác sĩ cầu cứu với những bệnh không biết là gì vì chuyên khoa tự miễn và cơ xương khớp thường có những bệnh lạ và hay.

Chuyện là có lần tôi gặp Shane, cô gái 18 tuổi có làn da rám nắng. Cô nói với tôi rằng cô bị sốt cao.

- Cô bị sốt bao lâu rồi? - Tôi hỏi.

- Cả tháng nay thưa bác sĩ.

- Khi nào cô sốt?

- Cứ sau mỗi buổi trưa.

Tôi tự hỏi sao lại chỉ sốt vào buổi trưa rồi nhớ ra trong y văn có một loại bệnh tên là *Adult Still Disease*, khiến bệnh nhân bị sốt vào những giờ nhất định với những đốt mẩn đỏ khắp người, sau đó tự lặn mất.

- Cô có bị nổi mẩn không? - Tôi hỏi.

- Tôi có, nhưng nó lặn mất rồi. - Vừa nói Shane vừa lấy iPhone cho tôi xem hình các nốt đỏ.

Quả thật là Shane mắc bệnh *Adult Still Disease*, một loại bệnh tự miễn hiếm gặp khi tế bào miễn dịch tấn công da và khớp, tự điều chỉnh lại đồng hồ thân nhiệt gây sốt cao vào một giờ nhất định trong ngày.

Khi học thêm về hệ miễn dịch, tôi lập tức yêu hệ thống phòng thủ thông minh này. Cơ thể chúng ta như một quốc gia mà hệ miễn dịch là quân đội ngày đêm túc trực để bảo vệ. Tuy nhiên, có lúc quân đội nổi loạn làm cuộc đảo chính, tấn công ngược lại chính phủ hay các thành phố. Đây là lúc bệnh tự miễn xảy ra, khi các tế bào miễn dịch tự tấn công các cơ quan quan trọng như khớp (bệnh thấp khớp), da (bệnh viêm da mạn tính), hay thận (lupus ban đỏ).

Ngày nay, khoa học đang dần dần giải mã hệ miễn dịch và dùng hệ miễn dịch như một nhân tố quan trọng trong việc chữa trị ung thư. Giải Nobel Y khoa năm 2018 đã trao cho công trình khám phá dùng chính tế bào miễn dịch để điều trị ung thư như một minh chứng cho tầm quan trọng của hệ miễn dịch.

Tôi bắt đầu nhắm vào chuyên khoa bệnh tự miễn và miễn dịch như chuyên ngành hẹp của mình. Năm thứ hai nội trú nội khoa, tôi gặp người thầy đã định hình và khuyến khích tôi đi vào ngành miễn dịch và cơ xương khớp, đó là giáo sư Joseph Weiss.

Ông là người Do Thái, tốt nghiệp Y khoa từ trường Michigan và làm giáo sư giảng dạy từ đó đến nay. Lúc đó, ông đang là chủ nhiệm bộ phận đào tạo liên tục (*Continuing Medical Education* - CME) của bệnh viện St. Joseph. Khi tôi đem trường hợp của cô Shane lên hỏi thầy Weiss, ông xác nhận đây là một ca *Adult Still Disease*, nhưng khá hiếm gặp tại Michigan. Ông ấn tượng về chẩn đoán của tôi và đồng ý làm người hướng dẫn chuyên khoa cho tôi.

Thế là tôi đến văn phòng thầy Weiss để tìm hiểu kỹ hơn về bệnh tự miễn cơ xương khớp. Chuyên khoa này chủ yếu thăm khám bệnh nhân ngoại trú tại phòng khám, mặc dù có vài bác sĩ chuyên khoa chữa trị bệnh nhân nội trú tại bệnh viện.

Phòng khám của bác sĩ Weiss gần bệnh viện tôi làm nội trú. Lần đầu tiên đến đây, tôi ước mình sẽ có một phòng khám như vậy. Phòng khách rộng rãi, sạch sẽ, bài trí nhiều cây xanh. Bên trong phòng khám có phòng chụp X-ray, phòng đọc kính hiển vi, phòng tiểu phẫu kế bên hai buồng khám.

Bà thư ký lớn tuổi tóc bạc trắng chào đón tôi. Điều duy nhất tôi không thích ở phòng khám của thầy là nơi này vắng quá. Mỗi ngày, thầy Weiss chỉ khám hơn chục bệnh nhân. Thầy dành rất nhiều thời gian để nói chuyện và giải thích bệnh cho từng người. Chính vì vậy, tôi học được rất nhiều từ mỗi ca bệnh.

Một hôm, tôi hỏi thầy:

- Vì sao thầy chọn chuyên khoa này, thưa thầy?

- Để xem nào. Em biết đấy, hệ miễn dịch của chúng ta rất thông minh. Tìm hiểu về các bệnh này là vô tận. Tôi thì luôn thích tìm tòi nên chọn khoa này. Chúng ta luôn có cái mới để học hỏi. Hơn 30 năm trước, chúng ta vẫn chưa biết nhiều về tế bào B, về tế bào T. Giờ đây, chúng ta vẫn chưa biết nhiều về các tế bào này.

Ngưng một vài giây, ông chậm rãi nói tiếp:

- Chuyên khoa này đòi hỏi kiến thức rất rộng từ hầu hết các chuyên khoa nội quan trọng như ung thư, tim mạch, phổi và thận. Thêm nữa, xương của chúng ta là một cơ quan cực kỳ quan trọng, ai cũng sẽ mắc bệnh đau nhức liên quan đến xương. Em có thấy chuyên khoa này thú vị hơn các chuyên khoa khác không? - Ông kết lời.

- Nhưng hình như chuyên khoa này lương không được cao phải không thầy? - Tôi hỏi.

- Em nói đúng, thu nhập của chuyên khoa này chỉ trên mức trung bình. Không quá giàu như tim mạch hay nội tiêu hóa.

Hơn 15 năm tại Mỹ, tôi học được sự thẳng thắn và hỏi han chân thành về tài chính. Người châu Á, nhất là Việt Nam ít dám hỏi thẳng về lương bổng, tiền bạc mặc dù họ rất tò mò.

- Nhưng chuyên khoa này sẽ mang đến cho em một cuộc sống rất thoải mái, nhẹ nhàng. - Thầy mỉm cười.

Về sau khi làm chuyên khoa này, tôi đồng ý với những gì thầy Weiss dạy.

- Nhưng sao thầy khám bệnh ít vậy? - Tôi tò mò hỏi vì thấy thầy cố tình khám chỉ khoảng 10 người một ngày mặc dù bệnh nhân thường phải đợi hơn 3 tháng mới được gặp thầy.

- Vì tôi đang bị ung thư máu. - Thầy nhìn tôi nói.

- Ung thư máu? - Tôi giật mình.

- Đúng vậy. Ung thư bạch huyết dạng mạn tính (*Chronic Lymphocytic Leukemia*).

- Tôi muốn tiếp tục làm việc cho đến ngày cuối đời của mình.

Tôi thầm cảm ơn thầy vì lẽ ra thầy đã không nhận bác sĩ nội trú như tôi để hướng dẫn vào chuyên khoa này.

- Có lẽ em là người cuối cùng tôi hướng dẫn. - Thầy dí dỏm nói.

Sau 4 tuần làm việc với giáo sư Weiss, tôi biết mình muốn trở thành bác sĩ chuyên khoa bệnh tự miễn và cơ xương khớp. Tôi báo với thầy về quyết định của mình. Thầy Weiss vui vẻ bảo tôi tiếp tục quay lại phòng khám giúp thầy những lúc rảnh rỗi.

Hai tháng sau, đột nhiên thầy gọi tôi:

- Nếu tôi có chuyện gì, em có muốn lấy đồ đạc gì ở phòng khám của tôi không?

- Dạ, em chưa biết. - Tôi ngạc nhiên.

- Có món quà này tôi muốn tặng em. - Vừa nói thầy vừa mở một chiếc hộp nhỏ.

- Đây là một mô hình xương bàn tay tôi nhận được lúc mới ra trường Y.

Tôi xúc động vô cùng vì qua cách thầy mở hộp và cầm mô hình, chắc hẳn đây là món đồ thầy rất quý.

- Chúc em thành công. - Thầy Weiss nói.

Tôi cảm động, nhận và cẩn thận mang món quà về.

*

Một tuần sau, tôi vui mừng đến phòng khám để báo thầy biết là tôi vừa nộp đơn vào ngành cơ xương khớp và tự miễn, nhưng phòng khám đóng cửa. Gọi điện thì được biết thầy đã nhập viện tối qua.

Tôi lập tức chạy vào bệnh viện tìm thầy. Khoa ICU tôi thường hay đến là nơi thầy tôi nhập viện do bị thấp tiểu cầu. Ông ngồi ngay ngắn, mặc áo bệnh viện, hai chân thả lỏng hơi co lên, lưng dựa vào tường. Người ông gầy đi, hai má hóp lại, khác hẳn hình ảnh người thầy mặc áo vest phong độ hằng ngày tôi gặp khi khám bệnh.

- Thầy có sao không ạ? - Tôi ngồi xuống bên cạnh hỏi han.

- Cảm ơn em. Tôi không sao. Tôi đã từ chối hóa trị và sẽ về nhà.

Tôi nắm tay thầy bóp nhẹ. Ông cũng bóp chặt bàn tay tôi. Chúng tôi ngồi im không nói gì.

- Tôi hy vọng em sẽ có nhiều cuộc phỏng vấn vì tôi đã viết một lá thư giới thiệu không tệ cho em đấy. - Thầy cười buồn nói.

Đúng là thầy viết một lá thư không tệ. Chính xác là một lá thư tuyệt vời vì tôi nhận được lời mời phỏng vấn tại các bệnh viện hàng đầu của Mỹ như Yale, Columbia, Brown, đại học Nam California, UCLA hay UT Texas. Về sau, khi đi phỏng vấn một vòng, tôi mới biết thầy tôi là một nhân vật nổi tiếng trong chuyên khoa tự miễn và cơ xương khớp.

Hai hôm sau, tôi được tin thầy mất. Đám tang thầy tổ chức theo truyền thống của người Do Thái, tôi tham dự mà lòng buồn vô hạn. Tôi nghĩ đến kiếp người mỏng manh và nhớ đến đám tang của ba tôi. Nhìn vợ thầy mắt đỏ hoe bên quan tài cùng các con cháu, tôi cảm nhận thầy tôi đã sống một cuộc đời viên mãn.

Chúng ta ai rồi cũng sẽ đi đến con đường này, câu hỏi là liệu chúng ta đã sống hạnh phúc? Tôi bâng quơ nghĩ về tương lai của mình. Tôi cầu nguyện cho thầy và ôm chặt vợ thầy nói lời cảm ơn.

Những tuần sau đó, tôi bắt đầu nhận được nhiều lời mời phỏng vấn cho chương trình chuyên khoa sâu cơ xương khớp *(fellowship rheumatology)* và một chân trời mới mở ra.

Về sau, trong mỗi cuộc phỏng vấn chuyên khoa sâu, tôi đều thấy hình ảnh thầy Weiss đang đâu đó với cặp mắt sáng quắc, mái tóc bạc phơ, dáng người hơi khòm nhìn tôi ủng hộ.

22

Học Da liễu ở Anh khác gì với Mỹ?

Khi làm nội trú chuyên khoa nội tổng quát tại Michigan, tôi có một tháng làm việc tại văn phòng của Phó Giáo sư Bác sĩ Bruell. Thời gian tại đây có ảnh hưởng đến lựa chọn chuyên khoa và tương lai của tôi sau này. Tôi nhận ra tôi yêu thích da liễu hơn mình nghĩ.

PGS. BS. Bruell là một người thầy tuyệt vời. Bà dành nhiều thời gian để giảng dạy cho tôi về bệnh lý da và cách lấy bệnh sử da liễu một cách chi tiết. Bà còn dạy tôi kỹ năng mổ lấy sinh thiết, thậm chí hướng dẫn tôi cách nhuộm mẫu bệnh da liễu để xem trên kính hiển vi. Cùng lúc, tôi may mắn được nhận vào chương trình văn bằng Da liễu Thực hành dành cho bác sĩ đã đi làm của trường Y khoa Cardiff tại xứ Wales, nước Anh.

Trường Y khoa Cardiff với bệnh viện đại học xứ Wales là một trong những trường Y khoa lâu đời nhất tại Anh. Chương trình văn bằng da liễu yêu cầu học viên phải qua Cardiff, Anh thực tập một vài tuần, sau đó học viên sẽ tiếp tục thực tập tại bệnh viện hoặc văn phòng chuyên khoa da liễu tự chọn từ 1-2 năm. Trong lúc thực tập da liễu, học viên phải viết báo cáo, viết các case thực hành, làm bài kiểm tra online để được lên lớp. Sau cùng, học viên phải qua Cardiff thi cuối khóa lý thuyết và vấn đáp khám bệnh trực tiếp với các giáo sư. Bác sĩ Bruell vui vẻ đồng ý làm giáo sư hướng dẫn cho tôi chương trình này. Bà giúp tôi thực hành khám da liễu và viết case lâm sàng tại văn phòng bà.

Khóa học da liễu của tôi tại Cardiff có gần trăm học viên từ khắp nơi trên thế giới, đa số đến từ Anh, châu Âu, Trung Đông hay các nước thuộc địa cũ của Anh. Đặc biệt, có khá nhiều học viên đến từ Thái Lan và Singapore, qua đó tôi cũng biết thêm nhiều bạn làm bác sĩ chuyên khoa da liễu và thẩm mỹ ở Thái Lan từ khóa học này.

Chương trình da liễu của Cardiff cũng là tiền đề cho chương trình Thạc sĩ Da liễu *(Masters of Science in Dermatology)* dành cho bác sĩ chuyên khoa da liễu. Tôi tốt nghiệp văn bằng này loại giỏi *(merit)* nên đủ điều kiện xin vào chương trình Thạc sĩ.

Cùng lúc tham gia chương trình da liễu và nội khoa, tôi nhanh chóng nhận ra mối liên hệ mật thiết giữa bệnh tự miễn và bệnh da liễu. Thực tế, hơn phân nửa các bệnh da liễu có liên quan đến hệ miễn dịch. Tại Mỹ, có những chương trình đào tạo kết hợp chuyên khoa cơ xương khớp và da liễu cho các bệnh vảy nến, lupus ban đỏ, hay xơ bì cứng. Mỹ cũng có một hiệp hội kết hợp chuyên khoa cơ xương khớp và da liễu *(North American Rheumatology and Dermatology Society)* mà tôi là một thành viên, để tập trung chữa trị các bệnh này.

Học da liễu tại Anh giúp tôi biết được tại đây có cách tiếp cận bệnh nhân theo hướng khác hơn so với Mỹ.

Y khoa châu Âu từng là cái nôi của Y khoa thế giới, đặc biệt là ngành Y nước Anh. Những năm 1920-1960, các bác sĩ Mỹ thường qua châu Âu thực tập và học hỏi trước khi trở về Mỹ mở phòng khám. Năm 1948, bác sĩ Philip S. Hench, sau khi thử nghiệm thành công thuốc Cortisone (Chất E) dùng để chữa trị cho bệnh nhân bị thấp khớp tại phòng khám Mayo, Rochester, Hoa Kỳ, đã sang London báo cáo trị liệu này, mở ra một chương mới hoàn toàn trong việc chữa bệnh tự miễn dùng Steroid.

Lúc đó, báo cáo Y khoa tại Anh được xem như tiêu chuẩn vàng của Y khoa thế giới. Từ đó đến nay, Y khoa nước Anh vẫn được xem là một trong những đầu tàu của nền Y khoa thế giới. Nước Anh cũng là nơi khai sinh ra các các công ty và tập đoàn y tế thế giới như GlaxoSmithKline - GSK và AstraZeneca. Thống kê cho thấy cứ một trong năm loại thuốc bán chạy nhất trên thế giới có xuất xứ từ Anh.

Học Y tại Anh ngắn hơn ở Mỹ (tổng cộng 5-6 năm) do sinh viên có thể học thẳng từ phổ thông, dù vậy đầu vào cũng khắc nghiệt và khó khăn không kém Mỹ. Chương trình nội trú và sau đại học Y tại Anh thì dài hơn ở Mỹ, do sinh viên ra trường phải làm thêm 2 năm cơ bản *(2 year foundation)* kèm theo 3 năm nội trú (cho bác sĩ gia đình) hoặc 5 năm nội trú (cho bác sĩ chuyên khoa). Tổng cộng đào tạo một bác sĩ bên Anh cũng dài khoảng 11-13 năm như bên Mỹ.

Ngành Y ở Anh cực kỳ chú trọng kỹ năng lấy bệnh sử và khám lâm sàng. Lúc học ở Anh, tôi ngạc nhiên khi khám cho một bệnh nhân, bác sĩ thường dành hơn 15 phút hay thậm chí 30 phút để hỏi bệnh. Trong chuyên khoa da liễu, phần bệnh sử cực kỳ quan trọng vì một chi tiết nhỏ cũng có thể giúp bác sĩ chẩn đoán ra.

- Bác bị ngứa bao lâu rồi? - Tôi hỏi một bác người gốc Scotland.

- Anh từ Mỹ qua phải không? Giọng của anh kiểu Mỹ. - Bác nói.

- Vâng ạ. - Tôi nhoẻn cười.

- Tôi bị ngứa 2 năm rồi bác sĩ à, chỉ bị vào mùa đông, mà chỉ ngứa có một chỗ này thôi.

Bác chỉ tôi các vết loét da đỏ hoét có mủ loang lổ. Tôi lần hỏi mãi mới tìm ra lý do ngứa của bác là do bị rận cắn.

Mùa đông, giường nằm chỗ bác lạnh nên phải ra ngủ gần lò sưởi và bác bị rận cắn. Bác gãi dữ quá nên vết ngứa chuyển qua nhiễm trùng, không còn các đường rãnh "burrow" thường thấy trên da khi bị rận cắn. Cũng may, bác kiên nhẫn trả lời hết mấy câu hỏi bệnh sử nên tôi tìm ra đáp án.

Y khoa Mỹ, ngược lại, thường thực dụng hơn Y khoa Anh. Bác sĩ Mỹ thường dựa vào kỹ thuật hiện đại để chẩn đoán nên hay bỏ qua phần hỏi bệnh sử chi tiết. Về sau khi làm chuyên khoa da liễu tại Mỹ, tôi thầm cảm ơn cách dạy lấy bệnh sử chi tiết của các thầy cô bên Anh vì phần lớn các chẩn đoán về da đều có thể tìm thấy trong bệnh sử.

Các bác sĩ và sinh viên bên Anh được dạy rất kỹ phần khám lâm sàng, nhất là trong da liễu. Bệnh nhân được khám kỹ từ đầu đến chân, được kiểm tra từng sợi tóc, soi đến từng móng tay, sờ từng mẩn nhỏ li ti, hay bị bác sĩ dùng kính lúp rọi y như thám tử Sherlock Holmes soi tìm manh mối.

Bác sĩ da liễu bên Mỹ thường khám bệnh rất nhanh, khoảng 3-5 phút cho một bệnh nhân, trong khi bác sĩ da liễu bên Anh thường khám lâu hơn, khoảng 5-10 phút cho một bệnh nhân. Nhìn chung, bác sĩ bên Anh dành nhiều thời gian khám bệnh và tư vấn hơn so với bác sĩ Mỹ.

Vì vậy, lương bác sĩ bên Anh cũng thường thấp hơn lương bác sĩ ở Mỹ. Một bác sĩ gia đình bên Anh làm khoảng 150.000 đô-la trong khi một bác sĩ gia đình bên Mỹ là 250.000 đô-la. Bác sĩ chuyên khoa tại Mỹ lương còn cao hơn nhiều so với bác sĩ cùng chuyên khoa bên Anh. Do đó, nhiều bác sĩ bên Anh qua Mỹ làm nội trú rồi tìm cách ở hẳn luôn bên Mỹ.

Sau ba năm vất vả hoàn tất chương trình văn bằng da liễu và nội trú nội khoa, tôi có hai hướng đi. Một là tiếp tục đi lên chuyên khoa sâu mà tôi dự định là cơ xương khớp và tự miễn. Hai là nộp đơn xin làm bác sĩ nội trú da liễu tại Mỹ.

Chuyên khoa da liễu tại Mỹ là một trong những chuyên khoa khó vào nhất với điểm thi USMLE chót vót, bản hồ sơ CV thành tích dày cộp và công trình nghiên cứu ấn tượng. So với mặt bằng chung thì điểm USMLE, bản CV và thư giới thiệu của tôi có thể ở mức cạnh tranh để vào khoa da liễu.

Tuy nhiên, tôi có vài điểm bất lợi nếu nộp đơn xin nội trú da liễu. Điểm yếu lớn nhất của tôi là đã ra trường Y khoa, học xong một phần chương trình nội trú chẩn đoán hình ảnh và đã hoàn thành chương trình nội trú nội khoa. Điều đó có nghĩa là tôi đã tiêu hết số tiền của Quốc hội Mỹ dành để đào tạo một bác sĩ nội trú.

Hằng năm, Quốc hội Mỹ đều quy định sẽ chi bao nhiêu tiền để các bệnh viện đào tạo bác sĩ nội trú, thường có khoảng 31.000 bác sĩ nội trú và bác sĩ chuyên khoa sâu khắp nước. Trung bình, mỗi bác sĩ nội trú Mỹ sẽ được cấp 100.000 đô-la để đào tạo, trong đó khoảng 60.000 đô-la dành trả lương cho bác sĩ nội trú, phần còn lại để trả chi phí giấy tờ hành chính, bệnh viện và trả lương cho bác sĩ giảng dạy.

Nói cách khác, bệnh viện giảng dạy sẽ nhận tiền từ chính phủ để đào tạo bác sĩ nội trú, lương của bác sĩ nội trú do chính phủ trả chứ không phải bệnh viện, như vậy xem như bác sĩ nội trú làm việc miễn phí cho bệnh viện. Đây là mô hình đào tạo "*win-win*" hai bên cùng có lợi dành cho cả bác sĩ nội trú và bệnh viện.

Nếu nộp đơn vào nội trú da liễu Mỹ, khả năng tôi được nhận là khá thấp vì lý do như trên. Vì vậy, bác sĩ Bruell khuyên tôi theo chuyên khoa sâu về cơ xương khớp, sau đó sẽ xin đi tiếp một chuyên khoa sâu về da liễu hoặc đi làm nội trú da liễu. Nếu tôi xong chương trình chuyên khoa sâu cơ xương khớp, khả năng tôi xin vào da liễu sẽ cao hơn. Tôi cũng sẽ thử nộp đơn xin vào chương trình thạc sĩ da liễu tại trường Y Cardiff để học lên cao.

Suy đi tính lại, tôi chọn nộp đơn xin đi tiếp chuyên khoa sâu cơ xương khớp và tự miễn.

23

Chọn chuyên khoa sâu tại Yale hay Nam California?

Sau khi quyết định sẽ đi chuyên khoa cơ xương khớp và tự miễn, tôi nộp đơn xin vào chuyên khoa sâu *(fellowship)* của gần 30 bệnh viện tại Mỹ và may mắn nhận được lời mời phỏng vấn của 20 bệnh viện khắp nước.

Làm bác sĩ nghiên cứu chuyên khoa sâu khác với bác sĩ nội trú ở nhiều điểm, quan trọng nhất là kỹ năng làm việc, khả năng tự học, kỹ năng giảng dạy và nghiên cứu. Phỏng vấn chương trình chuyên khoa sâu vì vậy cũng xoáy vào những kỹ năng này. Câu hỏi thông dụng và đầu tiên thường là: *"Tại sao bác sĩ chọn chuyên khoa sâu này?"*

Đây là lần thứ tư tôi đi phỏng vấn (ba lần trước là phỏng vấn trường Y, bác sĩ thực tập và bác sĩ nội trú). Loại phỏng vấn nào cũng làm tôi *"viêm màng túi"*. Mỗi lần đi phỏng vấn là số nợ trong thẻ tín dụng của tôi lại càng tăng thêm. Phỏng vấn chuyên khoa sâu lại càng tốn kém, do các chương trình trải rộng khắp nước nên phải đi lại nhiều hơn.

Như thông lệ, tôi nhóm các cuộc hẹn phỏng vấn tại những bệnh viện gần nhau vào cùng một khoảng thời gian, lên lịch lái xe nếu được hoặc mua vé máy bay đi trong vòng một hoặc hai tuần. Khác với những lần phỏng vấn trước, lần này tôi còn tranh thủ sắp thêm lịch đi chơi và tham quan. Tôi hẹn những người bạn đã lâu không gặp hay sắp xếp gặp nhân viên của VietMD. Nhìn lịch phỏng vấn, tôi hài lòng vì sẽ đi du lịch một vòng nước Mỹ.

Buổi phỏng vấn được chuẩn bị bằng bộ hồ sơ CV mới, trong đó liệt kê các công trình nghiên cứu, xuất bản, bài viết, báo cáo, kinh nghiệm làm thiện nguyện và một tờ thông tin về VietMD. Sau khi tóm tắt hơn chục năm học hành và nghiên cứu trong 8 trang giấy A4, tháng 9 năm 2015, tôi bắt đầu đi phỏng vấn.

Lịch phỏng vấn của tôi bắt đầu tại những bệnh viện gần nhà như Detroit Medical Center, rồi đến bệnh viện đại học Michigan - nơi tôi từng học kiến trúc khi xưa. Bệnh viện đại học Michigan cũng là nơi thầy tôi - Giáo sư Weiss - giảng dạy trước khi ông mất. Lúc còn học kiến trúc tại trường Michigan, tôi hay đi ngang qua bệnh viện này, không ngờ rằng hơn chục năm sau, tôi lại đến đây phỏng vấn và có thể sẽ làm bác sĩ nghiên cứu chuyên khoa sâu tại đây.

Cuộc phỏng vấn tại bệnh viện đại học Michigan không khác lắm so với những lần phỏng vấn trước.

- Vì sao em chọn cơ xương khớp?

- Vì đây là chuyên khoa em làm tốt nhất. - Tôi bắt đầu chậm rãi.

- Em có chắc mình thích tự miễn và cơ xương khớp không? Hồ sơ cho thấy em từng làm rất tốt ngành chẩn đoán hình ảnh, sau đó thì chuyển về nội khoa. Em còn làm thêm ngành da liễu nữa. - Thầy Fox, trưởng bộ môn, hơi gằn giọng hỏi.

- Em chắc ạ. - Tôi cũng nhấn mạnh giọng nhưng mặt tôi bắt đầu nóng bừng, mồ hôi rịn ra trên trán. Linh tính và kinh nghiệm cho tôi thấy đây là một ông thầy khó tính.

Giáo sư Fox có lý khi đặt ra một loạt câu hỏi về quá trình đào tạo của tôi. Tôi kể tỉ mỉ chi tiết dẫn đến quyết định chọn chuyên khoa bệnh tự miễn, từ lúc vào thực tập Columbia, đến Florida và ở Anh Quốc.

Giáo sư Fox ngồi im. Gương mặt ông tập trung, chú ý đến từng chi tiết nhỏ. Nghe tôi nói xong, ông gật gù, gương mặt như giãn ra. Ông hỏi:

- Em có bao giờ xem thư giới thiệu của người khác viết cho mình chưa?

- Dạ, đôi khi cũng có, thưa thầy.

- Thầy James có viết một lá thư đặc biệt cho em dài gần ba trang, được mở đầu bằng chữ “Wow”.

Tôi bắt đầu tò mò. Thầy James khi viết thư này có nói với tôi là ông sẽ viết một lá thư đặc biệt, lúc đó tôi vẫn chưa hiểu nó đặc biệt như thế nào.

- Tôi rất thích lá thư này, dùng rất nhiều từ đơn giản nhưng thân thiện. Tôi sẽ giữ nó làm kỷ niệm. - Giáo sư Fox nói.

Về sau, khi tôi viết thư giới thiệu cho sinh viên hoặc bác sĩ nội trú, tôi thường dùng lối viết giản dị, dùng từ giao tiếp thân mật thay vì viết những lời sáo rỗng.

Sang đến lá thư của Giáo sư Weiss, bác sĩ chuyên khoa cơ xương khớp và người thầy hướng dẫn cho tôi vừa mất cách đây vài tháng.

- Giáo sư Weiss có giải thích rất rõ vì sao em chọn ngành này. Ông ấy rất thích em. Tôi và ông ấy học Y cách nhau vài khóa.

Nói rồi giáo sư Fox tháo kính xuống, trầm ngâm nhìn ra cửa sổ. Bên ngoài, nắng chiều đã bắt đầu đổ dài trên sân. Một góc bệnh viện đại học Michigan đã chuyển sang màu vàng trộn lẫn với chút lá xanh còn sót lại. Lác đác lá rụng khi có cơn gió nhẹ thổi qua. Trong phút chốc, cả tôi và giáo sư Fox đều nhìn ra ngoài trầm ngâm.

- Chuyên khoa kết hợp cơ xương khớp và da liễu *(Dermato-Rheumatology)* mà em muốn làm sau này rất thú vị. Tôi nghĩ những gì em học qua sẽ tuyệt vời cho chuyên ngành hẹp này. - Giáo sư Fox kết thúc buổi phỏng vấn với tôi bằng cái bắt tay thật chặt.

Tôi cảm nhận bệnh viện đại học Michigan đã chọn tôi nhưng có lẽ tôi không thích Michigan lắm. Nhìn lịch trực đêm vài lần một tuần mà tôi ngán ngẩm. Tôi đã từng sống ở Ann Arbor một thời gian nên muốn tìm một nơi mới hơn. Tôi đã cực nhiều rồi nên sẽ tìm một chương trình chuyên khoa sâu bớt vất vả để có thể tận hưởng cuộc sống.

*

Tuần kế tiếp, tôi lên bang Connecticut, thành phố New Haven để phỏng vấn với bệnh viện đại học Yale. Đây là bệnh viện giảng dạy đa khoa tuyến trung ương, có 1.500 giường bệnh, liên tục được xếp hạng *top* các bệnh viện tại Mỹ. Trường Y khoa Yale là một trong những trường lâu đời và nổi tiếng nhất nước Mỹ, nơi bác sĩ phẫu thuật thần kinh Harvey Cushing (1869-1939) đưa ra phát hiện về hội chứng Cushing.[1]

Chương trình chuyên khoa sâu cơ xương khớp tại bệnh viện Yale là chương trình nghiên cứu kết hợp giữa lâm sàng và phòng lab. Thông thường, các bác sĩ sẽ làm nghiên cứu chuyên khoa sâu trong 3 năm, nhưng đa số các bác sĩ chuyên khoa sâu làm thêm 1-2 năm (tổng cộng 4-5 năm) để có thêm kinh nghiệm và lấy thêm bằng Thạc sĩ *(Master)* hay Tiến sĩ Nghiên cứu (PhD) về dịch tễ học hay miễn nhiễm.

Để trở thành lãnh đạo của các trường Y thì nghiên cứu khoa học là điều bắt buộc. Yale cũng là trường chuyên đào tạo lãnh đạo cho các khoa của trường Y khắp nước Mỹ và thế giới. Trường Yale cũng là nơi có nhiều Tổng thống Mỹ học như Bill Clinton hay George Bush.

---

[1] Hội chứng Cushing (Cushing Syndrome) là hội chứng tăng cân, da mỏng, mặt tròn như mặt trăng do dư thừa hormone cortison trong cơ thể.

Tôi đến Yale vào mùa thu. Cứ ngỡ mình lạc vào một lâu đài cổ châu Âu của thế kỷ 18. Chạy giữa trường Y là những con đường nhỏ có hàng rào gỗ. Lá phong đỏ vàng rụng đầy hai bên đường, cứ chốc chốc lại nhẹ nhàng bay theo những cơn gió lạnh hay khi có xe chạy qua. Ẩn hiện trong những tán lá vàng rực là những tòa nhà cổ có tháp chuông cao vót mang phong cách Gothic, tường gạch nung đỏ đã ngả nâu theo thời gian, bên ngoài dây leo bò chằng chịt.

Trái ngược với các tòa nhà giảng dạy cổ kính, bệnh viện Yale được xây mới theo phong cách hiện đại với những khối tường bằng kiếng màu vàng thẳng đứng, kết nối với nhau bằng các dãy hành lang. Bên trong bệnh viện còn có một khu vườn tự nhiên tại khu trung tâm và bãi đậu trực thăng ở tầng trên cùng của tòa nhà hình bát giác.

Tôi đi nhiều bệnh viện trên nước Mỹ, từ góc nhìn của một kiến trúc sư, tôi cảm nhận bệnh viện càng lớn thì càng khó thiết kế cho bệnh nhân có cảm giác gần gũi. Bệnh viện Yale cũng không ngoại lệ. Tôi có cảm giác choáng ngợp sau khi đi một vòng khắp bệnh viện để tìm hiểu, thông qua một hướng dẫn viên chuyên nghiệp là bác sĩ Nathan.

- Này Nathan, vì sao anh chọn nơi đây? - Tôi hỏi.

- Vì đây là Yale, anh biết đấy, một trong những chương trình tốt nhất nước Mỹ. - Nathan tự hào trả lời. Anh đang làm chuyên khoa sâu năm thứ năm tại đây, sắp xong chương trình Tiến sĩ (PhD) và kết hợp nghiên cứu sau tiến sĩ *(postdoc)*.

Nhìn kỹ thì anh chàng gốc Ấn Độ này người hơi ốm, mặc áo sơ mi sọc ca rô trắng đen bỏ vào quần tây nâu, khoác áo jacket da màu đen hơi bạc. Nathan có nước da ngăm ngăm, mặt để râu ria tua tủa. Anh đeo kính cận như tôi và có mùi đặc trưng của người Ấn Độ.

Nathan có một bảng thành tích mà bất kỳ bác sĩ nào đi theo nhánh học thuật đều mơ ước. Nathan sinh ra ở New York, học đại học Columbia, học trường Y khoa Harvard, làm thực tập và nội trú nội tổng quát tại Yale, bây giờ đang làm chuyên khoa sâu tại Yale. Theo cách nhìn hàn lâm thì tương lai đang mở rộng với anh chàng này. Nathan có thể sẽ là một nhà nghiên cứu thành công, có một lab riêng hay trở thành trưởng khoa ở một bệnh viện nào đó.

Nhưng hình như ở Nathan thiếu một điều gì đó mà tôi không thể giải thích được. Về sau, tôi biết cái thiếu đó chính là sự thoải mái và hạnh phúc. Đi làm chuyên khoa sâu dĩ nhiên là cực, nhưng tôi mong mình sẽ cực một cách vừa phải và vẫn giữ được một cuộc sống thoải mái. Đó cũng là điều tôi nhận thấy khi đến phỏng vấn tại bệnh viện đại học Nam California, nơi tôi làm sau này.

Buổi phỏng vấn tại Yale bắt đầu sau khi bụng tôi đã phủ phê với hai cái bánh Danish và một ly cà phê Starbucks nóng hổi.

- Bác sĩ Trần, em là người Việt Nam phải không? - Giáo sư Evan hỏi tôi.

- Vâng, vì sao cô hỏi ạ?

- Tôi biết một chút về lịch sử Việt Nam và rất ái mộ người Mỹ gốc Việt. - Cô mở lời.

Tôi bắt đầu cảm thấy thích Yale và vị giáo sư này. Cách bà hỏi và mở đầu câu chuyện hoàn toàn khác.

- Bác sĩ Trần, em hãy nói cho tôi biết điểm chung cơ bản nhất em từng học ở các chương trình nội trú và đào tạo khác. - Giáo sư Evan hỏi.

Tôi mím môi suy nghĩ trong 5 giây. Tôi biết đây là một câu hỏi khó và nó sẽ quyết định tôi có vào được Yale hay không.

- Bệnh nhân. - Tôi trả lời chậm và rõ.

- Em hãy nói tiếp. - Bà từ tốn nói.

- Thưa cô, ngày đầu tiên vào trường Y, em đã học từ bệnh nhân đầu tiên của mình, người hiến xác. Cái chết có những giá trị khác nhau. Có người chết để lại gia tài lớn cho xã hội. Có người chết mọi thứ đều mất đi. Bệnh nhân của em khi chết đi đã để lại kiến thức và cảm hứng vô vàn cho em sau này.

Tôi dừng vài giây rồi tiếp:

- Khi em làm nội trú chẩn đoán hình ảnh, em biết mình đang xa rời bệnh nhân. Vì vậy, em quyết định quay lại nội khoa để có thể chăm sóc bệnh nhân trực tiếp.

Tôi ngừng chút, chờ cho bà nghe hết.

- Bệnh nhân là người thầy, là cảm hứng để em chọn ngành cơ xương khớp và là người nhắc nhở em mỗi khi nản chí hay thất vọng. Em thường nghĩ về những bệnh nhân đã đi qua đời em.

- Rất thú vị. - Bà nói.

Sau buổi phỏng vấn, tôi và bà giáo sư có liên lạc email vài lần. Tôi cảm nhận bệnh viện Yale thích tôi. Nathan liên lạc với tôi và nói các giáo sư ở Yale trong buổi phỏng vấn đều khen tôi.

Về sau khi làm kinh doanh phòng khám, tôi càng thấm thía giá trị của bệnh nhân, càng luôn tâm niệm lấy bệnh nhân làm trung tâm, vì đó luôn là kim chỉ nam thành công của ngành Y.

*

Giữa tháng 12 tuyết trắng xóa Michigan, tôi bay qua Los Angeles nắng ấm để phỏng vấn tại bệnh viện đại học Keck, đại học Nam California (*University of Southern California* - USC).

Giáo sư Panush, cựu trưởng khoa cơ xương khớp, giám đốc chương trình chuyên khoa sâu chào đón tôi bằng câu hỏi:

- Detroit dạo này thế nào bác sĩ Trần?

Tôi ngạc nhiên khi thầy hỏi tôi về Detroit, về Michigan. Thì ra giáo sư Panush từng học và lớn lên tại Detroit. Thêm nữa, thầy Panush học sau khóa thầy Weiss 2 năm, cũng từ trường Y khoa Michigan những năm 1960. Thế giới này tuy rộng lớn nhưng cũng rất chật hẹp. Cuộc phỏng vấn càng nhẹ nhàng hơn vì chúng tôi nói về Michigan, về những ngày bão tuyết vùng Midwest, về tương lai của ngành cơ xương khớp và tự miễn, và về kinh doanh trong Y khoa.

Các sinh viên và bác sĩ khi học Y thường ít học về tài chính hay quản lý kinh doanh vì nhiều lý do. Thường các bác sĩ nghĩ rằng họ sẽ có lương cao và công việc ổn định nên ít lo về kinh doanh. Số khác nghĩ rằng nói nhiều về tiền bạc sẽ không hay cho hình ảnh bác sĩ.

Tôi thì nghĩ hơi khác.

Tôi nhìn thấy ngành Y tại Mỹ đích thị là một ngành kinh doanh. Nếu bác sĩ không biết về quản lý kinh doanh, về tài chính tiếp thị, thì chính họ sẽ bị các hãng bảo hiểm hay bệnh viện lợi dụng.

Vì vậy, trong các cuộc phỏng vấn chuyên khoa sâu. Tôi thường đem các nghiên cứu, khảo sát bảng lương và phân tích tài chính ra để thảo luận xem chương trình nào hợp với mình. Khi nói chuyện với thầy Panush, tôi thấy hợp ngay vì thầy quan tâm đến việc đào tạo kỹ năng kinh doanh. Về sau, tôi và thầy cùng viết chung một bài nghiên cứu về tính cạnh tranh của chuyên khoa cơ xương khớp và xuất bản trên một trong các tạp chí hàng đầu về cơ xương khớp.

Nhìn chung, các chương trình Y khoa tại California đều khó vào hơn so với các tiểu bang khác, do California có vị trí và khí hậu thuận lợi.

Vào các chương trình nội trú hay chuyên khoa sâu, đặc biệt là những chuyên khoa có tính cạnh tranh cao tại California, lại càng khó hơn gấp bội phần.

Qua đó, tôi thầm cảm ơn những lá thư giới thiệu từ các thầy cô vì đi đâu, các thầy phỏng vấn cũng đều nhắc đến. Nhờ các lá thư tuyệt vời này, tôi được phỏng vấn tại những bệnh viện hàng đầu nước Mỹ.

Sau một vòng phỏng vấn, tôi phân vân xếp hạng giữa USC và Yale vì cả hai đều tuyệt vời.

Yale cho tôi bước đệm vững chắc vào giới học thuật và giảng dạy trong khi USC cho tôi kinh nghiệm lâm sàng và kinh doanh. Chưa kể USC nằm tại Los Angeles, thành phố tôi thích ngay lần đầu đặt chân đến. Sau một vài tuần suy nghĩ, tôi quyết định chọn USC.

USC cũng vậy, tôi được xếp vị trí số một trong các ứng viên đến phỏng vấn. Chúng tôi *"hợp nhau"* như *"duyên vợ chồng"*. Mùa hè năm 2016, tôi dọn qua California nắng ấm để làm nghiên cứu chuyên khoa sâu về cơ xương khớp.

24

Chuyên khoa cơ xương khớp, tự miễn và những ca bệnh khó

Hệ thống bệnh viện đại học Keck của trường Y khoa Nam California (USC) như một xã hội thu nhỏ hội tụ đủ loại bệnh nhân, từ những người vô gia cư, người nghèo, trung lưu, đến những người rất giàu ở vùng Hollywood và Beverly Hills.

Sự phân biệt giàu nghèo được chia rõ trên con đường chạy xuyên qua hệ thống bệnh viện. Bên này là bệnh viện tư Keck hoàn toàn dành cho người giàu và dân trung lưu. Bên kia là bệnh viện công, kết hợp giữa bệnh viện USC với bệnh viện quận Los Angeles (LAC+USC Medical Center) để khám cho tất cả bệnh nhân.

Los Angeles là một trong những thành phố đa dạng và lớn nhất nước Mỹ. Có người từng nói với tôi là sẽ tìm được tất cả mọi thứ trên thế giới tại đây nếu có đủ tiền. Càng sống lâu ở Los Angeles, tôi càng nhận thấy câu nói đó chí lý. Los Angeles là nơi hội tụ tinh hoa lẫn tệ nạn của cả thế giới. Bộ phim nổi tiếng *Fast and Furious* (tên tiếng Việt: *Quá nhanh quá nguy hiểm*) có bối cảnh ở thành phố này. Diễn viên chính Paul Walker cũng mất tại đây vì tai nạn xe vài năm trước. Thành phố 10 triệu dân này chưa bao giờ ngủ. Sài Gòn, ở một góc nào đó, có thể xem như Los Angeles ở Việt Nam.

Chương trình chuyên khoa sâu tại bệnh viện đại học USC thường kéo dài 2-3 năm. Năm đầu tiên, bác sĩ chuyên khoa sâu làm việc nội trú chủ yếu tại một trong ba bệnh viện chính trong hệ thống bệnh viện của USC. Bác sĩ cũng sẽ tham gia giảng dạy cho các bác sĩ nội trú và sinh viên y khoa, cũng như bắt đầu làm nghiên cứu. Năm hai, bác sĩ sẽ dành nhiều thời gian làm ngoại trú và tiếp tục làm nghiên cứu. Năm ba thường là năm lựa chọn (không bắt buộc), bác sĩ sẽ dành toàn bộ thời gian nghiên cứu tại phòng lab hay lâm sàng.

Bệnh viện công, nơi có bãi đậu trực thăng, là một trong những bệnh viện giảng dạy chính của trường Y khoa USC với trên 650 giường bệnh. Đây là một trong những bệnh viện tấp nập nhất bờ Tây nước Mỹ, khoa cấp cứu bận rộn nhất nước Mỹ với trên 150.000 lượt bệnh nhân cấp cứu mỗi năm, trên 29.000 bệnh nhân được điều trị bởi trên 1.000 bác sĩ nội trú của bệnh viện và giảng viên của USC. Chương trình nội trú nội khoa của USC là chương trình nội trú lớn nhất nước Mỹ, mỗi năm nhận vào 55-60 bác sĩ nội trú (tổng cộng có hơn 170 bác sĩ nội trú nội tổng quát).

Tại USC, chúng tôi được cập nhật các kỹ thuật và phương thức chữa trị hiện đại nhất. Khoa cơ xương khớp và tự miễn của bệnh viện USC có chương trình truyền thuốc tĩnh mạch *(infusion)* - hóa trị cho các bệnh nhân nặng. Chúng tôi được học về các kỹ thuật can thiệp dùng máy siêu âm để hỗ trợ chẩn đoán và tiêm chích khớp. Do từng làm can thiệp hình ảnh nên việc dùng máy siêu âm để chẩn đoán bệnh là một phần trong khám chữa bệnh hằng ngày của tôi tại USC. Chúng tôi còn có lịch siêu âm mỗi tuần để khám theo dõi và chích thuốc cho bệnh nhân.

Những năm gần đây, siêu âm càng đóng vai trò quan trọng trong việc chẩn đoán các bệnh về cơ và khớp, do dễ thực hiện và theo dõi. Điểm yếu của siêu âm là tốn thời gian (nếu bác sĩ chưa quen) và phải có vốn đầu tư máy móc. USC là trường tư có nhiều vốn nên sẵn sàng đầu tư vào công nghệ và máy móc. Khoa tôi có đến năm máy siêu âm, ngoài ra còn đầu tư cho mỗi bác sĩ chuyên khoa sâu một kính lúp soi da *(dermatoscopy)* gần 1.000 đô-la (do tôi đề nghị mua).

Chuyên khoa cơ xương khớp tại USC là một chuyên khoa có bề dày lịch sử, có nhiều Thạc sĩ Cơ xương khớp *(Master of Rheumatology)* - bậc cao nhất trong chuyên khoa, của Hội bác sĩ chuyên khoa cơ xương khớp Hoa Kỳ *(American College of Rheumatology)*.

Tại bệnh viện công, bệnh nhân của chúng tôi thường là người nghèo, không có bảo hiểm, bệnh rất nặng gây ra biến chứng và thường vào đây như giải pháp cuối cùng. Vì vậy, những ca bệnh tại đây trở thành kinh điển, do tính học thuật và độ phức tạp. Xét trên phương diện ngành Y, những ca khó như vậy sẽ hay cho bác sĩ và sinh viên học nhưng với bệnh nhân lại rất khổ.

Một lần, tôi nhận được tin nhắn vỏn vẹn *"Gút (gout) dương vật"* từ phòng mổ.

Tôi tưởng là bác sĩ bên khoa phẫu thuật nhắn tin lầm. Bệnh gút là một bệnh mạn tính do nồng độ axit uric tăng trong máu gây ảnh hưởng đến khớp. Theo thời gian, axit uric thường tích tụ tại các khớp. Khi nhiệt độ thay đổi, axit uric thường tương tác và đông lại, kích thích sự tấn công của bạch cầu, gây ra cơn đau cấp tính. Vì vậy, bệnh gút thường xuất hiện lúc nửa đêm ở những khớp xa cơ thể như chân hay khớp gối vì những nơi này có nhiệt độ thấp hơn thân nhiệt cơ thể. Tuy nhiên, có những trường hợp, axit uric tích tụ ở nhiều nơi khác trên cơ thể như da bụng, bàn tay. Nhưng việc tích tụ tại da quy đầu dương vật thì đúng là chuyện lạ.

Nhóm chúng tôi liền xuống phòng mổ. Bệnh nhân là một người đàn ông 60 tuổi gốc Mexico, thân hình béo phì, không nhà cửa, thất nghiệp, có tiền sử bệnh cao huyết áp, mỡ máu cao, hút thuốc và nghiện bia rượu nặng. Ông khám nội khoa tại bệnh viện này, phát hiện ra một khối u ở vòm họng. Sinh thiết khối u cho thấy đây là ung thư dạng vảy nến, đòi hỏi cắt bỏ hoàn toàn khối u. Khi đưa bệnh nhân vào phòng mổ, lúc điều dưỡng đặt ống thông tiểu mới phát hiện da quy đầu bệnh nhân có một khối u nhỏ màu trắng. Bác sĩ tiết niệu cắt làm sinh thiết thì toàn axit uric (cục tophi) và họ gọi chúng tôi.

Sau khi tìm ra axit uric trên kính hiển vi, tôi xác nhận chẩn đoán đây là ca gút dương vật nhưng vẫn thắc mắc là vì sao axit uric có thể tích tụ ở da quy đầu của bệnh nhân trong thời gian dài. Nếu vậy, chắc hẳn nhiệt độ nơi đây, da quy đầu, phải rất thấp. Tôi hỏi bệnh nhân:

- Chú ơi, lần cuối chú quan hệ tình dục là bao lâu rồi?

- Tôi không nhớ bác sĩ à, chắc hơn 10 năm rồi. - Bệnh nhân trả lời.

- Vậy lần cuối chú có cảm giác cương cứng là khi nào? - Tôi hỏi tiếp.

- Tôi không có cảm giác đó lâu rồi, chắc cũng gần chục năm. - Ông bệnh nhân người Mexico nói lí nhí.

Khi bước ra ngoài, một em sinh viên hỏi tôi:

- Bác sĩ Trần, tại sao gút có thể ở chỗ đó nhỉ?

Tôi hóm hỉnh trả lời:

- Các bạn thấy đấy, nếu dương vật không cương cứng thì sẽ không có nhiều máu chảy về thường xuyên, dẫn đến nhiệt độ thường thấp và dĩ nhiên *axit uric* sẽ có cơ hội kết thành một cục *tophi*.

Cả nhóm vẫn còn suy nghĩ thì tôi nói:

- Điều tôi muốn nói là bệnh gút có thể phát triển đến những nơi nhạy cảm mà bạn không hề nghĩ đến.

Cả bọn cùng cười to.

Ngoài các ca bệnh thú vị như gút dương vật, bác sĩ bệnh cơ xương khớp và tự miễn chúng tôi thỉnh thoảng bị gọi cho những ca bệnh mà không ai biết là bệnh gì.

Có bệnh nhân kia mỗi lần gặp người yêu thì hai tai anh đỏ lên và đau nhức. Gặp người yêu xong thì vành tai của anh từ từ bớt sưng và lành hẳn. Gần đây, dù hai người đã quen nhau hơn 6 tháng nhưng hai bên tai của anh chàng này vẫn thêm sưng, không hề thuyên giảm như trước kia. Cô người yêu lấy làm lạ nên đưa anh này đi khám. Bác sĩ gia đình không biết anh này mắc bệnh gì nên đưa qua bác sĩ tai mũi họng, bác sĩ tai mũi họng khám xong không thấy gì lại chuyển tiếp lên bệnh viện chúng tôi.

Thì ra anh ấy bị viêm đa sụn tái phát *(relapsing polychondritis)* ảnh hưởng đến hai bên tai. Nguy hiểm hơn, chụp CT ngực cho thấy chỗ cuống phổi bị sưng. Bệnh này do hệ miễn dịch tự tấn công vào mô sụn (như vành tai, thanh quản, cuống phổi).

Nhìn chung, các bệnh tự miễn và xương khớp đều có một điểm chung là *"quân ta đánh quân mình"*. Tùy vào loại *"quân ta"* nào và đánh vào vị trí nào mà gây ra những loại bệnh khác nhau. Bệnh lupus ban đỏ là một ví dụ. Các tế bào B và T, cùng với kháng thể, tấn công vào da khiến da bị viêm đỏ trong lupus ban đỏ; tấn công cầu thận gây viêm thận, có thể dẫn đến suy thận mạn tính phải chuyển qua chạy thận nhân tạo; hay tấn công vào não gây viêm màng não. Bệnh thấp khớp là một ví dụ khác khi kháng thể tấn công vào sụn các khớp nhỏ, gây viêm thấp khớp.

Chính vì có mối liên hệ mật thiết với hệ miễn dịch, khoa cơ xương khớp và tự miễn gần đây liên kết chặt chẽ với khoa ung thư trong trị liệu miễn dịch ung thư. Các nghiên cứu gần đây cho thấy tế bào miễn dịch có khả năng tiêu diệt tế bào ung thư. Nhiều thuốc ung thư như *Pembrolizumab (Keytruda)* hay *Nivolumab (Opdivo)* giúp cơ thể mở khóa chế độ tìm diệt tế bào ung thư của hệ miễn dịch. Bằng cách này, nhiều loại ung thư như hắc tố da hay ung thư phổi không tế bào nhỏ[1] đã được chữa trị với những kết quả tích cực.

Tuy nhiên, khi cơ thể bật đèn xanh cho nhiều tế bào miễn dịch đi tìm và diệt tế bào ung thư, các tế bào miễn dịch này cũng có thể tấn công các cơ quan khác, vô tình tạo ra các bệnh tự miễn. Nói cách khác, bác sĩ ung thư dùng trị liệu miễn dịch chữa ung thư, bệnh ung thư có thể thuyên giảm nhưng bệnh nhân có thể thêm bệnh tự miễn.

Đó là những ca tư vấn tôi hay gặp tại bệnh viện ung thư Norris của USC, một trong những bệnh viện ung thư thuộc hệ thống bệnh viện ung thư Hoa Kỳ.

Chuyện là một cô gái 22 tuổi, người Mỹ da trắng, đang làm người mẫu thời trang tại Hollywood, phát hiện ung thư hạch bạch huyết

---

[1] Ung thư phổi phân thành ung thư phổi tế bào nhỏ và ung thư phổi không tế bào nhỏ dựa vào kích thước tế bào ung thư.

dạng Hodgkin. Dù chữa bằng nhiều hóa trị, ung thư hạch của cô vẫn tiếp tục phát triển. Bác sĩ ung thư chuyển qua trị liệu miễn dịch dùng thuốc Pembrolizumab (Keytruda) và có những kết quả tích cực. Tuy nhiên, da mặt cô sưng vù, bắt đầu nổi mẩn đỏ khắp hai bên má và trán, các khớp tay và khớp chân của cô sưng to, gây đau nhức khiến cô không tự đi lại được.

- Da của tôi có thể hồi phục được không bác sĩ? Còn khớp tay khớp chân tôi nữa, có hồi phục được không thưa bác sĩ? - Cô hỏi khi gặp tôi.

Nhìn ánh mắt khẩn khoản của cô, tôi nghĩ đến đôi chân dài sải bước trên sàn catwalk với làn da không tì vết.

- Tôi không chắc, nhưng chúng tôi sẽ cố.

Chúng tôi truyền tĩnh mạch thuốc Steroid mạnh và kê toa kem bôi da cho cô. Một tuần sau, các khớp của cô bớt sưng và da của cô cũng bớt đỏ. Hai tuần nữa, da cô đã tốt hơn, nhưng bây giờ lại bị nổi mụn khắp mặt. Mặt cô giờ tròn như mặt trăng do tích tụ nhiều nước.

Cô khóc khi gặp tôi rồi cho tôi xem những tấm ảnh ngày trước khi cô còn đi diễn. Tôi im lặng lắng nghe, đồng thời giảm dần thuốc Steroid và hẹn cô tái khám.

Hai tháng sau, da mặt cô gần như bình thường trở lại. Cô vẫn còn một số sẹo lõm nhỏ hai bên má do bị nhiều mụn tháng trước. Gương mặt cô đã trở lại hình trái xoan. Cô đẹp hẳn ra khi khoác lên người bộ đồ hợp thời trang, váy ngắn, tất đen, giày boots cao, áo thun trắng bó sát bên trong, áo da bên ngoài màu mận đỏ ôm gọn theo thân hình người mẫu. Suýt nữa tôi đã không nhận ra cô.

- Chúc mừng cô, vậy là cô gần khỏi hẳn rồi.

Cô không nói gì, đột nhiên ôm mặt khóc tức tưởi. Tôi ngạc nhiên, lấy khăn giấy đưa cô và im lặng chờ đợi.

- Tôi bỏ thuốc Keytruda rồi, tôi không điều trị ung thư nữa. Tôi cũng bỏ không dùng thuốc Steroid của bác sĩ.

- Vì sao vậy cô? - Tôi hỏi nhỏ.

- Cuộc đời của tôi là người mẫu, là sàn diễn, là ăn mặc đẹp, là nghệ thuật. Khi chữa ung thư, tôi trở thành một bà già mập mạp béo phì, mặt thì tròn như mặt trăng, mụn nổi như pháo bông, tóc thì rụng. Tôi còn không nhận ra chính mình trong gương nữa. Tôi thấy mình như một con quỷ xấu xí. - Cô khóc thút thít.

Tôi im lặng chưa biết nói gì thì cô tiếp lời:

- Tôi thà chết còn hơn là sống khổ như vậy. Với tôi, chất lượng cuộc sống là trên hết, điều đó còn quan trọng hơn là sống trong tâm trạng đau khổ vì hình hài tệ hại của mình.

- Bác sĩ ung thư của cô nghĩ sao? - Tôi hỏi.

- Ông ấy không đồng ý. Ông nói tôi có thể khỏi hẳn với Keytruda mặc dù tác dụng phụ thì không chữa được, như bác sĩ thấy rồi đó. - Cô lại tiếp tục khóc.

- Bác sĩ nghĩ sao? - Cô hỏi tôi.

Tôi chưa biết trả lời thế nào. Tôi hỏi lại:

- Giờ ngưng thuốc Keytruda rồi, cô cảm giác thế nào?

- Tôi hạnh phúc hơn bác sĩ à. Sau khi ngưng Keytruda, tôi cũng bỏ thuốc Steroid và giảm đau của bác sĩ. Tôi đã giảm cân, đẹp lại và tôi sẽ có sô diễn cuối tuần này. Bác sĩ muốn đi xem không?

- Theo tôi thì cô cứ làm những gì khiến cô hạnh phúc. - Tôi mỉm cười trả lời.

- Cảm ơn bác sĩ. - Cô cười khoe hàm răng trắng đều rồi ôm chầm lấy tôi.

Cuối tuần đó, tôi bận trực bệnh viện nên không xem cô đi diễn. Đó cũng là lần cuối tôi gặp cô, sau đó thì không nghe thêm tin tức gì nữa. Hỏi thăm bác sĩ ung thư đồng nghiệp thì anh nói cũng không còn gặp lại cô bệnh nhân người mẫu này.

*

Thỉnh thoảng, tôi hay xuống bệnh viện phục hồi chức năng Rancho, cách Los Angeles khoảng 35 phút lái xe về phía nam để làm việc. Khoa chúng tôi có bác sĩ giảng dạy ở bệnh viện này nên chúng tôi được phân công theo dõi các bệnh về cơ xương khớp trong quá trình phục hồi chức năng.

Lúc còn học trường Y, tôi có đi qua khoa phục hồi chức năng vật lý trị liệu *(Physiatry or Physical*

Medicine and Rehabilitation) một tuần nên có hiểu biết chút ít về chuyên khoa này. Chuyên khoa được thành lập năm 1949 tại Mỹ, sau khi nhiều bác sĩ phục hồi chức năng thành công cho nhiều binh sĩ sau chiến tranh.

Về sau, chuyên khoa này tiếp tục phát triển thêm các chuyên khoa sâu như giảm đau hay chăm sóc giảm nhẹ. Đây là chuyên khoa khá dễ vào và có phong cách làm việc thoải mái, nhẹ nhàng.

Nhiều người, thậm chí trong ngành Y, ít xem trọng chuyên khoa này vì bác sĩ chuyên khoa này không chữa những bệnh thập tử nhất sinh hay những bệnh hiếm và khó. Bác sĩ chuyên khoa này làm việc kết hợp các bài vật lý trị liệu, dùng thuốc, chích can thiệp để giảm đau và phục hồi chức năng.

Trong chữa trị đột quỵ, đây là chuyên khoa cực kỳ quan trọng. Sau khi được cứu sống bởi các bác sĩ can thiệp não, bệnh nhân sẽ cần bác sĩ phục hồi chức năng để cải thiện chất lượng cuộc sống. Trong chữa trị giảm đau và bệnh khớp, bệnh nhân cần bác sĩ chuyên khoa này hỗ trợ phục hồi chức năng vận động để đi lại hay làm việc hằng ngày. Chính vì vậy, thành phố và quận Los Angeles đầu tư làm mới bệnh viện phục hồi chức năng Rancho.

Những ngày đầu đến đây, tôi có cảm giác mình đang sống ở Mexico. Đa số bệnh nhân, điều dưỡng, thậm chí bác sĩ đều biết tiếng Mễ (tiếng Tây Ban Nha - *Hispanic*). Còn tôi chỉ thích ăn đồ Mễ như bánh Burrito hay món đùi gà nướng Pollo Locco chứ không thích học tiếng Mễ lắm.

Một lần, tôi gặp một người đàn ông trung niên, tướng phốp pháp, tóc chải keo dựng ngược đen bóng láng, mặc áo sơ mi màu vàng đỏ sặc sỡ, còn cởi nút trên cùng làm lộ ra sợi dây chuyền óng ánh vàng chóe to đùng. Vừa gặp tôi, ông ta nói to:

- *Espanol doctor?* (Bác sĩ nói tiếng Tây Ban Nha?)

- Xin lỗi, ông nói tiếng Anh được không? - Tôi trả lời.

- Sao anh không nói tiếng Mễ? - Ông bệnh nhân hơi gắt gỏng.

- Tôi xin lỗi. Tôi không nói tiếng Mễ. Vì vậy, tôi có thông dịch viên chuyên nghiệp ở đây. - Tôi từ tốn trả lời.

- Bác sĩ nào ở đây cũng phải nói tiếng Mễ, sao anh không nói? - Ông bắt đầu lên giọng.

- Tôi xin hỏi ông đến đây khám gì ạ? - Tôi hơi gằn giọng.

- Này, tôi hỏi sao anh là bác sĩ mà sao không nói tiếng Mễ? - Bệnh nhân vẫn chưa bỏ cuộc.

- Thưa ông, ông có biết ông đang ở đâu không? - Tôi hỏi lại.

- Tôi đang ở bệnh viện Rancho. Sao anh lại hỏi? - Ông nhìn tôi chằm chằm.

- Thưa ông, ông đang ở bệnh viện Rancho tại thành phố Los Angeles, Hợp chúng quốc Hoa Kỳ. Tôi là một bác sĩ và là công dân Hoa Kỳ. Ngôn ngữ chính thức của chúng tôi là tiếng Anh. - Tôi nói chậm để cô thông dịch phiên dịch từng chữ.

Bệnh nhân im lặng.

- Nếu ông không thích gặp tôi, ông có thể tìm bác sĩ khác nói tiếng Mễ. Hôm nay, tôi là bác sĩ trực duy nhất ở đây và tôi có thông dịch viên chuyên nghiệp hỗ trợ.

Ông bệnh nhân người Mễ im lặng. Tôi đợi một vài giây rồi nói tiếp:

- Hôm nay ông đến đây khám gì?

- Tôi vừa phẫu thuật khớp gối do bị thấp khớp. - Ông đã xuống giọng nhỏ nhẹ hơn.

Cuộc nói chuyện tiếp tục với sự trợ giúp của cô thông dịch viên kiên nhẫn.

Một tháng sau, tôi quay lại bệnh viện Rancho. Vừa bước vào phòng thì tôi lại gặp ngay ông bệnh nhân cũ. Gặp tôi, mặt ông tối sầm. Tôi đưa tay ra bắt và nói:

- *Hola. Como estas hoy?* (Chào ông, hôm nay ông khỏe không?)

- *Wow, Doctor can speak Hispanic?* (Chà, bác sĩ biết nói tiếng Mễ à?)

- *No. Eso es todo lo que puedo decir. Llamaré a un intérprete.* (Không ạ, tôi chỉ nói được bấy nhiêu thôi. Để tôi gọi thông dịch viên). - Tôi vừa cười vừa nói.

- *Doctor, I can speak some English.* (Bác sĩ, tôi có thể nói chút tiếng Anh.)

Thì ra ông bệnh nhân này biết tiếng Anh, nhưng vì nhiều lý do, ông chỉ thích bác sĩ nói tiếng Mễ hay dùng thông dịch viên.

Hôm nay, chắc ông thấy tôi nỗ lực học chút tiếng Mễ nên ông cảm động, cố gắng dùng tiếng Anh để giao tiếp với tôi. Những lần kế tiếp, ông bệnh nhân này cứ đến gặp tôi để khám bệnh cho đến khi tôi rời khỏi USC.

Về sau mở phòng khám trong khu châu Á, tôi cố gắng nhớ lại những từ Y khoa tiếng Mễ từng học thì nhận ra không còn nhớ gì cả, vì đã lâu không thực hành nói chuyện. Tôi đã trả lại *medico español* cho thầy cô ở bệnh viện Rancho hết rồi.

25

Mở phòng khám ở Mỹ

Làm chủ phòng khám luôn là ước mơ của nhiều bác sĩ vì sẽ có thu nhập cao hơn (nếu làm tốt), được tự chủ về chuyên môn và điều hành. Tuy nhiên, làm chủ phòng khám cũng rất vất vả do cần nhiều vốn, xử lý nhiều giấy tờ, trực bệnh viện, theo dõi bệnh nhân, điều hành quản lý nhân viên, *marketing*, đặc biệt là mối quan hệ căng thẳng với các hãng bảo hiểm.

Những năm gần đây, số lượng bác sĩ sau khi xong chương trình nội trú hoặc chuyên khoa sâu ra mở phòng mạch ngày càng ít. Khoảng 25% bác sĩ sẽ chọn làm tư bên ngoài thay vì gần 34% như 10 năm trước kia. Có nhiều lý do khiến bác sĩ bỏ ý định mở phòng khám và chọn làm công cho bệnh viện hay các công ty sức khỏe.

Đây là những lý do chính khiến việc mở phòng khám tưởng chừng như hấp dẫn hóa ra không hấp dẫn tí nào với các bác sĩ trẻ. Các thống kê cho thấy nhiều bác sĩ trẻ ngày càng muốn chọn công việc ổn định, làm từ 9 giờ sáng đến 5 giờ chiều, tháng lãnh lương, có 4-6 tuần nghỉ ngơi một năm và không phải bận tâm về giấy tờ hành chính hay trực bệnh viện. Một nghiên cứu cho thấy bác sĩ gia đình và bác sĩ phòng mạch tư dành đến 30% thời gian để ký giấy tờ và làm việc hành chính thay vì khám chữa bệnh.

Trước khi mở phòng khám, tôi nhận được một số lời mời đi làm với mức lương hấp dẫn nhưng vẫn từ chối vì thích độc lập, và kinh doanh là một trong những sở thích của tôi.

Tôi lên kế hoạch tỉ mỉ khoảng một năm trước khi chính thức mở phòng khám. Đầu tiên, tôi nghiên cứu về vị trí. Trong kinh doanh phòng khám, vị trí là yếu tố cực kỳ quan trọng. Phòng khám phải ở vị trí đắc địa thì mới đông người tới khám.

Một điểm quan trọng khác là chỗ đậu xe dành cho bệnh nhân. Nếu không đủ hoặc không có chỗ đậu xe, đây sẽ là một điểm trừ mạnh. Các yếu tố khác như có bao nhiêu bác sĩ chuyên khoa mở phòng khám giống tôi trong khu vực, bệnh nhân là ai, bảo hiểm thế nào, thu nhập trung bình của khu vực phòng khám, gần chợ hay trung tâm... và nhiều điều khác tôi phải suy tính kỹ trước khi mở phòng khám.

Có ba địa điểm tôi định chọn mở phòng khám, đó là thành phố Grand Rapids bang Michigan, thành phố Chicago bang Illinois và thành phố Rosemead vùng Los Angeles, California. Cả ba chỗ này đều có những điểm lợi và bất lợi.

Thành phố Grand Rapids đang thiếu bác sĩ chuyên khoa cơ xương khớp. Nghiên cứu cho thấy toàn thành phố hơn 1 triệu dân này chỉ có 15 bác sĩ chuyên khoa cơ xương khớp. Tôi thử gọi lấy cuộc hẹn với bác sĩ chuyên khoa này thì luôn phải đợi 2-3 tháng. Như vậy, tôi sẽ nhanh chóng có khách hàng khi mở văn phòng tại đây. Điểm lợi thứ hai là chi phí thuê văn phòng khá rẻ, khoảng 1,5-2 đô-la một foot vuông. Một văn phòng nhỏ gồm hai buồng khám, một phòng cho bác sĩ và một phòng tiếp tân, tổng cộng khoảng 1.000 foot vuông thì tiền thuê sẽ khoảng 2.000 đô-la một tháng. Vùng này không bị kẹt xe và có bãi đậu xe rộng rãi.

Điểm yếu ở đây là, bảo hiểm của bệnh nhân vùng này chủ yếu là của tiểu bang Michigan (*Medicaid*, hay còn gọi bảo hiểm cho người có thu nhập thấp) nên tiền trả cho mỗi lần khám không nhiều. Michigan cũng có khá nhiều bệnh nhân có bảo hiểm *Medicare* (trên 65 tuổi) trả khá cao, nhưng mùa lạnh họ thường tránh qua những bang ấm như Florida hay Texas. Điểm yếu thứ hai là tôi cần có mạng lưới giới thiệu lớn, trong khi tôi không biết gì về *networking* hay các đồng nghiệp ở Grand Rapids.

Tại thành phố Chicago thì mật độ bác sĩ chuyên khoa cơ xương khớp khá cao, do đây là đô thị lớn nhất vùng Midwest. Bù lại, hãng bảo hiểm và tiền chi trả cho bác sĩ nơi đây dễ thở hơn Michigan. Lợi thế tiếng Việt khiến tôi định mở phòng khám gần khu vực người Việt và Hoa. Giá thuê văn phòng nơi đây khá đắt, khoảng 3-4 đô-la một foot vuông.

Bãi đậu xe thì chật hẹp (dưới 10 chỗ). Sau khi đến Chicago và phân tích kế hoạch kinh doanh, tôi loại Chicago ra do quá nhiều chi phí và bất lợi. Còn lại Rosemead và Grand Rapids.

Rosemead là thành phố rất đông người Việt gốc Hoa sinh sống ở vùng Tây Los Angeles. Nơi đây khi lái xe một vòng, tôi đã thích không khí buôn bán tấp nập tại các cửa tiệm Việt và Hoa đan xen. Vùng này bảo hiểm trả khá tốt, đôi khi còn tốt hơn vùng Orange County (quận Cam), là nơi tập trung rất nhiều bác sĩ Việt. Thành phố này cũng thiếu bác sĩ chuyên khoa cơ xương khớp. Trong vùng cũng có vài bác sĩ chuyên khoa cơ xương khớp nhưng không có bác sĩ nào gốc Việt như tôi. Thêm nữa, khi đến vùng này và tiếp xúc với bệnh nhân, tôi thấy thích ngay vì bệnh nhân rất ân cần, tôn trọng và chân thật với bác sĩ. Họ luôn làm theo hướng dẫn của bác sĩ. Sau khi phân tích lợi hại của hai nơi, tôi chọn Rosemead ở Los Angeles làm địa điểm khởi đầu.

Điểm quan trọng thứ hai trong kinh doanh phòng mạch là phải có vốn. Bác sĩ mới xong chương trình nội trú hay chuyên khoa sâu thường *"nợ ngập đầu"*, nói chi là có vốn để kinh doanh. Để có vốn, thường các bác sĩ phải đi làm một vài năm để có khoản tiết kiệm hoặc vay ngân hàng. Có một cách khác để kinh doanh phòng khám là mua lại phòng khám có sẵn bệnh nhân. Chi phí mở mới phòng khám rẻ hơn, nhưng những năm đầu số lượng bệnh nhân thường ít, trong khi mua lại phòng khám tuy chi phí đắt hơn nhưng có bệnh nhân ngay lập tức để kinh doanh. Tôi chọn giải pháp mua lại một phòng khám cũ và vay tiền ngân hàng để làm vốn. Thường thì bác sĩ chuyên khoa như tôi vẫn sẽ làm bác sĩ nội tổng quát hay bác sĩ gia đình trong những năm đầu để lấy vốn và có bệnh nhân.

Ở góc độ kinh doanh, đối thủ của bác sĩ khi mở phòng khám là rất nhiều, từ các văn phòng của bác sĩ khác đến các chuyên gia sức khỏe. Chuyên khoa cơ xương khớp và da liễu của tôi ít đối thủ hơn, do bác sĩ kết hợp hai chuyên khoa dạng này ít trong khi bác sĩ tim mạch và tiêu hóa khá nhiều ở vùng này. Tuy vẫn có sự cạnh tranh, nhưng nhìn chung các bác sĩ vùng này khá hợp tác với nhau. Quan điểm của tôi khi mở phòng khám là phục vụ bệnh nhân hết mình và không quan tâm đến sự cạnh tranh của bác sĩ khác.

Khó khăn chính của tôi khi mở phòng khám là các hãng bảo hiểm hay các nhóm chương trình chăm sóc sức khỏe *(healthcare group)*. Thông thường, một bác sĩ mới muốn nhận bệnh nhân có bảo hiểm hay có nhóm thì trước hết phải tham gia vào mạng lưới *(network)* của hãng bảo hiểm và phải được kiểm định *(credentialed)*. Quá trình kiểm định này có thể kéo dài vài tháng đến một năm nếu như bác sĩ đó làm nhiều chuyên khoa như tôi. Do làm cả ba chuyên khoa nội tổng quát, cơ xương khớp và da liễu nên có những hãng bảo hiểm kiểm định tôi rất lâu.

Khó nhất và cực nhất là kiểm định của Medicare, bảo hiểm liên bang của chính phủ Hoa Kỳ. Sau đó tới Medi-Cal, bảo hiểm tiểu bang, rồi các hãng bảo hiểm khác. Tôi được Medicare và Medi-Cal chấp thuận sau hơn 6 tháng ròng rã nộp đơn và xin giấy phép. Để tăng thêm khách hàng, tôi cũng gia nhập nhiều hãng bảo hiểm và nhóm khác trong vùng.

Sau một thời gian nỗ lực, tôi cũng nhận được một số kết quả khích lệ như nhận được nhiều tư vấn và được các bác sĩ gia đình khác trong vùng gửi bệnh nhân đến khám chuyên khoa *(referral).*

Khi có thêm bệnh nhân chuyên khoa, vấn đề khác xuất hiện là tính tiền phí khám bệnh. Thông thường, tất cả các lần khám và làm tiểu phẫu hay thủ thuật đều có những mã bệnh hay mã thủ thuật khác nhau. Chúng tôi tính tiền dựa vào các mã này (CPT Code). Vì vậy, vai trò của người làm thanh toán (hay tính tiền) của phòng khám chuyên khoa cực kỳ quan trọng. Chúng tôi có thể khám tốt nhất, có nhiều bệnh nhân nhất, nhưng nếu không có chuyên viên tính tiền *(biller)* tốt thì chắc sẽ nhanh chóng *"đóng cửa"*.

Chuyên viên tính tiền của tôi chưa có nhiều kinh nghiệm nên chúng tôi vừa làm, vừa học và vừa cải thiện. Có những hóa đơn gần 400 đô-la tôi gửi đi nhưng hãng bảo hiểm không trả đồng nào do bệnh nhân chưa đủ tiêu chuẩn để được bảo hiểm trả tiền *(deductible not yet met).* Đơn giản, vì hãng bảo hiểm này yêu cầu bệnh nhân hằng năm phải tự chi trả một khoản nhất định *(deductible)* rồi sau đó hãng bảo hiểm mới chi trả phần còn lại. Nhiều lúc làm việc cực khổ nhưng không có đồng nào hay bảo hiểm trả quá thấp khiến tôi cũng nản. Nhưng cũng may là tôi tham gia nhiều hãng bảo hiểm, có những hãng và nhóm bảo hiểm trả khá cao nên tôi lấy chỗ này bù đắp vào chỗ kia để phòng khám đủ chi phí tiếp tục hoạt động.

Chọn tên phòng khám cũng là một điểm khiến tôi suy nghĩ nhiều. Tôi muốn có một cái tên thân thiện, giúp bệnh nhân dễ nhớ, cả tiếng Anh lẫn tiếng Việt. Phòng khám ở Mỹ thường lấy tên bác sĩ và thêm chữ MD phía sau cho dễ nhớ. Ví dụ, tên phòng khám sẽ được đặt theo tên tôi là *"Huynh W Tran, MD, LLC"*. Tuy nhiên, cách đặt tên như vậy cũng có nghĩa là tôi đã giới hạn văn phòng chỉ có một (hay vài) bác sĩ. Ít có bác sĩ nào chịu làm việc lâu dài dưới tên của một bác sĩ khác. Hơn nữa, nếu chẳng may có kiện cáo thì tên tôi sẽ bị nhắc đến mọi lúc mọi nơi.

Một cách đặt tên khác là dùng tên thành phố nơi mở phòng khám, ví dụ *"Rosemead Health Center"*. Cách này cũng tốt về mặt pháp lý và giúp tôi thuê bác sĩ khác dễ dàng, không giới hạn số lượng và chuyên khoa, phù hợp với ước mơ của tôi sau này là mở rộng phòng khám thành chuỗi phòng khám và giảng dạy.

Vì vậy, tôi quyết định chọn tên phòng khám là *"X... Medical Center"*. Chữ "X" này tôi suy nghĩ khá nhiều nhưng vẫn chưa tìm được từ nào dễ nhớ và dễ nghe để thay vào. May mắn là tên Mỹ của tôi là Wynn, nghĩa là "thân thiện", cũng dễ nhớ, nên tôi dùng thay luôn vào chữ "X...", vậy là *Wynn*

Medical Center (WMC) ra đời. Tại Mỹ, có chuỗi casino khách sạn nổi tiếng tên *Wynn Hotel* tại Las Vegas nên thỉnh thoảng bệnh nhân hay hỏi đùa tôi có phải là chủ của Wynn Casino nổi tiếng không.

*

Lúc còn làm bác sĩ nội trú tại Michigan, tôi cứ nghĩ sau này phải đi làm sớm, ăn bánh mì trứng chiên (do từ trước đến giờ toàn làm ở bệnh viện Mỹ) chứ đâu ngờ mình sẽ mở phòng khám trong một khu người Việt phía đông Los Angeles, bao quanh là tất cả món ngon Việt Nam tôi từng mơ ước.

Tôi bắt đầu làm việc lúc 9 giờ. Bệnh nhân của tôi đa số là người Việt, đến khám tổng quát, da liễu và đau khớp. Nhờ nói chuyện thường xuyên trên ti vi và YouTube, tôi có một lượng lớn *fan* ủng hộ phòng khám. Có bệnh nhân đến từ San Diego, San Jose, hay thậm chí từ bang khác như New Jersey, North Carolina, hay cả nước Úc xa xôi.

Năm đầu tiên mở phòng khám, tôi rất hạnh phúc vì nhận được sự quan tâm và quý mến của bệnh nhân. Có bác nướng lô bánh bò còn nóng hổi đem vào phòng khám giữa chiều tặng chúng tôi. Có chị mua một hộp tàu hủ mát lạnh gửi tặng bác sĩ giữa buổi trưa nóng bức. Mãng cầu, ổi xá lị, mận, cóc, mía, cam và bưởi lúc nào cũng có ở phòng khám do bệnh nhân mang đến. Vào lễ Giáng sinh hay Tết, phòng khám của tôi nhận đủ thứ quà cáp từ bệnh nhân.

Tôi ngày càng thấm thía tầm quan trọng của bệnh nhân trong nghề Y. Còn bệnh nhân là chúng tôi còn tồn tại. Tôi mở rộng chăm sóc cho tất cả mọi đối tượng trong vùng, dù bệnh nhân có bảo hiểm hay không có bảo hiểm, dù bệnh nhân nghèo hay giàu.

Một buổi sáng đẹp trời, hai vợ chồng nọ nắm tay nhau vào phòng khám gặp tôi. Bác trai 70, bác gái 65.

- Dạ, ai khám trước ạ? - Tôi vừa hỏi vừa bắt tay hai người.

- Khám bà ấy trước đi bác sĩ, tui khỏe lắm nên khám sau. - Bác trai nhanh nhảu trả lời.

Khám và cho thuốc bác gái xong, bác trai nói:

- Giờ bà khám xong rồi, bà ra ngoài chờ tôi một chút nhé?

Bác gái gật đầu, đứng lên gom đồ đạc đi ra ngoài chờ.

- Giờ đến lượt bác trai nhé? - Tôi nói và bắt đầu hỏi bệnh.

Sau khi khám và cho thuốc xong, tôi chuẩn bị đứng lên thì bác trai nói nhỏ:

- Bác sĩ ơi, tôi muốn nhờ bác sĩ cái này?

- Dạ, bác nhờ gì ạ?

- Bác sĩ cho tôi vài viên xanh xanh Vi-a-ga-ra (Viagra) gì đó được không?

Tôi liếc nhìn bệnh sử của bác, không có bệnh tim mạch và tụt huyết áp.

- Dạ được, nhưng bác đã có dùng Viagra bao giờ chưa?

- Chưa bác sĩ ơi!

- Okay, để con nói về tác dụng của thuốc và tác dụng phụ cho bác biết.

Kê toa cho bác trai thuốc Viagra 25mg xong, tôi hỏi thêm:

- À bác này, bác có muốn con cho bác gái kem Estrogel để làm bôi trơn không?

- Cho bác gái kem bôi để làm gì bác sĩ? - Bác trai chợt hỏi.

- Thường người lớn tuổi âm đạo sẽ khô và cần chút kem bôi để trơn.

- À không, bà ấy không cần đâu bác sĩ.

Thế là hai bác ra về. Buổi chiều, nhà thuốc gọi tôi nói rằng hãng bảo hiểm không trả tiền Viagra cho bác trai, thay vào đó, họ trả tiền cho Cialis, một loại thuốc cường dương khác. Tôi đồng ý với nhà thuốc và nhờ họ báo cho bệnh nhân.

Nhà thuốc gọi điện cho bác trai nhưng bác trai không có nhà. Bác gái bắt máy:

- Ông xã tôi đi ra ngoài rồi. Có chi không cô dược sĩ?

- Dạ, nhờ bác nói với bác trai là tụi con có thuốc mới cho bác trai rồi.

- Thuốc mới là gì vậy cô? - Bác gái hỏi.

- Cialis đó bác, thuốc Viagra bảo hiểm không trả tiền.

- Mà mấy thuốc này trị bệnh gì vậy cô dược sĩ? - Bác gái thắc mắc.

- À, thường thuốc này trị bệnh rối loạn cường dương đó bác, nhưng tốt nhất bác nên hỏi bác sĩ nhé. - Nói xong, cô dược sĩ cúp máy.

Tôi đang khám bệnh thì cô điều dưỡng đưa điện thoại.

- Bác sĩ ơi, tôi là bà vợ. Sáng nay, hai vợ chồng tôi mới khám ở chỗ bác sĩ nè. - Bác gái nói giọng lo lắng.

- Dạ, có gì không bác? - Tôi hỏi lại.

- Tôi muốn hỏi bác sĩ Vi-a-ga-ra gì đó là thuốc gì vậy?

- Dạ, vì sao bác hỏi ạ - Tôi nói.

- Nhà thuốc mới gọi nói họ không có Viagra, họ thay bằng thuốc gì đó. Vậy Viagra là thuốc chữa bệnh gì bác sĩ? Ông xã tôi có sao không? - Bác gái hỏi dồn dập.

- Thưa bác, con sẽ giải thích thuốc này chữa bệnh gì và nói cho bác biết nếu chồng bác cho phép ạ. Bác nói chồng bác gọi cho con hay quay lại phòng khám gặp con nhé.

- Ừa, vậy để tôi nói ổng quay lại gặp bác sĩ.

Hôm sau, bác trai đến gặp tôi.

- Bác có đồng ý để con nói về bệnh và thuốc của bác cho bác gái biết không, kể cả chuyện thuốc Viagra? - Tôi hỏi.

- Thôi bác sĩ đừng nói, tôi xấu hổ lắm. - Ông cúi mặt xuống.

- Bác cứ nói con nghe.

- Dạo này đôi khi tôi cũng thấy có chút ham muốn, nhưng nó không đứng nổi bác sĩ ơi. Tôi muốn uống thuốc để cho nó đứng lên chút rồi tự xử cho dễ.

Tôi thở phào nhẹ nhõm vì tôi cứ tưởng bác trai đang có mối quan hệ với ai đó ngoài bác gái. Tôi nói tiếp:

- Bác gái lo cho bác lắm, bác có thể nói cho bác gái nghe chuyện này được không?

- Tôi biết chứ, tôi cũng thương bả lắm, nên tôi đâu có ý định bậy bạ gì với ai đâu.

- Vậy bác thử nói nhé, con nghĩ bác gái muốn biết thuốc Viagra và Cialis con cho bác để làm gì?

Một tuần sau, hai vợ chồng lại đến, tay trong tay. Bác trai vui vẻ nói: *"Bác sĩ ơi, cho vợ tôi chút kem bôi Estrogen nhé..."*

Những câu chuyện nhẹ nhàng như vậy làm công việc của tôi bớt căng thẳng. Thay vào đó, mỗi lần khám bệnh là mỗi lần tôi học thêm được một câu chuyện thú vị từ bệnh nhân.

26

Giảng dạy Y khoa

Cuối cùng tôi đã hoàn thành ước mơ trở thành một bác sĩ chuyên khoa, có phòng mạch riêng, đi làm kết hợp với nghiên cứu và giảng dạy sinh viên Y khoa. Tôi cũng hoàn thành xong chương trình Thạc sĩ Da liễu tại Anh và đậu các chứng nhận chuyên khoa. Tôi cũng nhận thêm một chứng nhận chuyên sâu *(Fellowship)* về bảo hiểm rủi ro *(Malpractice)* cho bác sĩ do một công ty luật cấp.

Từ năm 2007, sau khi thành lập VietMD, tôi đã bắt đầu dạy sinh viên và nhận thấy công việc này rất thú vị. Tôi phải luôn cập nhật kiến thức để dạy tốt và cũng học được rất nhiều từ các sinh viên của mình. Có những thứ trước kia tôi học nhưng bây giờ không còn áp dụng nữa. Chẳng hạn như việc bệnh nhân phải nhịn ăn trước khi lấy máu xét nghiệm để thử tiểu đường chính xác, bây giờ không cần nữa với xét nghiệm chỉ số HbA1c.[1]

[1] Hemoglobin A1C (HbA1c) Test là một loại xét nghiệm máu có thể cho thấy mức độ trung bình của glucose trong máu, dựa trên nguyên lý là glucose luôn bám chặt vào hemoglobin trong suốt thời gian tế bào hồng cầu còn sống, và thời gian sống của tế bào hồng cầu là khoảng 3 tháng, nên kết quả xét nghiệm này cũng có giá trị xác định được mức độ trung bình của glucose trong thời gian đó.

Chương trình Y khoa tại Mỹ nhấn mạnh tính hàn lâm, khuyến khích sinh viên đi dạy theo khả năng và cách thức của mình. Sinh viên Y khoa năm sau thường dạy các sinh viên năm trước. Giảng dạy là điều kiện bắt buộc trong chương trình nội trú chuyên khoa. Bác sĩ nội trú năm trên thường phải giảng dạy cho sinh viên Y khoa, bác sĩ thực tập và bác sĩ nội trú năm dưới. Bác sĩ nghiên cứu chuyên khoa sâu thì dạy bác sĩ nội trú. Cuối cùng là bác sĩ chính sẽ theo dõi giảng dạy cả nhóm.

Trường Y tôi đang dạy, *California Northstate University College of Medicine* (CNUCOM), là trường tư nhân, đào tạo văn bằng Tiến sĩ Y khoa (MD - Doctorate of Medicine), mới được thành lập khoảng 10 năm nay. Học phí của trường có thể nói là cao chót vót, mỗi năm gần 80.000 đô-la. Tôi nhận lời giảng dạy cho trường một cách tình cờ.

Một bệnh nhân của tôi có người quen là giảng viên của trường Y CNU. Bà là bệnh nhân, cũng là một giảng viên đại học luật. Do thích cách giải thích bệnh dễ hiểu của tôi nên bà đưa hồ sơ của tôi đến hội đồng giảng viên của trường Y CNU bà biết. Sau cuộc phỏng vấn với trưởng khoa, tôi nhận lời mời đi dạy. Sau này còn có đại học West Coast gửi học viên cao học điều dưỡng (Thạc sĩ/Tiến sĩ Điều dưỡng) đến thực tập tại *Wynn Medical Center* mỗi khi chúng tôi trống chỗ thực tập.

Giảng viên Y khoa tại Mỹ có bốn ngạch: Giảng viên *(Instructor/Lecturer)*, Phó giáo sư 1 *(Assistant professor)*, Phó giáo sư 2 *(Associate professor)* và

Giáo sư *(Professor)*. Các ngạch này thường do hội đồng giảng viên chỉ định dựa vào kinh nghiệm giảng dạy, bài công bố khoa học và kinh nghiệm làm việc.

Giảng viên lại được chia tiếp làm hai loại: Giảng viên tự nguyện *(volunteer faculty)* và giảng viên biên chế *(tenured faculty)*. Giảng viên tự nguyện thường là bác sĩ đi làm bên ngoài, nhận sinh viên và bác sĩ nội trú đến phòng khám hay bệnh viện để giảng dạy thực hành. Giảng viên tự nguyện thường không nhận lương chính hoặc chỉ nhận một ít lương tượng trưng. Giảng viên biên chế thường sẽ nhận lương chính thức và có trách nhiệm lên lớp hằng ngày tại trường Y.

Tôi được chỉ định làm Phó giáo sư 1 chuyên khoa da liễu, cơ xương khớp và nội khoa. Mỗi tháng, tôi nhận một hoặc hai em sinh viên hay bác sĩ nội trú đến làm việc tại Wynn Medical Center về chuyên khoa nội, da liễu và cơ xương khớp. Tôi cũng là bác sĩ chuyên khoa của bệnh viện Methodist Hospital trong vùng và mang theo bác sĩ nội trú đến đây giảng dạy. Lương giảng dạy của tôi chỉ ở mức tượng trưng, chủ yếu là đủ chi phí làm giấy tờ hành chính, in ấn bài hướng dẫn cho sinh viên và bác sĩ nội trú.

Nghiên cứu là một phần bắt buộc của giảng viên Y khoa, với giảng viên tự nguyện yêu cầu này không quá khắt khe như với giảng viên biên chế. Tôi làm nghiên cứu về mảng giáo dục Y khoa *(medical education)*, mảng da liễu và cơ xương khớp, tham dự các thử nghiệm lâm sàng cho thuốc mới *(clinical trial)* cho bệnh lupus ban đỏ và bệnh vảy nến do hãng thuốc Abbie tài trợ. Tôi cũng có vài em sinh viên phụ viết bài nghiên cứu.

Năm đầu tiên đi dạy, chúng tôi công bố một nghiên cứu về tính cạnh tranh của các chuyên khoa sâu trong nội khoa dựa trên các yếu tố như điểm thi USMLE, lương bác sĩ, hay tỷ lệ chọi. Tôi cũng viết thư giới thiệu ba em sinh viên vào chuyên khoa nội tổng quát và da liễu.

*

Một lần, có cô sinh viên MD năm hai nói với tôi:

- Em ghét mấy bà điều dưỡng lắm!

- Sao vậy? - Tôi hỏi em.

- Mấy bà đó làm đời em khốn khổ...

Chương trình Y khoa tại Mỹ bây giờ chú trọng vào tiếp cận lâm sàng sớm, đa số các trường đều cho sinh viên đi thực tập theo dõi từ năm nhất hoặc năm hai.

- Em có thể kể rõ hơn cho tôi nghe? - Tôi hỏi bạn sinh viên.

- Hôm nay, bà điều dưỡng kia la em vì em ngồi xem bệnh án lâu quá. Lúc đó, em không biết mình đang ngồi trên ghế của mấy bà điều dưỡng...

Tại bệnh viện và trường Y khoa ở Mỹ, điều dưỡng là nỗi ám ảnh thường xuyên với các bạn sinh viên mới đi lâm sàng. Hầu hết bệnh viện tại Mỹ hoạt động và quản lý do điều dưỡng. Các hội đoàn điều dưỡng cũng rất mạnh, hằng năm chi tiền cho Quốc hội Mỹ còn nhiều hơn hiệp hội Y khoa Mỹ. Hiện nay, điều dưỡng cấp cao *(Advanced Nurse Practitioner)* đã có quyền hành nghề độc lập trên 26 tiểu bang tại Mỹ mà không cần sự giám sát của bác sĩ. Vì vậy, một số điều dưỡng đôi khi có thái độ không đúng với sinh viên và cả bác sĩ nội trú, nhất là khi sinh viên Y khoa hay bác sĩ nội trú làm ảnh hưởng đến công việc của họ.

Tuy nhiên, có những ca bệnh rất hay mà sinh viên hay bác sĩ nội trú sẽ học được từ những điều dưỡng có kinh nghiệm. Có khi những bài học hay nhất về ứng xử với bệnh nhân lại học từ điều dưỡng.

Lúc tôi còn học Y năm nhất, tôi cũng sợ điều dưỡng vì lúc đó mình mới đi lâm sàng, chưa biết gì cả. Lần đó, tôi vào phòng bệnh nhân bị cách ly do bệnh lao phổi mà lúc đi ra quên rửa tay.

- Này em kia. - Bà điều dưỡng người Mexico dáng mập mạp la to.

- Dạ. - Tôi quay lại trả lời.

- Em đã rửa tay chưa?

- Em chưa. - Tôi lí nhí.

- Vậy thì em đi rửa tay ngay. Lần sau tôi sẽ không cho em vào phòng khám bệnh nếu chưa rửa tay. - Tiếng bà văng vẳng bên tai tôi.

Tôi lẳng lặng đi rửa tay mà lòng thấy ấm ức. Các bác sĩ và sinh viên đàn anh chưa bao giờ lớn tiếng quát nạt tôi kiểu như “không cho vào khám bệnh” như vậy.

Nhìn vào gương rửa tay, tôi thấy mình là sinh viên của một ngành hàng đầu tại Mỹ. Xã hội, gia đình và bạn bè đều tự hào về tôi. Tôi sẽ là một bác sĩ, sao lại có người không phải bác sĩ lại dám la tôi như vậy?

Vì vậy, tôi hiểu cảm giác của em sinh viên năm hai mới đi lâm sàng mà bị điều dưỡng la. Cũng may, hồi đó có một bà điều dưỡng già tốt bụng khuyên tôi khi thấy tôi bị la.

- Cô biết con bực vì bà Diana la con hồi trưa, nhưng con có nghĩ đến những bệnh nhân khác chẳng may bị con lây bệnh vì con chưa rửa tay khi ra khỏi phòng không?

Tôi chợt tỉnh người và thấy mình đã sai. Từ đó về sau, tôi luôn rửa tay hay dùng gel rửa tay mỗi khi vào phòng bệnh. Tôi thường nhắc các em sinh viên và bác sĩ nội trú rửa tay khi đi chung với tôi. Tuy nhiên, tôi vẫn ước giá như bà điều dưỡng người Mễ đó nói chuyện với tôi nhẹ nhàng như bà điều dưỡng lớn tuổi chỉ dạy tôi về việc rửa tay thì có lẽ sẽ hay hơn.

Sau khi nói chuyện với bà điều dưỡng lớn tuổi, tôi bắt đầu nhận ra mình có thể học được nhiều thứ từ điều dưỡng, nhất là những người có lòng muốn giúp đỡ các sinh viên.

Tôi nói với em sinh viên bị điều dưỡng la:

- Nếu em làm thân được với điều dưỡng, em sẽ chăm sóc bệnh nhân dễ hơn rất nhiều, vì điều dưỡng là người ở bên bệnh nhân nhiều nhất nên sẽ có nhiều thông tin tốt.

Lần khác, tôi đi thăm khám một bệnh nhân ung thư kỳ cuối chung với các bác sĩ và sinh viên đàn anh. Bệnh nhân bị ung thư đại tràng di căn đến xương sống, phải truyền thuốc giảm đau qua tĩnh mạch và cài máy bơm thuốc giảm đau. Như thông lệ, anh bác sĩ nội trú ngồi xuống bên phải giường hỏi thăm bệnh. Bác bệnh nhân ốm yếu nằm một chỗ rên rỉ đau quá. Ông nhăn mặt nói chuyện đứt quãng khiến chúng tôi không hiểu được.

Lúc đó, một bà điều dưỡng lớn tuổi đang chỉnh đường truyền tĩnh mạch liền ngồi xuống bên kia giường nắm lấy bàn tay bệnh nhân ân cần nói:

- Anh sẽ không sao, anh nói cho bác sĩ nghe anh đau chỗ nào?

Bác bệnh nhân liền nắm chặt bàn tay bà điều dưỡng vì đau và xúc động. Từng lằn gân hiện rõ bên ngoài bàn tay xanh xao của bác. Bàn tay bà điều dưỡng bị bóp chặt trở nên đỏ bừng, tương phản với làn da trắng của bà. Cả nhóm đều thấy bà điều dưỡng đang rất đau.

Bà không nói lời nào, để tay cho bác bệnh nhân nắm chặt đến khi bệnh nhân bớt đau.

Tôi khâm phục bà điều dưỡng và khám phá ra sức mạnh chia sẻ của bàn tay chạm vào nhau *(power of touch)*. Sau lần đó, mỗi khi khám bệnh, tôi đều nắm tay bệnh nhân để chia sẻ và an ủi vì tôi biết một cái nắm tay, như bà điều dưỡng đã từng làm, có thể làm giảm cơn đau và khiến bệnh nhân an tâm như thế nào.

Tôi kể cho em sinh viên nghe hai câu chuyện trên. Cô ngồi lắng nghe rồi hỏi:

- Vậy thầy cải thiện mối quan hệ với điều dưỡng như thế nào?

- Nếu em nhận ra điều dưỡng là một phần quan trọng trong nhóm của mình, em sẽ cải thiện được và sẽ học được nhiều thứ. - Tôi trả lời.

Cuối năm nhất trường Y, sau những bài học hay từ điều dưỡng, tôi bắt đầu học nhớ tên từng điều dưỡng trong nhóm tôi làm việc. Tôi hỏi han về cuộc sống của họ và không ngại nhờ họ chỉ dẫn những chuyện mình không biết. Nhờ vậy, tôi học được nhiều kỹ thuật hay từ điều dưỡng như lấy máu không đau hay chỉnh các thông số máy móc bên giường bệnh. Mỗi lần khám bệnh, tôi đều hỏi điều dưỡng thêm về bệnh sử và thường có được những thông tin rất hay, có ích trong chẩn đoán, điều trị bệnh.

Chỉ một thời gian ngắn, tôi nắm bệnh sử của bệnh nhân tốt hơn và không còn cảm giác lo sợ điều dưỡng nữa. Thậm chí, tôi còn giải thích cho điều dưỡng hiểu về một số bệnh lý cơ bản. Cuối mỗi tháng thực tập, tôi đều mua bánh Donut và cà phê tặng mọi người, chúng tôi chúc nhau cùng làm tốt công việc. Sau này, tôi nhận được thư khen ngợi của các điều dưỡng. Có người còn đưa tên tôi vào danh sách ứng viên hoa hướng dương của bệnh viện (dành cho những bác sĩ đối xử tốt với bệnh nhân và điều dưỡng).

Nhờ cách ứng xử này, tôi được các điều dưỡng, sinh viên, bác sĩ nội trú, và giảng viên bình chọn giải thưởng "bác sĩ nội trú giảng dạy tốt nhất" trong lúc làm bác sĩ nội trú chuyên khoa nội tổng quát.

Tôi kể câu chuyện năm xưa cho em sinh viên nghe. Nghe xong, em im lặng một lúc, rồi nhìn vào mắt tôi:

- Cảm ơn thầy. Em sẽ làm giống như vậy.

Tôi bước ra khỏi phòng, thấy vui vui trong lòng khi vừa mở thêm cánh cửa cho một bác sĩ tương lai.

Cứ mỗi bạn sinh viên Y vào được nội trú, mỗi bài học có ích tôi dạy sinh viên, hay mỗi bài báo nhóm của tôi được đăng là tôi có thêm một niềm vui nho nhỏ.

Và cứ thế, tôi trở thành ông giáo ngành y, mỗi ngày đưa đò cho các em qua sông, thẳng tiến trên con đường Y khoa nhiều sóng gió gập ghềnh khúc khuỷu. Tôi luôn ước mong sau này các em sẽ còn bay cao và bay xa hơn tôi.

Kết

Những điều đọng lại

Trên hành trình đầy gian truân nhưng thú vị tại Hoa Kỳ, tôi luôn có cảm giác ba tôi và những người thân đã mất vẫn ở bên cạnh mình. Những đêm đi phỏng vấn trường Y hay phỏng vấn bác sĩ nội trú, tôi mệt mỏi nằm co ro ngủ trong chiếc xe Honda Civic để tiết kiệm tiền khách sạn. Nhìn ra cửa kính, tôi thấy vài ngôi sao chợt lóe lên trên nền trời đen thẫm. Trong vài giây chói sáng đó, tôi như thấy ba, thấy ngoại và cả những người thân khác đang từ trên cao trìu mến nhìn xuống. Tôi ôm gối nhẹ nhàng ngủ thiếp đi.

Nhìn lại, tôi đã đi qua 6 năm Kiến trúc và 14 năm Y khoa. Bài học lớn nhất tôi có được là học cách sống có trách nhiệm với cuộc đời của mình. Chính bạn chứ không ai khác sẽ chịu trách nhiệm về thành công hay thất bại của cuộc đời bạn. Với tôi, sống có trách nhiệm đơn giản là lắng nghe trái tim và theo đuổi đam mê. Chính hành trình khó khăn trên đất Mỹ đã dạy tôi dám từ bỏ sự ổn định để tìm thấy điều mình mong muốn.

Tôi đã từng sợ hãi khi bỏ mọi thứ tại Việt Nam và qua Mỹ làm lại từ đầu. Khi đã tốt nghiệp Kiến trúc và đi làm tại Michigan, tôi lại lo lắng rằng nếu bỏ công việc ổn định để bắt đầu một nghề mới hoàn toàn là Y khoa, tôi sợ mình sẽ thất bại. Nhưng chính sự khát khao và tiếng gọi của đam mê đã cho tôi động lực để quyết định bỏ nghề kiến trúc.

Vào trường Y, tôi đi từ nội khoa, ngoại khoa, đến nội trú chẩn đoán hình ảnh rồi cuối cùng dừng lại ở chuyên khoa tôi thật sự yêu thích và theo đuổi đến cùng là cơ xương khớp và da liễu.

Để làm được những điều này, tôi phải hoàn toàn tập trung và cố gắng hết tâm sức, cộng với chút may mắn. Bạn cũng vậy, khi theo đuổi đam mê, hãy nỗ lực với toàn bộ tâm sức mình có. Đôi khi vì đang ở một vị trí đỉnh cao, chúng ta không muốn xa rời ánh hào quang hay sự ổn định. Chúng ta sợ thất bại, ngại thay đổi và chính điều đó khiến ta mất đi cơ hội theo đuổi niềm đam mê thật sự.

Tôi cũng chiêm nghiệm ra nhiều thứ về bản thân và cơ thể mình. Tôi phát hiện mình có những khả năng tuyệt vời khác nếu chịu tập luyện, như việc vẽ màu nước chẳng hạn. Bản thân và cơ thể của bạn, dù muốn hay không, sẽ là người bạn đồng hành cùng bạn cho đến cuối đời. Hãy trân trọng cơ thể, hãy bảo vệ và chăm sóc nó. Có vậy, bạn mới thành công một cách bền vững.

Điều thứ hai tôi nhận thấy trên hành trình là việc liên tục đặt cho bản thân những câu hỏi *"tại sao"*: *"Tại sao tôi không vào được trường Y?"*,

"Tại sao tôi thất bại?", "Tôi có thật sự thích chuyên khoa này không?"... Nhiều lúc thất bại và mệt mỏi, tôi ngồi xuống đối thoại với chính mình, lắng nghe mình thật kỹ để tự nhận ra sai lầm, để tìm cách và tìm đường đứng dậy đi tiếp.

Một điểm cực kỳ quan trọng tôi muốn chia sẻ với những ai đã, đang và sẽ theo đuổi ngành Y là các bạn phải có tâm và thích giúp đỡ người khác. Tôi có viết một bài trên Facebook, *Làm công dân tốt trước khi làm bác sĩ giỏi,* chỉ ra rằng nếu bạn có tâm muốn giúp đỡ người khác, bạn sẽ thấy nghề Y thú vị. Bạn sẽ không thấy đi làm bác sĩ hằng ngày là vất vả. Tâm ở đây đơn giản là muốn giúp đỡ cộng đồng, từ những việc nhỏ nhất mà bạn có thể làm.

Ngay từ những ngày đầu học Y khoa, tôi đã lập ra tổ chức phi lợi nhuận VietMD. Từ đó đến nay, sau hơn 12 năm, VietMD đã phát triển thành một tổ chức quốc tế với nhiều hoạt động hỗ trợ sinh viên và bác sĩ Việt. Chính vì thích giúp đỡ cộng đồng, giúp đỡ người khác, tôi chưa hề thấy mệt mỏi khi làm việc cho VietMD. Trái lại, công việc này giúp tôi có thêm những người bạn mới, có thêm nhiều bài học hay và có thêm nhiều niềm vui. Nhờ VietMD, tôi đã có dịp đến hàng chục ngôi chùa và nhà thờ, gặp gỡ hàng ngàn người, học hỏi nhiều điều từ các vị Tăng ni và Cha xứ, hiểu thêm về Phật pháp, về giáo lý Tin Lành và Thiên Chúa giáo. Tôi cũng được hân hạnh thưởng thức nhiều món ăn rất ngon, như món chay hằng tháng tại Tịnh Thất Hiền Như mà tôi thường đến nói chuyện.

Khi mạng xã hội ngày càng phát triển, thông tin sức khỏe trở nên tràn lan, trong đó có rất nhiều thông tin sai. Bệnh nhân là người luôn đói thông tin, muốn tìm hiểu thêm để chăm sóc sức khỏe mình tốt hơn. Tuy nhiên, đọc tin sức khỏe sai lệch chẳng những không giúp ích gì cho bệnh nhân mà còn gây hại cho họ. Một ví dụ đơn giản là thực phẩm chức năng trong điều trị ung thư. Nhiều bệnh nhân ung thư nghe lời trên mạng xã hội mua thực phẩm chức năng về nhà tự chữa bệnh, kết quả là mất đi thời gian vàng để các bác sĩ có thể can thiệp cứu chữa. Nhiều trường hợp, bệnh nhân ung thư chết sớm hơn do chỉ dùng thực phẩm chức năng. Cuối cùng, bệnh nhân là người gánh chịu. Vì không thể chịu nổi cảnh nhiều quảng cáo thất thiệt trên mạng về chữa trị ung thư hay chăm sóc sức khỏe gây hại cho bệnh nhân, tôi lập kênh YouTube riêng để giải thích bệnh và giúp bệnh nhân tự chăm sóc sức khỏe mình tốt hơn.

Chữ tâm trong nghề Y đã giúp tôi làm được tất cả những điều tưởng chừng như mất rất nhiều công sức và thời gian như thế.

Là bác sĩ, bên cạnh kiến thức chuyên môn, kỹ năng thực hành và giao tiếp với bệnh nhân cũng là một trong những kỹ năng quan trọng. Một sinh viên Y khoa học giỏi đến đâu, khi làm bài thi xuất sắc đến đâu, nhưng không có khả năng nói chuyện và kết nối với bệnh nhân thì vẫn không thể là bác sĩ giỏi. Chính vì vậy, trường Y tại Mỹ luôn nhấn mạnh việc giao tiếp và thực hành ngay từ những ngày đầu học Y khoa, sau đó, những năm tháng nội trú bắt buộc (trung bình là 4-5 năm) sẽ giúp cho bác sĩ thực hành kỹ năng lâm sàng tốt hơn. Trong quyển sách kế tiếp của mình, có thể mang tựa là *Làm bác sĩ không khó*, tôi sẽ nói rõ hơn về kỹ năng nói chuyện với bệnh nhân, đặc biệt là những bệnh nhân mắc bệnh ung thư thời kỳ cuối hay bệnh nan y.

Làm nghề Y càng lâu, tôi càng nhận ra bệnh nhân là người tôi thật sự tri ân nhiều nhất. Chính bệnh nhân là người dạy tôi trưởng thành và giúp tôi giỏi hơn mỗi ngày. Bệnh lý Y khoa ngày càng phức tạp, vì ngoài bệnh trong các cơ quan trên cơ thể, người bệnh còn có các vấn đề về tâm lý và người thân. Mỗi lần vào khoa hồi sức cấp cứu, nhìn một bệnh nhân ra đi, lòng tôi lại chùng xuống nao nao buồn. Để chia sẻ với bạn đọc, tôi tập hợp những câu chuyện của bệnh nhân khoa hồi sức cấp cứu (ICU) của tôi thành một quyển sách, sẽ xuất bản ngay sau quyển này, mang tựa đề là *Chuyện ICU - Khi thiên thần nhiễm bệnh*. Trong quyển sách này, mỗi câu chuyện là một góc nhìn trần trụi về cuộc sống của bệnh nhân và gia đình mà tôi từng gặp ở nơi giao thoa giữa sự sống và cái chết. Chính ở ranh giới mong manh đó, lòng yêu thương nở hoa. Cũng chính nơi đó, sự dối trá, ganh đua, hay danh vọng sẽ bộc lộ rõ nhất.

Cuối cùng, tôi nhận ra sự kiên trì, nhẫn nại và chịu khó là chất kết dính xây dựng ngôi nhà thành công. Tôi đã từng làm rất nhiều nghề khác nhau để mưu sinh, từ làm nail, bồi bàn, rửa chén, thông dịch viên, hay kiến trúc sư... Bất kỳ nghề nào, tôi cũng cố gắng làm hết sức của mình. Người châu Á nói chung, người Việt Nam nói riêng, đều rất chịu khó và nhẫn nại. Khi đọc đến những dòng này, hãy mỉm cười vì bạn là người Việt, bạn có tất cả những đức tính trên và bạn sẽ thành công. Cái bạn cần đôi khi chỉ là có ai đó truyền cảm hứng. Hôm nay bạn có thể làm người chạy bàn, nhưng ngày mai bạn sẽ là bác sĩ! Hãy luôn tin vào chính mình, như cách mà tôi đã tự tin trong suốt 20 năm qua, cho đến bây giờ, và cả tương lai.

PGS. BS. Huỳnh Wynn Trần

Los Angeles, Hoa Kỳ, 2019

Phụ lục

CÁC MỐC THỜI GIAN TRONG HÀNH TRÌNH

1996-1999: Cậu học trò lớp Toán trường chuyên tỉnh Bạc Liêu đậu và học đại học Kiến trúc tại TP. HCM. Đến năm thứ ba quyết định cùng gia đình sang định cư tại Hoa Kỳ, bắt đầu một hành trình mới.

2000-2001: Học cao đẳng cộng đồng Muskegon (lấy 18 tín chỉ và tăng dần đến 27 tín chỉ trong khi sinh viên bình thường lấy 12 tín chỉ trong một mùa). Đích nhắm tiếp theo là đại học Kiến trúc tại Hoa Kỳ.

2001-2003: Học đại học Kiến trúc Michigan, rèn luyện những thói quen làm thay đổi cuộc đời và rút ra nhiều bài học về thiết kế, sáng tạo.

2003-2005: Làm kiến trúc sư tại công ty kiến trúc AMDG, Grand Rapids, Michigan, Hoa Kỳ. Nhận làm thiết kế phòng khám cho bác sĩ Snyder và được hướng dẫn tận tình - cơ duyên mở ra con đường theo đuổi ngành Y.

2005-2006: Quyết định bỏ nghề kiến trúc để theo đuổi Y khoa, bắt đầu bằng chương trình Y sinh học tại đại học bang Grand Valley (Grand Valley State University) với lịch trình dày đặc vừa học vừa làm thêm (làm nail, chạy bàn, thông dịch viên sức khỏe ở phòng khám, thông dịch viên qua điện thoại). Kết quả tốt nghiệp xuất sắc sau một năm (bình thường mất 2-3 năm). Chuẩn bị hồ

	sơ vào trường Y và nhận lời từ chối của 29/30 trường đã nộp đơn.
2006-2007:	Nghiên cứu ung thư tại bệnh viện St Mary, Grand Rapids, Michigan. Bổ sung nghiên cứu và cải thiện điểm thi MCAT để tiếp tục nộp hồ sơ vào trường Y.
2007-2011:	Học chương trình Tiến sĩ Y khoa (MD) tại đại học New York, nền tảng Y khoa được hình thành tại đây.
2007:	Thành lập VietMD, tổ chức phi lợi nhuận với các hoạt động giúp đỡ sinh viên và bác sĩ Việt tìm hiểu về nội trú Mỹ.
2011-2012:	Thực tập tại bệnh viện Basset, đại học Columbia.
2012-2013:	Học chuyên khoa sâu chẩn đoán hình ảnh và làm bác sĩ nội trú chẩn đoán hình ảnh tại bệnh viện đại học Florida.
2013-2014:	Chuyển hướng học chuyên khoa nội tổng quát và học văn bằng Thực hành Da liễu, Cardiff, Anh Quốc.
2016-2018:	Học Thạc sĩ Da liễu, Cardiff, Anh Quốc.
2014-2016:	Làm bác sĩ nội trú nội khoa tại bệnh viện St Joseph Health, Michigan.
2016-2018:	Làm bác sĩ nghiên cứu và nội trú cơ xương khớp tại đại học Nam California (University of Southern California), bắt đầu giảng dạy bác sĩ nội trú và sinh viên Y khoa.
2018:	Sáng lập ra Wynn Medical Center, bắt đầu nhận sinh viên Y khoa và sinh viên điều dưỡng khám bệnh đến thực tập.
2019:	Sáng lập ra Dr. Hera Medical Spa chuyên về da liễu và thẩm mỹ.

SƠ LƯỢC VỀ NGÀNH Y KHOA TẠI HOA KỲ

A. Nghề bác sĩ tại Hoa Kỳ

Nước Mỹ hiện tại (2019) có khoảng 660.000 bác sĩ, trong số này có đến 180.000 bác sĩ tốt nghiệp Y khoa ngoài nước Mỹ, chiếm khoảng 26,15%. Với mức lương trung bình sau khi xong chương trình nội trú là 170.000-250.000 đô-la/năm, nước Mỹ là mảnh đất mơ ước với tất cả bác sĩ trên toàn thế giới (theo nguồn: American Medical Association). Tuy nhiên, trong khi các bác sĩ khắp nơi trên thế giới đổ dồn về Mỹ để học tập và làm việc, các trường Y trong nước Mỹ không đào tạo đủ bác sĩ để cung cấp cho cả nước.

Các bác sĩ tốt nghiệp tại Mỹ luôn có ưu thế hơn trong việc nộp đơn vào nội trú (bên Việt Nam gọi là Thạc sĩ - Tiến sĩ chuyên ngành). Vì vậy, các chuyên ngành được ưa chuộng nhất tại Mỹ hiện tại gồm có Chẩn đoán hình ảnh, Da liễu, Hồi sức gây mê, Phẫu thuật não, Thẩm mỹ và Chấn thương chỉnh hình, thường được dành cho các bác sĩ tốt nghiệp trong nước Mỹ, hay con gọi là AMG (American Medical Graduate). Các bác sĩ tốt nghiệp từ ngoài nước Mỹ, gọi là IMG (International Medical Graduate) sẽ khó vào nội trú các ngành này. Nhưng ngược lại, nội khoa, gia đình, tâm lý và nhi là những chuyên ngành mà bác sĩ AMG không ưa chuộng. Kết quả là các chuyên ngành này trở thành mảnh đất màu mỡ để các bác sĩ IMG cạnh tranh.

Theo thống kê của The National Resident Matching Program năm 2018, hằng năm có khoảng 33.000 vị trí bác sĩ nội trú. Các trường Y khoa của Mỹ (chương trình MD) đào tạo khoảng 21.000 bác sĩ một năm cộng thêm 6.000 bác sĩ ở chương trình DO (Doctor of Osteopathic Medicine). Vì vậy, 27.000 trong số 33.000 vị trí bác sĩ nội trú là hầu như dành cho bác sĩ tốt nghiệp tại Mỹ (AMG và bác sĩ DO). Còn lại 6.000 vị trí nội trú là nơi cạnh tranh của khoảng 12.000 bác sĩ IMG từ khắp nơi trên thế giới.

Ngành bác sĩ tại Mỹ là ngành học lâu nhất và tốn tiền nhất. Một bác sĩ gia đình phải học ít nhất 11 năm, trong khi bác sĩ chuyên khoa cơ xương khớp là 14 năm, ung thư là 14 năm, hay điện tim mạch có thể đến 16 năm.

B. Đào tạo bác sĩ Y khoa tại Hoa Kỳ

Chương trình đào tạo bác sĩ tại Mỹ có thể tóm tắt thành ba giai đoạn:

1. Đại học (Pre-medicine)

Tối thiểu 4 năm. Để vào trường Y, các sinh viên phải tốt nghiệp bằng đại học (thường là BS hoặc BA). Kết quả kỳ thi MCAT (Medical College Admission Test), cộng thêm làm thiện nguyện, các hoạt động ngoại khóa, làm cộng đồng, nghiên cứu, viết bài luận cá nhân và thực hiện phỏng vấn tốt là các yếu tố để được chọn vào trường Y khoa sau 4 năm đại học.

2. Trường Y (Văn bằng Tiến sĩ Y khoa - Doctor of Medicine, MD)

Kéo dài 4 năm và chia làm hai thời kỳ. 2 năm đầu tập trung học khoa học căn bản xen kẽ với thực tập tại bệnh viện. 2 năm cuối thực tập với tất cả các khoa và chuyên ngành. Để được lên năm 3, sinh viên Y phải thi đậu USMLE 1. Để tốt nghiệp, sinh viên bắt buộc phải đậu USMLE 2 và USMLE CS. Điểm USMLE 1, 2, và CS dùng để nộp khi xin vào nội trú. Học phí Y khoa tại Mỹ cực kỳ đắt, khoảng 75.000 đô-la/năm. Sau khi xong chương trình Y khoa, đa số các bác sĩ nợ 300.000 đến 400.000 đô-la.

Chương trình Tiến sĩ Y khoa MD (Doctorate of Medicine)/DO (Doctorate of Osteopathic Medicine). Đây là văn bằng Y khoa cao nhất và duy nhất tại Hoa Kỳ. Chương trình MD/DO bắt buộc sinh viên phải có bằng cử nhân mới được vào học. Tốt nghiệp MD/DO là điều kiện để sinh viên Y khoa tại Mỹ vào được nội trú. Tất cả các bác sĩ tại Mỹ phải làm nội trú chuyên khoa, từ 3-7 năm, trước khi được hành nghề độc lập.

3. Chương trình MD và DO

Tại Hoa Kỳ, bác sĩ thường có một trong hai văn bằng Y khoa MD (Doctor of Medicine) hay DO (Doctor of Osteopathic Medicine). Cả hai loại văn bằng này đều có chương trình nội trú chuyên khoa khá giống nhau và bác sĩ theo hai chương trình này được phép hành nghề Y tại khắp 50 tiểu bang nước Mỹ. Cả hai đều có những quyền lợi, lương bổng và trách nhiệm tương đương.

Trong lịch sử, bác sĩ MD và bác sĩ DO khá khác nhau, bắt đầu từ cách khám bệnh cho đến chữa trị. Chương trình Y khoa MD tại Mỹ là chương trình có từ xưa và cải tiến theo thời gian. Tuy nhiên, Y khoa những năm 1900 có rất nhiều vấn đề như bệnh dịch và nhiễm khuẩn khiến tỷ lệ bệnh nhân tử vong rất cao.

Lúc ấy, có một bác sĩ tên là Andrew Taylor Still cố tìm ra một cách khác để chữa bệnh. Ông đề ra một cách tiếp cận mới với bệnh nhân gọi là tiếp cận toàn diện (Holistic approach), dùng xương sống (vì vậy có từ osteo là xương) là nơi khởi nguyên của sức khỏe. Ông nghĩ rằng mọi thứ bệnh đều liên quan đến xương. Ông lập ra một chương trình Y khoa mới gọi là Osteopathic Diploma, hay còn gọi là DO dạy về xương và chỉnh xương tại Kirksville, Missouri, cấp bằng DO (Diplomate of Osteopath). Về sau, trường này trở thành đầu tàu của văn bằng DO tại Mỹ, phát triển thành A. T. Still University of Heatlh Science. Sau này, chữ DO là viết tắt của Doctorate of Osteopathy hay Osteopathic Medicine. Về sau, ngành DO phát triển, được cấp phép chữa bệnh nhiều hơn nhưng vẫn chưa được xem tương đương với MD.

Đến những năm 1960, hiệp hội Y khoa Hoa Kỳ (American Medical Association) xem bác sĩ DO là "mê tín." Lúc đó AMA cho phép bác sĩ chương trình DO chuyển qua MD sau khi học một khóa học ngắn hạn và đóng lệ phí 1 đô-la. Phần lớn bác sĩ DO nhân cơ hội này đi học lại và trở thành MD, duy nhất có một số ít bác sĩ DO kiên quyết giữ bằng. Thay vào đó, họ đề nghị thay đổi chương trình học DO cho giống với MD hơn và bắt đầu áp dụng khoa học vào giảng dạy.

Cả hai chương trình Y khoa đều bắt buộc sinh viên phải tốt nghiệp đại học 4 năm dự bị Y khoa (premedical studies) trước khi nhập học, yêu cầu sinh viên phải thi MCAT, làm thiện nguyện, và trải qua phỏng vấn cá nhân. Cả hai chương trình học MD và DO đều kéo dài 4 năm, 2 năm đầu học lý thuyết và 2 năm sau thực hành. Về sau, các chương trình MD tăng dần thực hành (2,5-3 năm) và giảm lý thuyết còn 1-1,5 năm.

Trong quá khứ, chương trình Y khoa DO bị chỉ trích do dùng cách nắn chỉnh xương (Osteopathic Manipulative Treatment, OMT) để chữa bệnh, ví dụ như nắn chỉnh dây thần kinh (cranial therapy) không có tác dụng và không có cơ sở khoa học. Các bác sĩ DO ra trường ít khi thực hành OMT và đa số hành nghề Y khoa như bác sĩ MD. Hiện nay, chương trình Y khoa của bác sĩ DO vẫn còn dạy OMT (chiếm khoảng 5-10% tổng số giờ) dẫn đến các môn học khác bị thiếu hoặc sinh viên DO phải học nhiều hơn để kịp kiến thức Y khoa với các sinh viên MD.

Chương trình Y khoa DO (thường gọi là Predoctoral training) và chương trình nội trú (thường gọi là Postdoctoral training) cùng được quản lý bởi American Osteopathic Association (AOA), một tổ chức gần như đối lập với American Medical Association (AMA). Sau khi ra trường chương trình DO, sinh viên sẽ được cấp bằng Doctor of Osteopathic Medicine và bắt đầu chương trình nội trú tương tự như chương trình MD.

Tương tự như chương trình học MD, các chương trình Y khoa DO cũng có chương trình nội trú chuyên khoa. Tuy nhiên, các chương trình nội trú chuyên khoa của DO thiên về chăm sóc sức khỏe ban đầu (Y khoa gia đình, nội khoa, nhi khoa) trong khi chương trình MD thường dành cho chuyên khoa sâu và phẫu thuật. Chương trình nội trú của các bác sĩ MD được quản lý bởi tổ chức American Council of Graduate Medical Education (ACGME).

Điểm thú vị là đa số các bác sĩ tốt nghiệp DO đều muốn xin vào nội trú chương trình MD, theo thống kê khoảng hai phần ba bác sĩ DO làm nội trú của chương trình MD. Lý do chính là chương trình DO không có đủ vị trí bác sĩ nội trú và các chương trình nội trú MD thường là nội trú chuyên khoa. Trước năm 2015, các chương trình nội trú của bác sĩ DO được quản lý bởi tổ chức American Osteopathic Association (AOA). Sau năm 2015, cả hai bác sĩ MD và DO sẽ cùng làm chương trình nội trú giống nhau, cùng được quản lý bởi một tổ chức duy nhất là ACGME, nhằm đảm bảo chất lượng đầu ra của bác sĩ nội trú Mỹ.

Trong 20 năm qua, số lượng trường Y DO mở ra rất nhanh và nhiều hơn so với trường Y MD. Hiện nay Mỹ có 35 trường Y khoa DO, quản lý bởi AOA, so với 144 trường Y khoa MD tại Mỹ và Canada được quản lý bởi tổ chức Liaison Committee of Medical Education (LCME). Vào được hệ thống LCME đòi hỏi rất nhiều điều kiện hơn so với AOA. Một trong những lý do quan trọng là mở trường DO thường không có nhiều yêu cầu khắt khe (không cần có bệnh viện giảng dạy hay chương trình nghiên cứu). Một nghiên cứu cho thấy trường DO là một ngành kinh doanh hấp dẫn khi học phí cao chót vót và sinh viên đa số phải thực tập tại các bệnh viện nhỏ và vùng xa. Thêm nữa, đầu vào của trường Y DO thường dễ hơn đầu vào trường Y MD. Về mặt địa lý, các bác sĩ DO thường làm việc ở vùng sâu vùng xa, nơi có ít bác sĩ. Các nghiên cứu cũng cho thấy đa số các bác sĩ DO đi về đa khoa trong khi các bác sĩ MD đi về chuyên khoa.

Về mặt nghiên cứu khoa học, các trường Y DO và bệnh viện DO bị chỉ trích là rất ít nghiên cứu. Một nghiên cứu chính từ tổ chức AOA cho thấy các trường DO tạo ra ít hơn 15 bài nghiên cứu mỗi năm, thấp hơn rất nhiều so với hàng trăm hay hàng ngàn bài nghiên cứu mỗi năm của các trường MD. Vì vậy, sinh viên chương trình DO thường không được đánh giá cao về mặt nghiên cứu. Một điểm quan trọng trong quá trình xét duyệt nội trú là khả năng nghiên cứu khoa học tại các chuyên khoa "hot" (như da liễu, phẫu thuật, hình ảnh), nên các sinh viên DO gặp khó khăn khi nộp dơn vào các chuyên khoa này.

Tất cả các bệnh viện hàng đầu tại Mỹ đều là bệnh viện đào tạo và giảng dạy MD (Mayo Clinic, John Hopkins, UCSF, UCLA, Michigan) nên các sinh viên DO muốn vào các bệnh viện nổi tiếng càng khó hơn so với sinh viên MD.

Tuy vậy, các nghiên cứu cho thấy khi khám bệnh lâm sàng, các bệnh nhân không thấy sự khác biệt giữa bác sĩ MD và DO. Một ngày làm việc của bác sĩ MD và DO cũng không có sự khác biệt nhiều.

Hiện nay, chương trình MD của Hoa Kỳ được nhìn nhận khắp thế giới trong khi chương trình Y khoa DO của Hoa Kỳ được công nhận tại 45 nước.

4. Nội trú và Chuyên khoa sâu (Residency or Fellowship)

Tất cả các bác sĩ muốn hành nghề tại Mỹ đều phải qua thời gian làm bác sĩ nội trú. Đây là một nghề tại Mỹ, có bảo hiểm và quyền lợi lao động, bác sĩ nội trú được trả lương hằng năm, trung bình 50.000 đô-la/năm và tăng dần theo thâm niên. Chương trình nội trú kéo dài từ 3-7 năm tùy theo chuyên ngành, có khi đến 10 năm. Trong thời gian này, các bác sĩ sẽ thi USMLE 3, là kỳ thi cuối để lấy bằng chứng nhận hành nghề.

Chương trình nội trú gọi là Graduate Medical Education, bao gồm bác sĩ nội trú chuyên khoa (residency) và bác sĩ nghiên cứu (fellowship). Nội trú bao gồm tất cả chuyên khoa, trung bình khoảng 4-5 năm. Ngắn nhất là nội trú nội khoa, bác sĩ gia đình, nhi, cấp cứu kéo dài 3 năm. Chương trình nội trú phẫu thuật là 5 năm, dài nhất là phẫu thuật thần kinh 7 năm.

Chương trình chuyên khoa (fellowship) bao gồm các chuyên khoa sâu làm thêm sau khi bác sĩ làm xong nội trú. Chương trình này thường kéo dài 2-3 năm cho các chuyên khoa sâu (cơ xương khớp, ung thư, tim mạch). Xong chuyên khoa sâu, bác sĩ có thể làm thêm chuyên ngành cực kỳ hẹp và sâu (subspecialty fellowship) như điện tim mạch hay tim mạch can thiệp, thường kéo dài thêm 2-3 năm.

5. Vai trò và trách nhiệm của bác sĩ nội trú

Bác sĩ nội trú tại Mỹ có nhiều quyền hạn và trách nhiệm gần như tương đương với bác sĩ có bằng hành nghề (licensed physician). Tùy theo số năm nội trú mà quyền hạn và trách nhiệm khác nhau. Bác sĩ nội trú kê toa, chẩn đoán và mổ xẻ dưới sự giám sát của bác sĩ chính (attending physician). Vì là công việc hợp đồng nên các bác sĩ nội trú được trả lương theo năm (nhận lương mỗi 2 tuần) như bất kỳ nhân viên nào của bệnh viện và được hưởng các chế độ bảo hiểm sức khỏe, ngày nghỉ và bảo hiểm cho thân nhân. Các bệnh viện tại Mỹ dựa vào các bác sĩ nội trú để tồn tại và phát triển, vì các chương trình bảo hiểm liên bang (ví dụ như Medicare) trả tiền đào tạo bác sĩ nội trú cho bệnh viện. Càng nhiều chương trình nội trú và nhiều bác sĩ nội trú thì bệnh viện càng uy tín và nhận được nhiều tiền từ chính phủ hơn. Thêm nữa, việc các bác sĩ nội trú khám và chữa bệnh tại bệnh viện làm giảm gánh nặng trả lương cho các bác sĩ chính thức. Ngược lại, các bác sĩ nội trú được trả lương (mặc dù không nhiều, từ 50.000-70.000 đô-la/năm) và được học tập chuyên môn.

Các bác sĩ nội trú làm việc khoảng 50-60 giờ/tuần. Có những chuyên ngành như phẫu thuật (ngoại) có thể kéo dài đến 80 giờ/tuần.

C. Kỳ thi hành nghề Bác sĩ Hoa Kỳ (United States Medical Licensing Examination, USMLE)

USMLE là một chuỗi các kỳ thi bắt buộc tất cả sinh viên Y khoa và bác sĩ nội trú tại Hoa Kỳ phải vượt qua trước khi được cấp bằng hành nghề bác sĩ (physician license).

Kỳ thi USMLE được chia làm ba bước:

- Bước 1 (USMLE Step 1) là kỳ thi kiểm tra kiến thức Y khoa cơ bản, kéo dài 8 tiếng (một ngày), thường sinh viên Y khoa Mỹ (MD/DO) sẽ thi vào năm hai.

- Bước 2 (USMLE Step 2) gồm hai kỳ thi riêng biệt. USMLE Step 2 Clinical Knowledge (thi kiến thức lâm sàng) kéo dài một ngày. Kỳ thi USMLE Step 2 Clinical Skills (thi thực hành lâm sàng) cũng kéo dài một ngày và thi trên bệnh nhân giả định.

- Bước 3 (USMLE Step 3) là kỳ thi cuối cùng lúc bác sĩ đang làm nội trú, thường là cuối năm nhất nội trú. Kỳ thi này sẽ diễn ra trong hai ngày. Ngày đầu tiên thi lý thuyết về tất cả các chuyên khoa. Ngày thứ hai thi về các tình huống lâm sàng giả định. Bác sĩ phải đạt cả hai phần trong bước 3 mới đậu.

Tóm lại, kỳ thi USMLE có tổng cộng năm ngày thi, bao gồm kiểm tra kiến thức khoa học cơ bản, lâm sàng, thực hành, nâng cao và phân tích tình huống. Vì vậy, sau khi trải qua một chuỗi các kỳ thi này, tất cả bác sĩ tại Hoa Kỳ đều có một nền tảng kiến thức Y khoa cơ bản. Nhiều nước trên thế giới học hỏi mô hình USMLE để tạo ra kỳ thi hành nghề riêng.

Các bác sĩ tốt nghiệp Y khoa khắp nơi trên thế giới đều phải thi USMLE bước 1 và 2 để xin vào nội trú Mỹ. Điều kiện bắt buộc để được phỏng vấn vào nội trú là bác sĩ phải có điểm thi cả hai bước đầu tiên cao. Gần đây, một số bác sĩ tốt nghiệp từ Việt Nam đã thi USMLE điểm cao và được nhận vào nội trú chuyên khoa Hoa Kỳ. Sau khi vào được nội trú thì các bác sĩ nước ngoài sẽ thi bước 3 giống như các bác sĩ ở Hoa Kỳ và được cấp bằng hành nghề.

MỘT VÀI THUẬT NGỮ Y KHOA

1. Theo ngành và chương trình học

Can thiệp ung thư - *Interventional oncology*

Chẩn đoán hình ảnh - *Radiology*

Chương trình chuyên khoa sâu can thiệp hình ảnh - *Fellowship Interventional Radiology*

Chương trình nội trú can thiệp hình ảnh - *Interventional radiology residency*

Chương trình phẫu thuật tổng quát - *General surgery*

Chuyên khoa rất hẹp - *Micro subspeciality*

Da liễu - *Dermatology*

Gây mê - *Anesthesia*

Hiệp hội can thiệp ung thư - *Society of Interventional Oncology*

Kỳ thi hành nghề bác sĩ Hoa Kỳ - *United States Medical Licensing Examination, USMLE*

Ngành can thiệp hình ảnh - *Interventional radiology*

Nhãn khoa - *Ophthalmology*

Viện Nhi Khoa Hoa Kỳ - *American Academy of Pediatrics*

2. Theo cấp độ công việc trong Y khoa

Bác sĩ chính - *Attending physician*

Bác sĩ chuyên khoa điện tim - *Electrophysiology*

Bác sĩ nghiên cứu sinh, bác sĩ chuyên khoa sâu - *Fellow physician*

Bác sĩ nội trú - *Resident physician*

Bác sĩ nội trú - *Resident physician*

Bác sĩ nội trú trưởng - *Chief surgical resident*

Bác sĩ thực tập chuyên khoa - *Categorical Intern*

Bác sĩ thực tập một năm - *Transitional Intern/ Preliminary Intern*

Điều dưỡng - *Registered Nurse, RN*

Điều dưỡng khám bệnh, Điều dưỡng cấp cao - *Advanced Nurse Practitioner*

Dược sĩ khám bệnh - *Advanced Pharmacist Practice, APP*

Giảng viên biên chế - *Tenured faculty*

Giảng viên đại học - *Instructor*

Giảng viên tự nguyện - *Volunteer faculty*

Giáo sư - *Full Professor*

Nghiên cứu sinh sau tiến sĩ - *Postdoc*

Nghiên cứu viên chính - *Principal Investigator*

Người hướng dẫn - *Advisor*

Nhóm sinh viên yêu thích khoa ngoại - *Surgical interested group*

Phó giáo sư 1 - *Assistant Professor*

Phó giáo sư 2 - *Associate Professor*

Thạc sĩ Da liễu - *Masters of Science in Dermatology*

Thực tập chuyên khoa - *Categorical Intern*

Thực tập một năm - *Transitional Intern/Preliminary Intern*

Trợ lý bác sĩ - *Physician Assistant, PA*

Trưởng lab - *Principal Investigator, PI*

3. Theo từ chuyên ngành

Chỉ số co bóp tim - *Ejection Factor*

Đốt nóng khối u - *Tumor Ablation*

Hạch bạch huyết đầu tiên xung quanh vú - *Sentinel lymph nodes*

Khoa Chăm sóc đặc biệt (hoặc Khoa Hồi sức cấp cứu) - *ICU (Intensive Care Unit)*

Mã bệnh nhân ngưng tim phổi - *Code Blue*

Thủ thuật TIPS - *Transjugular Intrahepatic Portosystemic Shunt*

Truyền thuốc tĩnh mạch - *Infusion*

Viêm đa sụn tái phát - *Relapsing polychondritis*

Xoa bóp tim ngoài lồng ngực - *CardioPulmonary Resuscitation, CPR*

PHỤ LỤC ẢNH BS. HUỲNH WYNN TRẦN

Ảnh gia đình lúc mới sang Mỹ, năm 2000.

Hình chụp lúc làm kiến trúc sư thực tập
tại công ty Kiến trúc AMDG.

Một góc mô hình khu nhà tái định cư Detroit trong đồ án thiết kết của tác giả khi học năm cuối ngành Kiến trúc trường Michigan.

Thiết kế quán cà phê Holland, Michig
(ảnh vẽ tay của tác giả).

Hai cột mốc cho hai hành trình tại Hoa Kỳ: Một là tốt nghiệp đại học Kiến trúc Michigan.

Hai là tốt nghiệp chương trình Tiến sĩ Y khoa (MD) tại đại học bang New York.

Làm nghiên cứu mùa hè tại bệnh viện Nhi Boston,
đại học Y Khoa Harvard.

Đi thực tập tại bệnh viện đại học Stanford, California.

Làm trưởng nhóm bác sĩ nội trú (lúc đó đang là bác sĩ nội trú năm ba chuyên khoa nội), hình chụp cùng ba bác sĩ thực tập khác tại bệnh viện St Mary, St Joseph Health, Michigan.

Lúc học da liễu cùng các đồng nghiệp tại Viện Da liễu, đại học Cardiff, Anh Quốc.

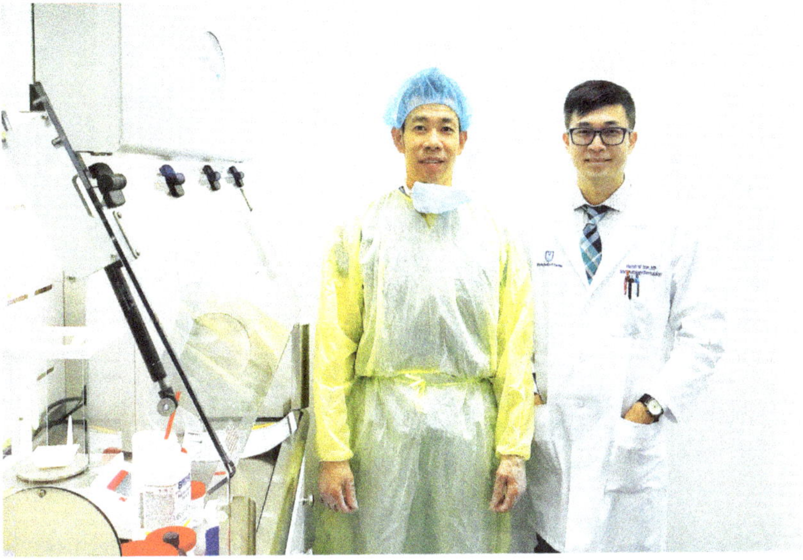

Pha chế thuốc trị nám cùng Dược sĩ lâm sàng Cảnh Đỗ
tại Wynn Medical Center.

Các bác sĩ và nhân viên trước phòng khám Wynn Medical Center.

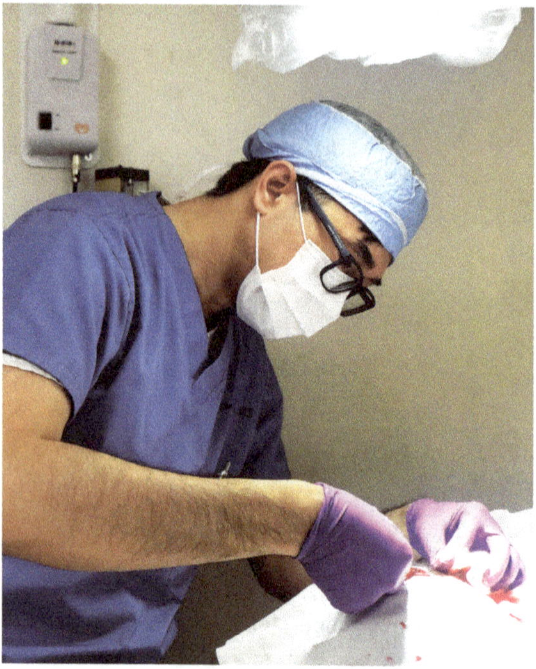

Một ngày làm tiểu phẫu tại phòng khám.

Một buổi nói chuyện tại Hiền Như Tịnh Thất, Los Angeles, California.

Team VietMD tại hội chợ sức khoẻ người Việt Detroit, năm 2017.

Khám bệnh thiện nguyện cùng các em sinh viên tại Hội chợ Y tế vùng Orange County, năm 2017.

Giảng dạy sinh viên Y khoa và bác sĩ nội trú tại bệnh viện đại học Keck, University of Southern California, năm 2016, lúc đó, tác giả đang làm nghiên cứu sau tiến sĩ về chuyên khoa sâu cơ xương khớp.

Buổi nói chuyện cho sinh viên Y khoa Hà Nội về kỳ thi USMLE và nội trú chuyên khoa Hoa Kỳ tại Hà Nội, tháng 10, năm 2018.

NHÀ XUẤT BẢN WYNN MEDICAL CENTER

WYNN MEDICAL CENTER PUBLISHER

ROSEMEAD, LOS ANGELES COUNTY, CA 91770, USA

TEL: +1 (626) 573-9003 / (626) 316-8287 / (626) 316-8169

FAX: (626) 573-0641

TỪ KIẾN TRÚC SƯ THÀNH BÁC SĨ TẠI HOA KỲ

Dám chọn lựa, dám thành công

Xuất bản lần thứ nhất tại Việt Nam năm 2019

Tái bản lần thứ nhất tại Hoa Kỳ năm 2023

với một số chỉnh sửa hoàn thiện

Tái bản lần thứ hai tại Hoa Kỳ năm 2024

Phát hành trên hệ thống POD toàn cầu

Biên tập, hiệu đính & thiết kế bản in:

Nguyễn Minh Tiến

www.ingramcontent.com/pod-product-compliance
Lightning Source LLC
LaVergne TN
LVHW050634051026
849532LV00002B/387
9798330567676